सावित्रीबाई फुले पुणे विद्यापीठाच्या ऑगस्ट २०२३ पासून सुरू झालेल्या एम. कॉम च्या
'बँक व्यवसाय आणि वित्तपुरवठा (सार्वत्रिक बँक व्यवसाय)' या विषयाच्या अभ्यासक्रमासाठी व इतर
विद्यापीठांच्या संबंधित अभ्यासक्रमासाठी उपयुक्त पुस्तक

बँक व्यवसाय आणि वित्तपुरवठा

(मध्यवर्ती बँक व्यवसाय)

[Course Code : 60121]

AF747850

M.Com. - I (Sem. - I)

As per New Education Policy (2020)

Dr. Kishor S. Nikam
(M.Com., NET., SET., Ph.D., CA Final (II)., DTL., GDC&A., MBA., DMB., PGDBM., ADM., MA., DLL & LW., DIPR., DCCL)
Dr. D. Y. Patil ACS College, Pimpri, Pune.

Dr. Bhaskar H. Jangale
(M.A., Ph.D.)
Naigaum Education Society Arts and Commerce College, Daund, Pune.

Dr. Kewal T. Khairnar
(M.Com., Ph.D.)
L.V.H. Arts, Science and Commerce College, Panchavati, Nashik.

Dr. Vijay D. Nirmal
(M.Com., M. Phil., SET., Ph.D.)
Padmashri Vikhe Patil College of ACS., Pravaranagar.

२०२३

SUCCESS PUBLICATIONS

प्रकाशक :
डॉ. राजेश पाटणे
सक्सेस पब्लिकेशन्स
राधाकृष्ण अपार्टमेंट, ५३५ शनिवार पेठ,
आप्पा बळवंत चौक, प्रभात टॉकिज समोर, पुणे ४११ ०३०
फोन नं : ०२०-२४४३४६६२
मोबा. - ९३२५३१५४६४

© प्रकाशकाधिन

आवृत्ती
२०२३

संपादक
श्री. वाल्मिक गायकवाड

अक्षरजुळणी :
कु. वर्षा लोखंडे

मुखपृष्ठ :
कु. वर्षा लोखंडे

ISBN NO. - 978-81-19180-79-0

No part of this book may be reproduced or copied in any form or by any means [graphic, electronic or mechanical, including photocopying, recording, taping, or information retrieval systems] or reproduced on any disc, tape, perforated media or other information storage device, etc., without the written permission of the publishers.
Every effort has been made to avoid errors or omissions in this book. Inspite of this errors may creep in. Any mistake, error or discrepancy noted may be brought to our Notice which shall be taken care of in the next edition. It is Notified that publisher shall not be responsible for any damage or loss of action to anyone of any kind in any manner, therefrom. It is suggested to all the readers, always refer original references wherever necessary.

प्रस्तावना

सावित्रीबाई फुले पुणे विद्यापीठाच्या एम.कॉम. या शैक्षणिक वर्षासाठीच्या अभ्यासक्रमात या वर्षापासून सुधारणा करण्यात आली आहे. नवीन शैक्षणिक धोरण २०२० ची अंमलबजावणी करण्यात आली आहे. 'बँक व्यवसाय आणि वित्तपुरवठा (मध्यवर्ती बँक व्यवसाय)' या पेपरच्या अभ्यासक्रमात करण्यात आलेल्या सुधारणांची ऑगस्ट २०२३ पासून अंमलबजावणी होत आहे. या सुधारित अभ्यासक्रमासाठी उपयुक्त असलेले पुस्तक आपल्या हाती देताना विशेष आनंद होत आहे. मध्यवर्ती बँक व्यवसाय याबाबत अनेक संदर्भ ग्रंथ प्रकाशित झालेले आहेत. मात्र, हे पुस्तक मध्यवर्ती बँक व्यवसाय यावर प्रकाश टाकणारे उपयुक्त पुस्तक आहे.

प्रस्तुत पुस्तकाच्या सुरूवातीला मध्यवर्ती बँकेची संकल्पना आणि भूमिका याबाबत विश्लेषण करण्यात आले आहे. मध्यवर्ती बँकेद्वारे पार पाडल्या जाणाऱ्या विविध कार्यांचे स्पष्टीकरण देण्यात आले आहे. भारतातील रिझर्व्ह बँकेचे व्यापारी बँकांवरील नियंत्रण व देखरेख याबाबत आढावा घेण्यात आला आहे. दुसऱ्या प्रकरणात मध्यवर्ती बँकेच्या स्वायत्ततेबाबत सांगोपांग चर्चा करण्यात आली आहे. पुस्तकाच्या तिसऱ्या प्रकरणात डिजिटल चलन, पैशाचे भविष्य तसेच मध्यवर्ती बँक डिजिटल चलनाचे प्रारूप याबाबत सविस्तर माहिती देण्यात आली आहे. चौथ्या प्रकरणात मध्यवर्ती बँकांसमोरील २०२० च्या दशकातील आव्हाने, धोरणविषयक संरचनेची पर्याप्तता तसेच वित्तीय स्थिरतेचे नवीन आणि उदयोन्मुख धोके याबाबतची चर्चा करण्यात आली आहे. एकूणच मध्यवर्ती बँक व्यवसायातील महत्त्वपूर्ण घटकांचे व प्रक्रियांचे विश्लेषण करणारे हे एक उपयुक्त पुस्तक आहे.

पुस्तक लेखनासाठी अनेक संदर्भ ग्रंथांची मदत झाली. पुस्तक लेखनाच्या बाबतीत महाविद्यालयाचे प्राचार्य, व्यवस्थापन सदस्य, सहकारी प्राध्यापक व प्राध्यापकेतर कर्मचारी, अभ्यासमंडळ सदस्य, विविध ग्रंथालयाचे ग्रंथपाल, विविध महाविद्यालयातील प्राध्यापक मित्र यांचे सहकार्य व प्रोत्साहन मिळाले. संदर्भ ग्रंथांच्या लेखकांसहीत इतर सर्वांविषयी आम्ही कृतज्ञता व्यक्त करतो. तसेच पुस्तकाचे प्रकाशक डॉ. राजेश पाटणे व सौ. विद्या पाटणे आणि सक्सेस पब्लिकेशन मधील कर्मचारी वर्ग यांच्याविषयी देखील आम्ही कृतज्ञता व्यक्त करतो.

With best wishes.

By Author

Syllabus

M. Com. (Sem. - I)

Advanced Banking and Finance (Central Banking) (Course Code 60121)

Unit	Contents	Lecture
1.	**1. Central Banking** **A.** Origin and Evolution of Central Banking Role of Central Bank in Emerging Economies Need and Rationale of Central Bank **B.** Evolution and Organization of Reserve Bank of India (R.B.I.) **2. Functions and Regulation of Reserve Bank of India** **I. Functions of RBI** **A.** RBI as Note Issuing Authority – Issue of Currency Notes, Asset backing for Note- issue, Distribution of Currency, Currency chests, Recent developments in Currency Management. **B.** RBI as Banker to Government - Maintenance of Government Accounts, Banker to the Central Government and the State governments, Management of Public Debt **C.** RBI as a Banker's Bank: - Controller of Credit, Lender of Last Resort **D.** RBI as a Custodian/Manager of Foreign Reserves **E.** Promotional Functions of RBI. **II Regulation and Supervision of RBI over Commercial banks.** **A.** Licensing of banks, Opening of new banks, Branch Licensing, Foreign banks. **B.** Cash Reserves and Liquid Assets. **C.** Prudential Norms, Capital and Reserves. **D.** Control over methods of Operation. **E.** New Banking Licensing Policy	18

2.	**Autonomy of Central Banks :** **A.** Advantages and Limitations **B.** Aspects of Autonomy - Institutional Independence, Goal Independence, Functional and Operational Independence, Personal Independence, Financial Independence, Legal Independence. **C.** Central Bank Independence Indices. **D.** Autonomy of RBI.	**12**
3.	**Central Bank Digital Currency (CBDC) or E-Currency:** **A.** The future of Money **B.** Meaning, Need of Digital Currency. **C.** Benefits and Dangers of Digital Currency. **D.** Architecture/Models of CBDCs- Indirect, Hybrid and Direct.	**14**
4.	**Challenges facing Central Banks in the 2020s :** **A.** Adequacy of Policy framework - Review of Monetary Policy framework in the light of greater role for Fiscal Policy in Macroeconomic Stabilization. **B. New and emerging threats to economic stability-** • Implications for macroeconomic and financial stability and designing robust policies. • Role of Central Banks in pursuing the transition to a carbon-neutral economy. • Emergence of Fin Tech and Big Tech firms- their role in payments, retail lending and risk management and data analytics. • Role and adjustment of Central Bank regulation and supervision with the arrival of these firms. • Balancing regulation to foster innovation and avoiding risk.	**16**

❖ अनुक्रमणिका ❖

मध्यवर्ती बँक

प्रकरण १

- १.१ मध्यवर्ती बँक
- १.२ भारतीय रिझर्व्ह बँकेची कार्ये
- १.३ रिझर्व्ह बँकेचे व्यापारी बँकांवरील नियंत्रण व देखरेख

प्रस्तावना :

कोणत्याही देशाच्या अर्थव्यवस्थेमध्ये बँकिंग क्षेत्रास अत्यंत महत्त्वाचे स्थान असते. म्हणून बँकिंग क्षेत्राचे नियमन व नियंत्रण करण्याच्या गरजेतून मध्यवर्ती बँक व्यवसायाची संकल्पना विकसित झाली. आज जगातील सर्व देशांमध्ये मध्यवर्ती बँका स्थापन झालेल्या आहेत. देशाच्या अर्थव्यवस्थेचे नियमन व नियंत्रण करून आर्थिक व औद्योगिक विकासाला गती व दिशा देण्याची जबाबदारी देशाच्या मध्यवर्ती बँकेला पार पाडावी लागते. देशाच्या आर्थिक क्षेत्रातील सर्व घटकांना शिस्त लावण्याचे कार्यही मध्यवर्ती बँकेला पार पाडावे लागते. आंतरराष्ट्रीय मौद्रिक सहकार्याच्या दृष्टीने तर मध्यवर्ती बँकेला अनन्यसाधारण महत्त्व आहे. इंग्लंड या देशामध्ये सर्वप्रथम मध्यवर्ती बँक व्यवसायाच्या उदयाची पार्श्वभूमी निर्माण झालेली दिसते. पुढील काळात युरोपातील विविध देशांमध्ये मध्यवर्ती बँक व्यवसायाचा उदय घडून आला. भारताचा विचार करता १९३५ रोजी स्थापन झालेली रिझर्व्ह बँक ऑफ इंडिया ही मध्यवर्ती बँक म्हणून उदयास आली. आजही रिझर्व्ह बँकेचे मध्यवर्ती बँक म्हणून असणारे महत्त्व टिकून आहे. रिझर्व्ह बँक मध्यवर्ती बँकेच्या भुमिकेतून भारतातील वित्तीय व बँकिंग क्षेत्राचे नियमन आणि देखरेख करते. त्यामुळे मध्यवर्ती बँक व्यवसायीची माहिती जाणून घेणे योग्य ठरेल.

१.१ मध्यवर्ती बँक :

कोणत्याही देशाच्या अर्थव्यवस्थेमध्ये मध्यवर्ती बँकेची भुमिका महत्त्वाची ठरते. कारण देशाच्या चलनव्यवस्थेच्या व पतव्यवस्थेच्या नियमनाद्वारे मध्यवर्ती बँक देशाच्या संपुर्ण अर्थव्यवस्थेचे नियमन करीत असते. देशातील उद्योग, व्यापार, व्यवसाय व सामान्यजनता यांच्या गरजा लक्षात घेवून, चलनाच्या मागणी पुरवण्याचे नियमन करण्यात येते. परिणामी देशातील भावपातळीमध्ये स्थैर्य निर्माण केले जाते. तसेच विदेशी गंगाजळीचा नियमन व नियंत्रणाद्वारे विदेशी विनिमयाचा दर स्थिर राखता येतो. मध्यवर्ती बँक हा देशातील बँकिंग क्षेत्राचे नियमन व नियंत्रण करून बँकिंग व्यवस्था भक्कम व विश्वासपात्र बनविण्यास मदत करते.

१.१.१ अर्थ आणि व्याख्या :

मध्यवर्ती बँकेची संकल्पना पुढील मुद्यांच्या आधारे जाणून घेता येईल.

अ) अर्थ :

चलन निर्गमन करणारी बँक, सरकारला कर्जपुरवठा करणारी बँक, देशातील चलनाचे नियंत्रण करणारी बँक देशातील पतपैशाचे नियमन करणारी बँक, देशाच्या चलनव्यवस्थेचे स्थैर्य राखणारी बँक, व्यापारी बँकांचे नियंत्रण करणारी बँक अशा विविध अर्थांनी मध्यवर्ती बँकेची संकल्पना वापरली जाते. सर्वसामान्यपणे असे म्हणता येईल की, मध्यवर्ती बँक म्हणजे देशाच्या पौट्रीक व बँकिंग व्यवस्थेच्या शिखर स्थानी असलेली बँक होय. देशांतर्गत मूल्य पातळी व विदेशी विनिमय दर यांत स्थैर्य निर्माण होवू शकेल आणि देशातील बेकारी दूर होवून राष्ट्रीय उत्पन्नात वाढ होईल अशा रीतीने देशाच्या चलनव्यवस्थेचे व पत व्यवस्थेचे नियमन करणारी बँक ही मध्यवर्ती बँक म्हणून ओळखली जाते. मध्यवर्ती बँक ही सरकारची बँक व बँकांची बँक म्हणूनही कार्य करते.

ब) व्याख्या :

मध्यवर्ती बँकेच्या व्याख्या पुढीलप्रमाणे स्पष्ट करता येतील :

१) आर. पी. केंट :

''जिच्याकडे सर्वसाधारण सार्वजनिक कल्याणाच्या हितार्थ पैशाच्या परिमाणाचा विस्तार किंवा संकोच करण्याची जबाबदारी सोपविलेली असते, अशी संस्था म्हणजे मध्यवर्ती बँक होय.''

२) वेरा स्मिथ :

''ज्यात एकाच बँकेस नोटा काढण्याच्या बाबतीत पूर्ण नियंत्रण किंवा अविशिष्ट मक्तेदारी असते, अशी बँक व्यवसाय पद्धती ही मध्यवर्ती बँक व्यवसायाची प्राथमिक व्याख्या आहे.''

३) डब्ल्यू. ए. शॉ :

''मध्यवर्ती बँक म्हणजे अशी बँक की, जी पतनियंत्रण करते.''

४) ए. सी. एल. डे :

''मध्यवर्ती बँक चलनविषयक आणि बँकिंग व्यवस्थेच्या नियंत्रण व स्थैर्यास मदत करते.''

५) सेयर्स :

''मध्यवर्ती बँक सरकारचा एक भाग म्हणून सरकारचे बहुतेक वित्तीय व्यवहार पार पाडते आणि असे व्यवहार व इतर साधने या मार्फत सरकारच्या आर्थिक धोरणास आधार देण्यासाठी वित्तीय संस्थांच्या वर्तनावर प्रभाव पाडते.''

६) सॅम्यूल्सन :

''सॅम्यूल्सन यांनी मध्यवर्ती बँकेची व्यापक व्याख्या दिलेली आहे. त्यांच्या मते, ''मध्यवर्ती बँक ही बँकांची बँक आहे. चलनविषयक आधार नियंत्रित करणे आणि या जननक्षम पैशाच्या नियंत्रणाद्वारे समाजाचा पैशाचा पुरवठा नियंत्रित करणे हे तिचे कर्तव्य आहे.''

१.१.२ मध्यवर्ती बँक व्यवसायाचा उदय आणि उत्क्रांती :

मध्यवर्ती बँक व्यवसायाची मुळे १७ व्या शतकाच्या उत्तरार्धात आणि १८ व्या शतकाच्या सुरूवातीस आहेत, जेव्हा अनेक युरोपीय देशांना आर्थिक संकटांचा सामना करावा लागला आणि त्यांनी त्यांच्या अर्थव्यवस्था स्थिर करण्यासाठी मार्ग शोधले. १६९४ मध्ये स्थापन झालेली बँक ऑफ इंग्लंड ही बहुधा पहिली आधुनिक मध्यवर्ती बँक मानली

जाते. त्याची स्थापना इंग्रजी सरकारसाठी निधी उभारण्यासाठी आणि कर्जाचे व्यवस्थापन करण्यासाठी करण्यात आली होती, परंतु कालांतराने, चलन जारी करण्यासाठी, शेवटचा उपाय म्हणून सावकार म्हणून काम करण्यासाठी आणि आर्थिक स्थिरता राखण्यासाठी जबाबदार असलेल्या मध्यवर्ती संस्थेत ती विकसित झाली. १६६८ मध्ये स्वीडन आणि १८०० मध्ये फ्रान्स सह इतर देशांनी समान तत्त्वांचे पालन करून त्यांच्या स्वत:च्या केंद्रीय बँकांची स्थापना केली. या सुरुवातीच्या मध्यवर्ती बँकांचे प्राथमिक उद्दिष्ट हे चलन व्यवस्थेला स्थैर्य प्रदान करणे आणि सरकारी वित्तपुरवठ्याचे समर्थन करणे हे होते.

१) सुवर्ण मानक आणि मध्यवर्ती बँक व्यवसाय :

१९ व्या शतकादरम्यान, अनेक देशांनी सुवर्ण मानक स्वीकारले, ज्याने त्यांच्या चलनांना सोन्याच्या निश्चित रकमेशी जोडले. मध्यवर्ती बँकांनी सोन्याचा साठा व्यवस्थापित करण्यात आणि त्यांच्या चलनांची सोन्यात रूपांतरितता सुनिश्चित करण्यात महत्त्वपूर्ण भूमिका बजावली. सुवर्ण मानकांनुसार, मध्यवर्ती बँकांना त्यांच्या चलनाचे मूल्य टिकवून ठेवण्यासाठी त्यांच्या रिझर्व्हमधील सोन्याचे प्रमाण आणि पैशाचा पुरवठा यांच्यात संतुलन राखणे आवश्यक होते. यामुळे मध्यवर्ती बँकांची चलनविषयक धोरणावर प्रभाव टाकण्याची क्षमता मर्यादित झाली, कारण त्यांच्या कृती अनेकदा सोन्याचा आधार असलेल्या प्रणालीद्वारे प्रतिबंधित होत्या. सुवर्ण मानक युग २० व्या शतकाच्या सुरुवातीपर्यंत टिकले, परंतु शेवटी ते लवचिक आणि टिकाऊ असल्याचे सिद्ध झाले, विशेषत: आर्थिक गोंधळ आणि युद्धाच्या काळात.

२) पहिल्या महायुद्धानंतर मध्यवर्ती बँक व्यवसायाची उत्क्रांती :

पहिल्या महायुद्धानंतर जागतिक आर्थिक परिदृश्यात लक्षणीय बदल झाले, ज्यामुळे मध्यवर्ती बँक व्यवसायाची उत्क्रांती झाली. १९३० च्या महामंदीत सोन्याचे मानक कोसळले, कारण देशांनी अधिक लवचिक विनिमय दर प्रणाली आणि चलनविषयक धोरणे स्वीकारण्यासाठी त्याचा त्याग केला. मध्यवर्ती बँकांनी चलनविषयक व्यवहार व्यवस्थापित करण्यासाठी आणि आर्थिक आव्हानांना तोंड देण्यासाठी व्यापक भूमिका घेतली. १९१३ मध्ये स्थापन झालेल्या युनायटेड स्टेट्समधील फेडरल रिझर्व्ह सिस्टमने आर्थिक मंदीच्या काळात महत्त्वपूर्ण भूमिका बजावली, अर्थव्यवस्था स्थिर करण्यासाठी आणि बँकिंग क्षेत्राचे नियमन करण्यासाठी आर्थिक धोरणे राबवली. मध्यवर्ती बँकांचे लक्ष आर्थिक वृद्धी, रोजगार आणि आर्थिक स्थैर्याला चालना देण्याकडे वळले.

३) दुसरे महायुद्ध आणि ब्रेटन वुड्स करार :

दुसऱ्या महायुद्धाने जागतिक चलन प्रणाली आणि मध्यवर्ती बँकांच्या भूमिकेतील बदलांना गती दिली. १९४४ मध्ये, ब्रेटन वुड्स कराराची स्थापना करण्यात आली. ज्यामुळे एक नवीन आंतरराष्ट्रीय चलन व्यवस्था निर्माण झाली. या प्रणाली अंतर्गत, देशांनी त्यांची चलने यूएस डॉलरमध्ये पेग केली, जी ठराविक दराने सोन्यात रूपांतरित होती. आंतरराष्ट्रीय नाणेनिधी (IMF) देखील विनिमय दर स्थिरतेला चालना देण्यासाठी आणि पेमेंट समतोल समस्यांना तोंड देत असलेल्या सदस्य देशांना आर्थिक सहाय्य देण्यासाठी स्थापन केले गेले. विनिमय दर स्थिरता राखण्यात मध्यवर्ती बँकांनी महत्त्वाची भूमिका बजावली आणि यूएस डॉलर हे जगातील प्राथमिक राखीव चलन बनले.

४) फियाट मनी आणि चलनविषयक धोरण स्वातंत्र्याकडे स्थित्यंतर :

२० व्या शतकाच्या उत्तरार्धात चलन प्रणालीमध्ये लक्षणीय बदल झाला. सोने-समर्थित चलने हळूहळू फियाट पैशाने बदलली गेली, जी चलन भौतिक वस्तूद्वारे समर्थित नाही परंतु त्याचे मूल्य सरकारी नियमनातून प्राप्त होते. या बदलामुळे मध्यवर्ती बँकांना त्यांच्या आर्थिक धोरणांवर अधिक नियंत्रण मिळाले, ज्यामुळे त्यांना विशिष्ट

आर्थिक उद्दिष्टे साध्य करण्यासाठी व्याजदर आणि पैशाच्या पुरवठ्यावर प्रभाव टाकता आला. चलनविषयक धोरण व्यवस्थापित करण्यासाठी खुल्या बाजारातील कार्यपद्धती, राखीव आवश्यकता आणि सवलतीच्या दरांचा वापर करताना केंद्रीय बँकांनी महागाई, रोजगार आणि आर्थिक वृद्धी यावर लक्ष्य करण्यावर लक्ष केंद्रित केले.

५) स्वतंत्र मध्यवर्ती बँकांचा कालखंड :

१९८० आणि १९९० च्या दशकात अनेक देशांनी स्वतंत्र मध्यवर्ती बँकांची कल्पना स्वीकारली. मध्यवर्ती बँकेच्या स्वातंत्र्यामागील तर्क म्हणजे आर्थिक धोरण निर्णयांना अल्पकालीन राजकीय प्रभावापासून संरक्षण देणे, दीर्घकालीन आर्थिक स्थिरतेला चालना देणे होय. स्वतंत्र मध्यवर्ती बँकांना एक विशिष्ट आदेश देण्यात आला होता, जसे की किंमत स्थिरता राखणे किंवा कमी चलनवाढ प्राप्त करणे, आणि त्यानुसार धोरणात्मक निर्णय घेण्यासाठी स्वायत्तता देण्यात आली. १९९८ मध्ये स्थापन झालेली युरोपियन सेंट्रल बँक (ECB) ही युरोझोनच्या चलनविषयक धोरणासाठी जबाबदार असलेल्या स्वतंत्र मध्यवर्ती बँकेचे प्रमुख उदाहरण आहे.

६) वित्तीय अरिष्ट आणि विकसित भूमिका :

२१ व्या शतकाच्या सुरुवातीस २०००-२००२ मधील डॉट-कॉम बबल आणि २००७-२००८ च्या जागतिक आर्थिक संकटासह अनेक महत्त्वपूर्ण वित्तीय अरिष्टे आली. या घटनांनी मध्यवर्ती बँकांना नवीन आव्हानांना सामोरे जाण्यासाठी त्यांच्या भूमिकांशी जुळवून घेण्याचे आणि विस्तारित करण्याचे आव्हान दिले. मध्यवर्ती बँकांनी अपारंपरिक उपाय जसे की परिमाणात्मक सुलभता, मोठ्या प्रमाणात मालमत्ता खरेदी आणि आर्थिक वृद्धीला चालना देण्यासाठी आणि चलनवाढ रोखण्यासाठी फॉरवर्ड मार्गदर्शन. याव्यतिरिक्त, मध्यवर्ती बँकांनी आर्थिक स्थिरता वाढविण्यासाठी वित्तीय संस्था आणि बाजारांवर त्यांचे निरीक्षण मजबूत केले.

७) तांत्रिक प्रगती आणि मध्यवर्ती बँक व्यवसाय :

तंत्रज्ञानातील प्रगतीचा परिणाम केंद्रीय मध्यवर्ती बँक व्यवसायावरही झाला आहे. मध्यवर्ती बँकांनी इलेक्ट्रॉनिक पेमेंट सिस्टम, रिअल-टाइम सेटलमेंट आणि डिजिटल चलने स्वीकारली आहेत. बिटकॉइन सारख्या क्रिप्टो चलनांच्या वाढीमुळे पारंपारिक रोख रकमेसाठी संभाव्य पर्याय म्हणून सेंट्रल बँक डिजिटल करन्सी (CBDCs) बद्दल चर्चा सुरू झाली आहे. सेंट्रल बँक डिजिटल करन्सी मध्यवर्ती बँकांना चलनविषयक धोरण लागू करण्यासाठी, आर्थिक समावेश वाढविण्यासाठी आणि पेमेंट सिस्टमची कार्यक्षमता सुधारण्यासाठी नवीन साधने देऊ शकतात.

८) वर्तमान आव्हाने आणि भविष्यातील दृष्टीकोन :

मध्यवर्ती बँकांना अनेक आव्हानांचा सामना करावा लागत आहे. आर्थिक अनिश्चितता, भू-राजकीय तणाव, हवामान बदल आणि सध्या सुरू असलेले डिजिटल परिवर्तन हे सर्व जटिल समस्या निर्माण करतात ज्यांना नाविन्यपूर्ण उपायांची आवश्यकता असते. मध्यवर्ती बँकांना किमतीची स्थिरता राखणे, आर्थिक वृद्धीला पाठिंबा देणे आणि व्यापक सामाजिक आणि पर्यावरणीय समस्यांचे निराकरण करणे यामध्ये नाजूक संतुलन राखणे आवश्यक आहे. मध्यवर्ती मध्यवर्ती बँक व्यवसायाच्या भविष्यात मध्यवर्ती बँकांमधील वाढीव सहयोग, डिजिटल चलनांचा पुढील शोध आणि सतत बदलत असलेल्या आर्थिक परिदृश्याशी जुळवून घेणे यांचा समावेश असेल.

१.१.३ उद्योन्मुख अर्थव्यवस्थेतील मध्यवर्ती बँकेची भूमिका :

भारतासारख्या विकसनशील देशामध्ये रिझर्व्ह बँकेची भूमिका अधिक महत्त्वाची असते, कारण त्या देशांतील अर्थव्यवस्थेचे स्वरूप मागासलेले असल्याने, अनेक अडचणींवर मात करीत मध्यवर्ती बँक म्हणून रिझर्व्ह बँकेस कार्य करावे लागते. विकसनशील देशांतील नाणेबाजार संघटित नसतो. बँकिंग व्यवस्थासुद्धा फार भक्कम असत नाही. अशा देशामध्ये बचत निर्मितीचा दर कमी असल्याने भांडवल निर्मितीसुद्धा त्या मर्यादेत करावी लागते. पतपुरवठ्याची साधनेसुद्धा मर्यादित असतात. पतव्यवस्था व चलनव्यवस्था एकसंघ व पद्धतशीर असत नाही.

त्याशिवाय देशाच्या आर्थिक व औद्योगिक विकासाला गतिशील करण्याची महत्त्वपूर्ण जबाबदारी मध्यवर्ती रिझर्व्ह बँकेवर सोपविलेली असते. या पार्श्वभूमीवर रिझर्व्ह बँकेला विकसनशील देशामध्ये पुढील स्वरूपाची भूमिका पार पाडावी लागते.

१) बँकिंग व्यवसाय संघटित व विकसित करणे :

विकसनशील देशामध्ये बँकिंग व्यवसाय असंघटित व कमकुवत स्वरूपात असतो. तेव्हा त्या बँकिंग क्षेत्रास भरभक्कम पायावर संघटित करण्याची जबाबदारी मध्यवर्ती बँकेवर असते. देशातील सर्व व्यापारी बँकांचे परिणाम कारक नियमन करून, त्यांना आर्थिक शिस्त लावावी लागते. कोणतीही बँक बुडणार नाही याची दक्षता घ्यावी लागते. बँकांच्या गैरव्यवहारास व मनमानी कारभारास प्रतिबंध घालावा लागतो. बँकिंग व्यवसाय नावलौकिकास आणून आम जनतेचा बँकांवरील विश्वास दृढ होईल हे पाहावे लागते. बँकिंग व्यवसायाचा सर्वत्र व संतुलित विकास करण्याची व तो मजबूत करण्याची जबाबदारी पार पाडावी लागते.

२) नाणेबाजारचे नियंत्रण करणे :

विकसनशील देशामध्ये नाणेबाजार विस्कळीत व असंघटित असतो. नाणेबाजारातील विभिन्न घटकांना कोणतीही शिस्त असत नाही. तेव्हा नाणेबाजाराचे परिणामकारक नियंत्रण करण्याची जबाबदारी मध्यवर्ती बँकेवर असते. आर्थिक विकासास व उद्योगीकरणास चालना देण्यासाठी नाणेबाजाराचे नियमन करणे आवश्यक ठरते.

३) भांडवलनिर्मितीस प्रोत्साहन देणे :

विकसनशील देशांमध्ये लोकांची बचतक्षमता कमी असते व त्यामुळे भांडवलनिर्मितीचा दरसुद्धा कमी असतो. तेव्हा आपल्या कार्याद्वारे लोकांची बचतक्षमता वाढविणे, लोकांना बचतीच्या सवयी लावणे व त्या बचती बँकिंग व्यवसायाकडे आकर्षित करणे आवश्यक असते. बचत वाढल्यास भांडवलाची निर्मितीसुद्धा वाढते. परिणामी देशातील विभिन्न घटकांसाठी भांडवलाची उपलब्धता होऊ शकते. मध्यवर्ती बँकेस त्यादृष्टीने आपली कार्यपद्धती व धोरणे आखावी लागतात.

४) उद्योगीकरणास चालना देणे :

नवनवीन उद्योगांची स्थापना होण्यासाठी व त्या उद्योगांचा विकास होण्यासाठी मध्यवर्ती बँकेस सक्रिय पुढाकार घ्यावा लागतो. देशातील उद्योग, कृषी, ग्रामीण उद्योग, लघुउद्योग, पूरक उद्योग, मूलभूत उद्योग इ. भांडवल व पतपुरवठा उपलब्ध करून दिला पाहिजे. विकसनशील देशांमध्ये भांडवलाची उभारणी करणे फार अवघड असते. परदेशातील प्रगत तंत्रज्ञान व यंत्रसामग्री उपलब्ध करून घ्यावी लागते. त्यासाठी इतर देशांनी करार करावे लागतात व विदेशी चलनाचा प्रश्न सोडवावा लागतो या संदर्भात मध्यवर्ती बँकेला प्रत्यक्ष-अप्रत्यक्ष मदत करावी लागते.

५) हुंडी बाजाराचा विकास :

बँकिंग व्यवसाय व नाणेबाजार यांच्या समतोल विकासासाठी देशातील हुंडीबाजाराचे नियमन करावे लागते. हुंडी बाजाराच्या विकासामुळे देशी व विदेशी व्यापारासाठी आवश्यक तो पतपुरवठा उपलब्ध होण्यास मदत होते. म्हणून विकसनशील देशांतील मध्यवर्ती बँकांना हुंडीबाजाराच्या विकासाकडे विशेष लक्ष पुरवावे लागते.

६) गुंतवणूकीसाठी वातावरण निर्मिती व प्रोत्साहन :

विकसनशील देशांमध्ये गुंतवणूकीसाठी योग्य ते अनुकूल वातावरणात असत नाही. उद्योगधंदे स्थिर झालेले नसतात. नाणेबाजार असंघटित असतो. बचतक्षमता कमी असते. त्यामुळे मध्यवर्ती बँकेने आम जनतेमध्ये व समाजामध्ये गुंतवणूकीसाठी आवश्यक ते वातावरण निर्माण केले पाहिजे. उद्योग, व्यापार व व्यवसाय क्षेत्रातील गुंतवणूकीस प्रोत्साहन दिले पाहिजे.

७) प्रादेशिक आर्थिक विकासाचा समतोल :

विकसनशील देशांमध्ये आर्थिक विकासाबाबत प्रादेशिक असमतोल फार निर्माण होतो. काही प्रदेशाचा जलद व अधिक विकास होतो. तर काही प्रदेश अतिमागासलेला राहतो. मध्यवर्ती बँकेला आपल्या पतविषयक व चलनविषयक धोरणाद्वारे हा असमतोल दूर करावा लागतो. यासाठी मध्यवर्ती बँकेला पद्धतशीर व जाणीवपूर्वक प्रयत्न करावे लागतात.

८) अर्थव्यवस्थेतील विविध घटकांमध्ये समन्वय :

मध्यवर्ती बँक म्हणून रिझर्व्ह बँकेला आर्थिक क्षेत्रातील विविध घटकांमध्ये व संस्थांमध्ये परिणामकारक समन्वय साधावा लागतो. विकसनशील देशांमध्ये हे घटक विस्कळीत व असंघटित असल्याने त्यांना नियंत्रणाखाली आणून त्या सर्व घटकांमध्ये योग्य सुसूत्रता निर्माण करावी लागते. व्यापारी बँका, अर्थमहामंडळे, भागबाजार, भांडवलबाजार, हुंडीबाजार, सहकारी बँक, विकास बँका इ. सर्व घटकांमध्ये पतपुरवठा व पतनियंत्रण यांबाबत समन्वय ठेवावा लागतो.

९) चलनविषयक धोरणांची अंमलबजावणी :

सरकारच्या चलनविषयक धोरणाची योग्यप्रकारे अंमलबजावणी करण्याची जबाबदारी मध्यवर्ती बँकेवर असते. पण विकसनशील देशांमध्ये त्या धोरणांची अंमलबजावणी करताना अनेक अडचणी येतात. असंघटित नाणेबाजार व बँकिंग व्यवसायाचे कमकुवत स्वरूप या कारणांमुळे चलनविषयक धोरणाची अंमलबजावणी सर्व घटकांचे सहकार्य घेऊन करावी लागते. सर्व अडचणी कल्पकतेने दूर करून, निराश न होता मध्यवर्ती बँकेला अंमलबजावणीचे कार्य करणे आवश्यक असते.

१०) तुटीच्या अर्थप्रबंधनाची व्यवस्था :

विकसनशील देशांमध्ये भांडवलनिर्मितीचा दर कमी असतो; परंतु आर्थिक विकासाला व उद्योगीकरणाला गती देण्यासाठी मोठ्या प्रमाणावर भांडवलनिर्मिती आवश्यक असते. अशा वेळी बचतक्षमता कमी म्हणून भांडवलनिर्मिती कमी व भांडवलनिर्मिती कमी म्हणून आर्थिक विकास मंद हे दुष्टचक्र नष्ट करण्यासाठी तुटीच्या अर्थप्रबंधनाचा आधार घ्यावा लागतो. तेव्हा तुटीच्या अर्थप्रबंधाची व्यवस्था करण्याची जबाबदारी मध्यवर्ती बँकेवर सोपविण्यात येते. मध्यवर्ती बँकेला आपल्या देशाच्या विकसनशील अर्थव्यवस्थेसाठी त्या तुटीच्या अर्थप्रबंधनाचा अत्यंत दक्षतेने उपयोग करावा लागतो.

११) रोजगार वाढ :

मध्यवर्ती बँकेला विकसनशील देशामध्ये आपली कार्ये पार पाडताना देशाच्या अर्थव्यवस्थेत रोजगाराची निर्मिती होईल हे पाहावे लागते. भांडवलनिर्मितीद्वारे देशाच्या उद्योगीकरणास गती देऊन रोजगार वाढविण्याचा प्रयत्न केला जातो. विकसनशील देशात रोजगाराची निर्मिती करणे अत्यंत आवश्यक असते. म्हणून मध्यवर्ती बँकेला विकसनशील देशात रोजगार वाढेल अशाच पद्धतीने कार्य करावे लागते.

१२) पतपुरवठ्याची व्यवस्था :

अर्थव्यवस्थेतील उद्योग व व्यवसाय क्षेत्रास स्वस्त दरावर व मुबलक प्रमाणात पतपुरवठा करण्याची जबाबदारीसुद्धा मध्यवर्ती बँकेवर असते. अर्थव्यवस्थेत कृषिक्षेत्र प्रधान असेल, तर त्याक्षेत्रासुद्धा पतपुरवठ्याची सोय उपलब्ध करण्यात आली पाहिजे. देशातील व्यापारी बँका व सहकारी बँका यांच्यामार्फत हा पतपुरवठा करण्याची व्यवस्था केली जाते. ही व्यवस्था कार्यक्षम व गरजवंतापर्यंत पोहोचणारी असली पाहिजे.

१३) चलनाच्या विनिमय दरात स्थैर्य :

विकसनशील देशामध्ये विदेशी तंत्रज्ञान व यंत्रसामग्रीच्या आधारे आर्थिक विकासाची गती वाढवावी लागते. त्यासाठी देशाच्या चलनाचा विनिमय दर हा योग्य पातळीवर राहून त्यात स्थैर्य निर्माण करण्याची जबाबदारी

मध्यवर्ती बँकेवरच असते. कारण विनिमय दरात स्थैर्य असणे हे अर्थव्यवस्थेचे महत्त्वाचे लक्षण आहे. त्यामुळे विदेशी चलनाच्या गंगाजळीचे अभिरक्षण व व्यवस्थापन करण्याचे कार्य देशाच्या मध्यवर्ती बँकेकडे दिले जाते.

१४) देशातील भावपातळी स्थिर ठेवणे :

आंतरराष्ट्रीय पातळीवर जसे चलनाचे विनिमयमूल्य स्थिर राखणे महत्त्वाचे आहे. तसेच देशातील मूल्यस्तर किंवा भावपातळी स्थिर ठेवणेसुद्धा तितकेच महत्त्वाचे आहे. विशेषतः विकसनशील देशामध्ये भावपातळीच्या चढउताराचे दुष्परिणाम अर्थव्यवस्थेवर होतात. म्हणून देशांतर्गत भावपातळीमध्ये तीव्र स्वरूपाचे चढउतार होणार नाहीत हे मध्यवर्ती बँकेला पाहावे लागते. आपल्या वेगवेगळ्या कार्याद्वारे ही भावपातळी स्थिर ठेवण्याची भूमिका मध्यवर्ती बँकेला पार पाडावी लागते.

१५) पतचलनाचे परिणामकारक नियंत्रण :

मध्यवर्ती बँकेला विकसनशील देशातील पतचलनाचे अधिक परिणामकारकपणे नियंत्रण करावे लागते. कारण अशा देशातील नाणेबाजार संघटित स्वरूपात नसतो. नाणेबाजारातील सर्व घटकांवर नियंत्रण प्रस्थापित करणे अवघड असते. म्हणून देशामध्ये गरजेपेक्षा कमीकिंवा जास्त पत निर्मिती होणार नाही याबाबत दक्षता घ्यावी लागते. पतनिर्मितीचा देशाच्या आर्थिक विकासावर व उद्योगीकरणावर बरावाईट परिणाम होत असल्याने याबाबत मध्यवर्ती बँकेची भूमिका महत्त्वपूर्ण समजली जाते.

१६) पतपुरवठ्याची अग्रक्रम क्षेत्रे ठरविणे :

विकसनशील देशामध्ये नियोजनबद्ध आर्थिक विकासावर भर द्यावा लागतो. म्हणून अशा देशाच्या सरकारला विकासासाठी उद्योगाची व व्यवसायांची अग्रक्रमक्षेत्रे निश्चित करावी लागतात. त्यानुसार मध्यवर्ती बँकेलासुद्धा पतपुरवठ्याचे राष्ट्रीय धोरण ठरवावे लागते. त्या अंतर्गत मध्यवर्ती बँक पतपुरवठ्याची अग्रक्रमक्षेत्रे निश्चित करते. व त्याप्रमाणे व्यापारी बँकांनी पतपुरवठा करावा म्हणून निर्देश देते. मध्यवर्ती बँकेच्या या भूमिकेमुळे देशाचा आर्थिक विकास अधिक जलद गतीने होण्यास मदत होते.

१७) शाखाविस्ताराचे राष्ट्रीय धोरण :

बँकिंग क्षेत्राचे संघटन व विकास साधण्यासाठी विकसनशील देशामध्ये मध्यवर्ती बँकेला शाखाविस्ताराचा कालबद्ध कार्यक्रम आखावा लागतो व त्याबाबत निश्चित स्वरूपाचे राष्ट्रीय धोरण ठरवावे लागते. देशातील ज्या भागात व गावात शाखा नसतील तेथे शाखा स्थापन करण्याच्या दृष्टीने या धोरणाचा फार उपयोग होतो. त्याद्वारे शाखांचे अवाजवी केंद्रिकरण व स्पर्धा टाळली जाते.

१८) विदेशी चलनाच्या गंगाजळीचा उपयोग :

मध्यवर्ती बँक ही देशाच्या विदेशी चलनाच्या गंगाजळीचा अभिरक्षक म्हणून कार्य करीत असते. पण केवळ अभिरक्षकाची भूमिका करून चालत नाही, तर गंगाजळीचा काटकसरीने व योग्य कारणासाठी उपयोग होईल हे मध्यवर्ती बँकेला पाहावे लागते. देशाच्या आर्थिक व औद्योगिक विकासासाठीच त्या गंगाजळीचा उपयोग झाला पाहिजे.

१९) केंद्र सरकारला मार्गदर्शन :

विकसनशील देशामध्ये केंद्र सरकारचा मार्गदर्शक व आर्थिक सल्लागार म्हणून महत्त्वाची भूमिका मध्यवर्ती बँकेला करावी लागते. आर्थिक नियोजन, औद्योगिक धोरण, परवाना धोरण, आयात निर्यात धोरण, राजकोषीय धोरण, विकासाचे अग्रक्रम ठरविणे, तुटीचे अर्थप्रबंधन, करविषयक धोरण, अंदाजपत्रक तयार करणे, सार्वजनिक कर्जे उभारणे, चलनाचे अवमूल्यन किंवा अधोमूल्यन करणे इ. सारख्या राष्ट्रीय धोरणांबाबत योग्य मार्गदर्शन करावे लागते.

२०) देशाचा सर्वांगीण आर्थिक विकास :

मध्यवर्ती बँकेला आपल्या विभिन्न भूमिकांद्वारे व कार्याद्वारे देशाच्या सर्वांगीण आर्थिक विकासावर भर द्यावा लागतो. मध्यवर्ती बँक याबाबत प्रत्यक्ष काहीही करत नसली तरी अप्रत्यक्ष पद्धतीने व प्रामाणिकपणे ही महत्त्वपूर्ण जबाबदारी पार पाडावी लागते. कोणतीही मध्यवर्ती बँक ही जबाबदारी टाळू शकत नाही. बँकिंग व्यवस्था, नाणेबाजार, पतव्यवस्था, विनिमयदराचे व अंतर्गत भावपातळीचे स्थैर्य, पतनियंत्रण, भांडवलनिर्मिती इ.प्रकारच्या भूमिकांमुळे देशाच्या सर्वांगीण आर्थिक विकासाला गती मिळते.

१.१.४ मध्यवर्ती बँकेची गरज आणि तर्क :

उदयोन्मुख अर्थव्यवस्थांमध्ये मध्यवर्ती बँकेची प्रासंगिकता अनेक तर्कांद्वारे न्याय्य आहे जी या राष्ट्रांच्या आर्थिक विकासासाठी आणि स्थिरतेसाठी प्रयत्न करत असताना त्यांच्यासमोरील अद्वितीय आव्हाने आणि आवश्यकता पूर्ण करतात. मध्यवर्ती बँक ही एक महत्त्वपूर्ण संस्था म्हणून काम करते जी चलनविषयक धोरण, वित्तीय प्रणालींचे नियमन, परकीय चलन साठा व्यवस्थापित करण्यासाठी, आर्थिक समावेशनाला चालना देण्यासाठी आणि एकूण आर्थिक विकासाला चालना देण्यासाठी बहुआयामी भूमिका बजावते. उदयोन्मुख अर्थव्यवस्थांमध्ये मध्यवर्ती बँकेच्या तर्कांचे सर्वसमावेशक स्पष्टीकरण येपुढीलप्रमाणे देता येईल :

१) चलन व्यवस्थेचे व्यवस्थापन :

आर्थिक व्यवस्थेला व्यवस्थापनाची आवश्यकता असते. पैसा स्वतः स्वतःस व्यवस्थापित करणार नाही. आर्थिक स्थिरता टिकवून ठेवण्यासाठी आणि प्रोत्साहन देण्यासाठी अर्थव्यवस्थेच्या आवश्यकतांनुसार पैशाच्या पुरवठ्याचे नियमन करण्यासाठी एक केंद्रीय प्राधिकरण असणे आवश्यक आहे. ते केंद्रीय प्राधिकरण म्हणजे मध्यवर्ती बँक होय.

२) बँक व्यवसाय प्रणालीचे केंद्रीकरण आणि नियमन :

बँक व्यवसाय प्रणालीवर नियंत्रण आणि नियमन आवश्यक आहे. धनादेश आणि बँक ठेवी हे बँक पैसा बनवतात आणि बँक पैसा हे देशातील एकूण चलन पुरवठ्याचे प्रचंड प्रमाण आहे. त्यामुळे बँकांकडून जास्त पत निर्मिती ही महागाईचा दबाव निर्माण करेल. त्यामुळे, विशिष्ट आर्थिक परिस्थितीनुसार योग्य धोरणे राबवण्यासाठी बँकांना निर्देश देणारे केंद्रीय प्राधिकरण अत्यंत आवश्यक आहे. ते केंद्रीय प्राधिकरण म्हणजे मध्यवर्ती बँक होय.

३) विकास बँकिंग सुविधा :

१९३१ मध्ये जेव्हा मध्यवर्ती बँक व्यवसाय चौकशी समितीने भारतातील बँकिंग सुविधा विकसित करण्यासाठी आणि देशात जलद आर्थिक विकास घडवून आणण्यासाठी नवीन रिझर्व्ह बँकेची निर्मिती करण्याची शिफारस केली तेव्हा या तर्कास महत्त्व प्राप्त झाले.

४) पत सुविधा सुधारणे :

कृषी पत सुधारण्यासाठी याची आवश्यकता आहे. राष्ट्रीयीकरणानंतर या प्रचार कार्याचा विस्तार करण्यात आला. आता मध्यवर्ती बँकेवर आता औद्योगिक वित्त, तज्ञ वित्त आणि ग्रामीण पत, परकीय चलन नियंत्रण या व्यतिरिक्त व्यावसायिक आणि सहकारी बँकांचे नियमन आणि पर्यवेक्षण या अतिरिक्त प्रचारात्मक जबाबदाऱ्यांचा भार आहे. याद्वारे राज्य आणि केंद्र सरकारच्या सार्वजनिक कर्जाच्या मोठ्या समस्येचे व्यवस्थापन केले जाते.

५) चलनविषयक धोरण नियंत्रण :

चलनविषयक धोरणावर नियंत्रण ठेवण्यासाठी उदयोन्मुख अर्थव्यवस्थेत मध्यवर्ती बँक आवश्यक आहे. मध्यवर्ती बँक धोरणे तयार करते आणि अंमलात आणते तसेच पैशांचा पुरवठा व्यवस्थापित करते, व्याजदरांवर प्रभाव टाकते

आणि पत उपलब्धतेचे नियमन करते. या साधनांचा वापर करून, मध्यवर्ती बँक महागाई, आर्थिक वृद्धी आणि रोजगार पातळी प्रभावित करू शकते. किंमत स्थिरता राखण्यासाठी आणि अत्याधिक चलनवाढ टाळण्यासाठी प्रभावी चलनविषयक धोरण नियंत्रण महत्त्वाचे आहे, अन्यथा आर्थिक अस्थिरता येऊ शकते.

६) किंमत स्थिरता आणि महागाई नियंत्रण :

संरचनात्मक असमतोल, पुरवठा-बाजूच्या मर्यादा आणि वस्तूंच्या किमतीतील चढ-उतार यामुळे उदयोन्मुख अर्थव्यवस्थांना अनेकदा उच्च चलनवाढीचा दर आणि किंमतीतील अस्थिरतेचा अनुभव येतो. चलनवाढ नियंत्रित करण्यासाठी मध्यवर्ती बँकेची भूमिका किंमत स्थिरता प्राप्त करण्यास मदत करते, ज्यामुळे व्यवसाय गुंतवणूक, ग्राहक आत्मविश्वास आणि एकूणच आर्थिक वाढीसाठी अनुकूल वातावरण निर्माण होते.

७) वित्तीय प्रणालीचे नियमन :

उदयोन्मुख अर्थव्यवस्थांमध्ये वित्तीय प्रणालीचे नियमन करण्यासाठी मध्यवर्ती बँक महत्त्वाची भूमिका बजावते. हे बँका आणि इतर वित्तीय संस्थांची देखरेख आणि पर्यवेक्षण करते आणि त्यांची सुदृढता व विवेकपूर्ण नियमांचे पालन सुनिश्चित करते. प्रभावी वित्तीय प्रणाली नियमन आर्थिक संकटांचे धोके कमी करते, ठेवीदारांच्या हिताचे रक्षण करते आणि एकूणच वित्तीय प्रणालीच्या स्थिरतेस प्रोत्साहन देते.

८) अंतिम धनको (कर्जदार) :

उदयोन्मुख अर्थव्यवस्थांना बँकिंग व्यवस्थेत आर्थिक संकट आणि तरलतेच्या कमतरतेचा सामना करावा लागू शकतो. मध्यवर्ती बँक संकटग्रस्त वित्तीय संस्थांना आपत्कालीन तरलता प्रदान करून अंतिम उपाय म्हणून सावकार म्हणून काम करते. ही भूमिका बँक धोके, संस्थात्मक वित्तीय आरिष्ट आणि संसर्गजन्य परिणाम टाळण्यास मदत करते, ज्यामुळे आर्थिक स्थिरता आणि ठेवीदारांचा आत्मविश्वास सुरक्षित होतो.

९) परकीय चलन साठा व्यवस्थापन :

उदयोन्मुख अर्थव्यवस्थांमधील मध्यवर्ती बँका त्यांच्या विनिमय दर धोरणांचे समर्थन करण्यासाठी आणि बाह्य पेमेंट दायित्वांची पूर्तता करण्यासाठी परकीय चलन साठा ठेवतात. हे साठे आर्थिक तणावाच्या काळात मध्यस्थ म्हणून काम करतात. आकस्मित भांडवलाचा प्रवाह आणि बाह्य धक्क्यांपासून सुरक्षितता प्रदान करतात.

१०) चलनविषयक धोरण स्वायत्तता :

मध्यवर्ती बँक असणे देशाला चलनविषयक धोरण स्वायत्तता प्रदान करते. हे राष्ट्राला बाह्य चलनविषयक धोरणांच्या प्रभावाखाली न येता स्वतंत्रपणे त्यांचे व्याजदर आणि पैशाचा पुरवठा निश्चित करण्यास अनुमती देते. ही स्वायत्तता अशा उदयोन्मुख अर्थव्यवस्थांसाठी विशेषतः महत्त्वपूर्ण आहे ज्यांची आर्थिक परिस्थिती आणि वृद्धीची उद्दिष्टे अधिक विकसित राष्ट्रांपेक्षा भिन्न असू शकतात.

११) आर्थिक समावेशाला प्रोत्साहन देणे :

उदयोन्मुख अर्थव्यवस्थांना अनेकदा आर्थिक समावेशाशी संबंधित महत्त्वपूर्ण आव्हानांचा सामना करावा लागतो, जेथे लोकसंख्येच्या मोठ्या भागाला औपचारिक वित्तीय सेवांमध्ये प्रवेश मिळत नाही. मध्यवर्ती बँका आर्थिक समावेशनाला प्रोत्साहन देणारी धोरणे तयार करू शकतात, जसे की कमी सेवा असलेल्या भागात शाखा स्थापन करण्यास प्रोत्साहन देणे, मोबाईल बँकिंगला चालना देणे आणि सूक्ष्म वित्तपुरवठा उपक्रमांना समर्थन देणे इ. आर्थिक समावेशन समतोल आर्थिक वृद्धी आणि गरिबी कमी करण्यासाठी योगदान देते.

१२) आर्थिक संशोधन आणि विश्लेषण :

मध्यवर्ती बँका स्थानिक आणि जागतिक आर्थिक प्रवाह समजून घेण्यासाठी, जोखीम ओळखण्यासाठी आणि योग्य धोरणे तयार करण्यासाठी व्यापक आर्थिक संशोधन आणि विश्लेषण करतात. ही विश्लेषणे मध्यवर्ती बँकेला

सुप्रसिद्ध निर्णय घेण्यास आणि त्यांच्या धोरण निवडीमागील तर्क सार्वजनिक आणि बाजारातील सहभागींना कळविण्यास मदत करतात.

१३) संकट व्यवस्थापन आणि निराकरण :

बाह्य धक्क्यांमुळे आणि अंतर्गत असमतोलांना त्यांच्या असुरक्षिततेमुळे उदयोन्मुख अर्थव्यवस्था आर्थिक आणि वित्तीय संकटांबाबत अधिक संवेदनशील असतात. संकट व्यवस्थापनामध्ये मध्यवर्ती बँकेची भूमिका महत्त्वाची आहे, कारण ती संकटाचा प्रभाव कमी करण्यासाठी, अर्थव्यवस्था स्थिर करण्यासाठी आणि आत्मविश्वास पुनर्संचयित करण्यासाठी योग्य उपाययोजनांसह त्वरित प्रतिसाद देऊ शकते.

१४) देयक प्रणाल आणि आर्थिक पायाभूत सुविधा :

मध्यवर्ती बँका अनेकदा देयक प्रणाली आणि आर्थिक पायाभूत सुविधांवर देखरेख करतात, निधीचे कार्यक्षम आणि सुरक्षित हस्तांतरण सुनिश्चित करतात आणि वित्तीय संस्थांमधील व्यवहारांचे निराकरण करतात. एक मजबूत देयक प्रणाली आर्थिक क्रियाकलाप आणि आर्थिक स्थिरता वाढवते.

१५) सरकारी बँकिंग सेवा :

मध्यवर्ती बँका अनेकदा सरकारी बँक म्हणून काम करतात, सरकारी खाती व्यवस्थापित करणे, सरकारी कर्ज देणे आणि सरकारच्या वतीने व्यवहार करणे यासह आवश्यक बँकिंग सेवा प्रदान करतात. ही व्यवस्था सार्वजनिक वित्तपुरवठा सुरळीतपणे चालविण्यास मदत करते.

१६) आत्मविश्वास आणि विश्वासार्हता :

मध्यवर्ती बँकेच्या अस्तित्वामुळे देशाच्या आर्थिक आणि वित्तीय व्यवस्थेमध्ये आत्मविश्वास आणि विश्वासार्हता निर्माण होते. एक विश्वासार्ह मध्यवर्ती बँक गुंतवणूकदार, व्यवसाय आणि सामान्य लोकांमध्ये विश्वास निर्माण करते, एकूण आर्थिक स्थिरतेमध्ये योगदान देते आणि परदेशी गुंतवणूक आकर्षित करते.

१७) विकासात्मक धोरणांची अंमलबजावणी :

उदयोन्मुख अर्थव्यवस्थांमधील मध्यवर्ती बँका विशिष्ट सामाजिक-आर्थिक उद्दिष्टे, जसे की गरिबी कमी करणे, औद्योगिक विकास किंवा पर्यावरणीय स्थिरता संबोधित करण्याच्या उद्देशाने विकासात्मक धोरणांना समर्थन देण्यासाठी भूमिका बजावू शकतात. ही धोरणे इतर सरकारी उपक्रमांना पूरक ठरू शकतात आणि व्यापक राष्ट्रीय विकास उद्दिष्टे साध्य करण्यात मदत करू शकतात.

१.१.५ भारतीय रिझर्व्ह बँकेची उत्क्रांती :

भारतीय रिझर्व्ह बँक ही भारताची मध्यवर्ती बँक असून, या बँकेची स्थापना १ एप्रिल १९३५ रोजी करण्यात आली. या बँकेची स्थापना अचानक झालेली नाही. देशात मध्यवर्ती बँक स्थापन करण्याच्या बाबतीतील प्रयत्नांची दीर्घ मालिका आहे. मध्यवर्ती बँक स्थापन करण्यासाठी अनेक वर्षे वेगवेगळ्या प्रकारे प्रयत्न करण्यात येऊन भारतीय रिझर्व्ह बँकेची स्थापना करण्यात आली. भारतीय रिझर्व्ह बँकेची उत्क्रांती किंवा या बँकेचा उद्‌गम याची माहिती पुढीलप्रमाणे :

१) जनरल बँक इन बेंगाल ॲण्ड बिहार स्थापन करण्याची शिफारस (१७७३) :

मध्यवर्ती बँक स्थापन करण्यासाठीचा सर्वात सुरुवातीचा प्रयत्न जानेवारी १७७३ मध्ये केलेला दिसून येतो. बंगालचे गव्हर्नर वॉरन हेस्टिंग्ज यांना देशात मध्यवर्ती बँक असण्याची आवश्यकता वाटली. त्यांनी 'जनरल बँक इन बेंगाल ॲण्ड बिहार' स्थापन करण्याची शिफारस केली.

२) रॉबर्ट रिचर्डस् यांची जनरल बँकेसाठीची योजना (१८०७-०८) :

देशात मध्यवर्ती बँक स्थापन करण्याच्या दृष्टीने दुसरा प्रयत्न १८०७-०८ मध्ये करण्यात आला. बॉंबे गव्हर्न्मेंटचे

सदस्य रॉबर्ट रिचर्डस् यांनी तेव्हा 'जनरल बँक' साठी एक योजना सादर केली. मात्र, गव्हर्नर जनरलवर त्याचा प्रभाव पडला नाही.

३) प्रा. केन्स यांची भारतीय मध्यवर्ती बँकेसाठीची सर्वसमावेशक योजना :

भारतीय रिझर्व्ह बँक स्थापन करण्याच्या दृष्टीने झालेल्या प्रयत्नात प्रा. जॉन मेनार्ड केन्स यांचाही सहभाग आहे. १९१३ च्या रॉयल कमिशन ऑन इंडियन फायनान्स अॅण्ड करन्सीचे सदस्य असलेल्या प्रा. केन्स यांनी भारतीय मध्यवर्ती बँकेसाठी सर्वसमावेशक योजना तयार केली व ती 'प्रपोजल्स फॉर दी इस्टॅब्लिशमेंट ऑफ अ स्टेट बँक इन इंडिया' (Proposals for the Establishment of a State Bank in India) या नावाने सादर केली.

४) इंपीरिअल बँकेची स्थापना (१९२१) :

भारतात मध्यवर्ती बँक स्थापन करण्यासाठी महत्त्वपूर्ण पाऊल १९२१ मध्ये उचलण्यात आले. १९२१ मध्ये भारतातील तीन प्रेसिडेन्सी बँकांचे विलीनीकरण करून इंपीरिअल बँक (Imperial Bank) स्थापन करण्यात आली. इंपीरिअल बँक ही प्रामुख्याने व्यापारी बँक असली तरी तिने मध्यवर्ती बँकेची काही कार्ये पार पाडली. १९३४ मध्ये भारतीय रिझर्व्ह बँकेची स्थापना होईपर्यंतच्या काळात इंपीरिअल बँकेने सरकारची बँक आणि काही प्रमाणात बँकांची बँक म्हणून कार्य केले.

५) हिल्टन यंग कमिशन (१९२६) ची शिफारस :

भारतात मध्यवर्ती बँकेच्या स्थापनेत १९२६ मधील रॉयल कमिशन ऑन इंडियन करन्सी अॅण्ड फायनान्स (Royal Commission on Indian Currency and Finance) जे हिल्टन यंग कमिशन म्हणून ओळखले जाते त्याचा विचार करणे महत्त्वाचे आहे. देशाच्या मध्यवर्ती बँकेला 'भारतीय रिझर्व्ह बँक' (Reserve Bank of India) हे नाव या कमिशनने सुचविले. याला अनुसरून कायदेमंडळात कायद्याचा मसुदा जानेवारी १९२७ मध्ये सादर करण्यात आला. मात्र, बँकेची मालकी आणि तिच्या संचालक मंडळाची रचना या बाबतीतील मतभेदामुळे त्याचे कायद्यात रूपांतर होऊ शकले नाही.

६) इंडियन सेंट्रल बँकिंग इनक्वायरी कमिटीची शिफारस (१९३१) :

१९३१ मध्ये इंडियन सेंट्रल बँकिंग इनक्वायरी कमिटीने (Indian Central Enquiry Committee) रिझर्व्ह बँकेच्या स्थापनेबाबत जोरदार शिफारस केली.

७) भारतीय घटनात्मक सुधारणांमध्ये (१९३३) आवश्यकता प्रतिपादन :

१९३३ मधील भारतीय घटनात्मक सुधारणा (The Indian Constitutional Reforms) यात भारतातील ब्रिटिश सरकारकडून भारतीयांच्या हाती जबाबदारी सोपविणे, राजकीय प्रभावापासून अलिप्त अशा रिझर्व्ह बँकेच्या स्थापनेवर व तिच्या यशस्वी व्यवहारावर अवलंबून असल्याने तिची स्थापना आवश्यक असल्याचे स्पष्ट करण्यात आले.

८) भारतीय रिझर्व्ह बँकेची स्थापना (१ एप्रिल १९३५) :

८ सप्टेंबर १९३३ रोजी कायदेमंडळात एक नवीन विधेयक मांडण्यात आले. हे विधेयक २२ डिसेंबर १९३३ रोजी मंजूर करण्यात आले. त्याला ६ मार्च १९३४ रोजी गव्हर्नर जनरलची संमती मिळाली आणि भारतीय रिझर्व्ह बँक कायदा, १९३४ तयार झाला. या कायद्याला अनुसरून भारतीय रिझर्व्ह बँकेची स्थापना झाली व १ एप्रिल १९३५ पासून तिच्या व्यवहारास सुरुवात झाली.

९) खासगी मालकीची संस्था :

मुळात रिझर्व्ह बँक त्या काळातील अग्रेसर परकीय मध्यवर्ती बँकांच्या प्रतिमानावर आधारित अशी 'भागधारकांची बँक' (Shareholders' bank) म्हणून स्थापन करण्यात आली. तिचे पूर्ण भरणा झालेले भांडवल (Fully Paid-up Capital) ५ कोटी रुपये होते व ते प्रत्येकी १०० रुपयांच्या भागात विभागलेले होते. त्यापैकी २२०० रुपये बँकेच्या संचालकांनी आणि उर्वरित ४,९७,८०,००० रुपये खासगी भागधारकांनी दिलेले होते. बँकेच्या भागभांडवलात अजूनही बदल झालेला नाही.

१०) सरकारच्या मालकीची संस्था (१ जानेवारी १९४९) :

बँकेच्या चलनविषयक व पत धोरणाच्या आणि सरकारच्या समग्रलक्षी आर्थिक धोरणाच्या एकत्रीकरणासाठी बँकेच्या खासगी मालकीचा प्रश्न उपस्थित करण्यात आला. स्वातंत्र्य मिळाल्यानंतर भारत सरकारने रिझर्व्ह बँकेचे राष्ट्रीयीकरण करण्याचा निर्णय घेतला. दी रिझर्व्ह बँक (ट्रान्सफर टू पब्लिक ओनरशीप ॲक्ट १९४८) संमत करण्यात आला आणि सरकारने भागधारकांना पुरेशी नुकसानभरपाई देऊन ही बँक सरकारने ताब्यात घेतली. १ जानेवारी १९४९ पासून भारतीय रिझर्व्ह बँकेने सरकारच्या मालकीची संस्था म्हणून कार्य करण्यास सुरुवात केली.

१.१.६ भारतीय रिझर्व्ह बँकेचे संगठन :

रिझर्व्ह बँक ऑफ इंडिया (RBI) ही भारताची मध्यवर्ती बँकिंग संस्था आणि देशाची सर्वोच्च चलनविषयक प्राधिकरण आहे. १९३५ मध्ये स्थापित, ही बँक चलनविषयक धोरण तयार करण्यात आणि अंमलात आणण्यासाठी, वित्तीय प्रणालीचे नियमन आणि देशाच्या चलन व पत प्रणालींची देखरेख करण्यासाठी महत्त्वपूर्ण भूमिका बजावते. रिझर्व्ह बँक ऑफ इंडियाच्या संघटनेची रचना विविध विभागांमध्ये केली गेली आहे आणि तिचे प्रशासन अनेक संस्थांमध्ये निहित आहे. ते पुढील मुद्यांच्या आधारे जाणून घेता येईल :

अ) केंद्रीय संचालक मंडळ :

केंद्रीय संचालक मंडळ ही भारतीय रिझर्व्ह बँकेच्या संपूर्ण व्यवस्थापन आणि प्रशासनासाठी जबाबदार असलेली सर्वोच्च संस्था आहे. यात भारत सरकारने नियुक्त केलेल्या अधिकाऱ्यांचा समावेश आहे, जसे की राज्यपाल, डेप्युटी गव्हर्नर आणि अर्थशास्त्र, वित्त आणि उद्योग यासारख्या विविध क्षेत्रांचे प्रतिनिधित्व करणाऱ्या इतर गैर-कार्यकारी संचालकांचा समावेश आहे. विविध धोरणात्मक बाबी आणि धोरणात्मक उपक्रमांवर चर्चा करण्यासाठी आणि निर्णय घेण्यासाठी केंद्रीय मंडळाची नियमित बैठक होते.

ब) गव्हर्नर :

भारतीय रिझर्व्ह बँकेचे गव्हर्नर हे सर्वोच्च दर्जाचे अधिकारी आहेत आणि बँकेचे मुख्य कार्यकारी म्हणून काम करतात. भारत सरकारने नियुक्त केलेले, गव्हर्नर भारतीय रिझर्व्ह बँकेच्या दैनंदिन कामकाजावर देखरेख ठेवण्यासाठी, केंद्रीय बोर्डाच्या बैठकांचे अध्यक्षस्थान करण्यासाठी आणि राष्ट्रीय व आंतरराष्ट्रीय मंचांवर भारतीय रिझर्व्ह बँकेचे प्रतिनिधित्व करण्यासाठी जबाबदार असतात.

क) डेप्युटी गव्हर्नर :

भारतीय रिझर्व्ह बँकेमध्ये विशेषत: चार डेप्युटी गव्हर्नर असतात, प्रत्येकजण मौद्रिक धोरण, नियमन आणि पर्यवेक्षण, बँक व्यवसाय कार्यपद्धती आणि चलन व्यवस्थापन यासह विशिष्ट कार्यात्मक क्षेत्रांसाठी जबाबदार असतो. डेप्युटी गव्हर्नर गव्हर्नरच्या जवळ काम करतात आणि विविध धोरणात्मक निर्णयांमध्ये सहभागी होतात.

ड) विभाग आणि उपविभाग :

भारतीय रिझर्व्ह बँक अनेक विभाग आणि उपविभागांमध्ये संघटित आहे. प्रत्येकविभाग विशिष्ट कार्ये आणि क्रियाकलापांसाठी जबाबदार असतो. काही प्रमुख विभाग पुढीलप्रमाणे :

१) चलन व्यवस्थापन विभाग :

हा विभाग चलनी नोटा आणि नाणी जारी करणे आणि त्यांचे वितरण, त्यांची रचना, सुरक्षा वैशिष्ट्ये आणि वितरण यावर देखरेख ठेवतो.

२) बँक व्यवसाय नियमन आणि पर्यवेक्षण विभाग :

हा विभाग बँका आणि इतर वित्तीय संस्थांची सुरक्षितता आणि सुदृढता तसेच विवेकपूर्ण नियमांचे पालन सुनिश्चित करण्यासाठी त्यांचे नियमन आणि पर्यवेक्षण करतो.

३) आर्थिक धोरण विभाग :

हा विभाग किमतीची स्थिरता आणि आर्थिक वृद्धीला पाठिंबा देण्यासाठी चलनविषयक धोरण तयार करतो आणि त्याची अंमलबजावणी करतो.

४) आर्थिक धोरण संशोधन विभाग :

हा विभाग धोरणात्मक निर्णयांची माहिती देण्यासाठी आर्थिक संशोधन, विश्लेषण आणि अंदाज निश्चित करतो.

५) देयके आणि तडजोड प्रणाली विभाग :

हा विभाग देयके आणि तडजोड प्रणालीवर देखरेख करतो, त्यांची कार्यक्षमता, सुरक्षितता आणि विश्वासार्हता सुनिश्चित करतो.

६) बाह्य गुंतवणूक आणि संचालन विभाग :

हा विभाग परकीय चलनाच्या साठ्याचे व्यवस्थापन करतो आणि विनिमय दर धोरणे लागू करतो.

७) दळणवळण विभाग :

हा विभाग मीडिया संबंध आणि जनजागृती मोहिमांसह बाह्य संवादासाठी जबाबदार असतो.

इ) प्रादेशिक कार्यालये :

बँकिंग उद्योगाशी उत्तम समन्वय साधण्यासाठी आणि प्रादेशिक समस्यांचे निराकरण करण्यासाठी भारतीय रिझर्व्ह बँकेची भारतभर अनेक प्रादेशिक कार्यालये आहेत. बँकिंग पर्यवेक्षण, चलन व्यवस्थापन आणि धोरण अंमलबजावणीमध्ये ही कार्यालये महत्त्वपूर्ण भूमिका बजावतात.

ई) उपकंपन्या आणि संलग्न संस्था :

भारतीय रिझर्व्ह बँकेकडे राष्ट्रीय गृहनिर्माण बँक (NHB), कृषी आणि ग्रामीण विकासासाठी राष्ट्रीय बँक (NABARD), आणि ठेव विमा आणि पत हमी महामंडळ (DICGC) यासारख्या अनेक उपकंपन्या आणि संबंधित संस्था आहेत, ज्या त्यांच्या देखरेखीखाली काम करतात.

फ) समित्या आणि सल्लागार मंडळे :

विशिष्ट मुद्यांचा अभ्यास करण्यासाठी, शिफारशी देण्यासाठी आणि धोरणात्मक बाबींवर सल्ला देण्यासाठी भारतीय रिझर्व्ह बँक विविध समित्या आणि सल्लागार मंडळे तयार करते. या समित्या आर्थिक समावेशन, तंत्रज्ञान आणि नियमन यासारख्या क्षेत्रांचा समावेश करतात.

भारतीय रिझर्व्ह बँकेची संघटनात्मक रचना भारतीय अर्थव्यवस्थेची स्थिरता आणि वृद्धी सुनिश्चित करताना कार्यक्षम निर्णय घेणे, धोरण तयार करणे आणि अंमलबजावणी करणे सुलभ करण्यासाठी तयार केली आहे. भारताची मध्यवर्ती बँक या नात्याने आपला आदेश प्रभावीपणे पूर्ण करण्यासाठी तिचे नेतृत्व, विभाग आणि प्रादेशिक कार्यालयांमध्ये जबाबदाऱ्या आणि भूमिकांच्या स्पष्ट विभाजनासह ती कार्य करते.

१.२ भारतीय रिझर्व्ह बँकेची कार्ये :

भारतीय रिझर्व्ह बँक विविध पारंपारिक मध्यवत्री बँकांची कार्ये पार पाडते. त्याचबरोबर देशाच्या विविध गरजा भागविण्यासाठी आवश्यक असणाऱ्या विविध प्रचारात्मक आणि विकासात्मक उपाययोजना राबविते पारंपारिक कार्ये म्हणजे जगातील प्रत्येक राष्ट्रातील मध्यवर्ती बँका जी कार्ये पार पाडतात ती कार्ये होत. सामान्यतः ही कार्ये बँका ज्या हेतूने स्थापित केल्या आहेत त्यांच्याशी संलग्न असतात. यामध्ये मध्यवर्ती बँकांच्या मूलभूत कार्यांचा समावेश होतो.

१) भारतीय चलनी नोटांचे निर्गमन करणे.

२) देशाचा परकीय चलन साठा सुरक्षित ठेवणे.

३) देशात चलनविषयक स्थिरता प्रस्थापित करणे.

४) देशाची राष्ट्रीय सामाजिक व आर्थिक उद्दिष्टे आणि धोरणे यांच्याशी सुसंगत असणारी वित्तीय संरचना विकसित करणे.

१.२.१ चलन प्राधिकरण म्हणून रिझर्व्ह बँक :

रिझर्व्ह बँक ऑफ इंडिया (RBI) भारतातील चलन जारी करणारी प्राधिकरण म्हणून महत्त्वपूर्ण भूमिका बजावते. चलन जारी करणे, व्यवस्थापन आणि वितरणाच्या विविध पैलूंवर देखरेख ठेवण्यासाठी ती जबाबदार आहे. चलनी नोटा जारी करणे, नोटा जारी करण्यासाठी मालमत्तेचे समर्थन सुनिश्चित करणे, चलन वितरण व्यवस्थापित करणे, चलनी पेट्यांचे पर्यवेक्षण करणे आणि चलन व्यवस्थापनातील आधुनिक घडामोडींची अंमलबजावणी करणे ही तीची कार्ये आहेत. चलन प्राधिकरण म्हणून रिझर्व्ह बँकेची कार्ये पुढीलप्रमाणे जाणून घेता येतील :

अ) चलनी नोटांचे प्रचलन :

रिझर्व्ह बँकेकडे भारतात चलनी नोटा प्रचलित करण्याचा अनन्य अधिकार आहे, रिझर्व्ह बँक ऑफ इंडिया कायदा, १९३४ द्वारे तिच्यावर निहित जबाबदारी आहे. जारीकर्ता म्हणून, आरबीआय विविध मूल्यांच्या चलनी नोटांची रचना, प्रिंट आणि प्रसार करते. देशभरातील दैनंदिन व्यवहारांसाठी प्रत्यक्ष चलनाची उपलब्धता राखण्यासाठी हे कार्य आवश्यक आहे. आरबीआय हे सुनिश्चित करते की चलनी नोटा उच्च दर्जाच्या मानकांनुसार तयार केल्या जातील आणि बनावटी नोटा रोखण्यासाठी प्रगत सुरक्षा उपाय कार्यान्वित असतील.

ब) नोटा प्रचलनासाठी मत्ता आधार :

आरबीआयने जारी केलेल्या चलनी नोटा या तिच्या ताळेबंदावरील दायित्वे असतात. चलनाच्या मूल्यावर जनतेचा विश्वास टिकवून ठेवण्यासाठी, आरबीआय हे सुनिश्चित करते की चलन म्हणून जारी केलेला प्रत्येक रुपया समतुल्य मूल्याच्या मालमत्तेद्वारे समर्थित आहे. या मालमत्तेत सोन्याचा साठा, परकीय चलन साठा आणि सरकारी रोखे यांचा समावेश असतो. हे मालमत्तेचे समर्थन चलनाची विश्वासार्हता आणि अखंडतेसाठी एक महत्त्वपूर्ण पाया प्रदान करते.

क) चलनाचे वितरण :

चलनाचे कार्यक्षम वितरण हे आरबीआयचे महत्त्वाचे कार्य आहे. यामध्ये विविध क्षेत्रांतील विविध मूल्यांच्या मागणीचा अंदाज लावणे आणि सार्वजनिक क्षेत्र, व्यवसाय आणि बँकांच्या गरजा पूर्ण करण्यासाठी चलनी नोटांचा पुरेसा पुरवठा सुनिश्चित करणे समाविष्ट आहे. वितरण प्रक्रिया सुलभ करण्यासाठी आरबीआयची प्रादेशिक कार्यालये त्याच्या चलनी पेट्या आणि चलन पडताळणी व प्रक्रिया प्रणाली (CVPS) सह सहयोग करतात. चलनाचा स्थिर पुरवठा राखून, आरबीआय संपूर्ण देशात आर्थिक व्यवहारांचे कामकाज सुनिश्चित करते.

ड) चलनी पेट्या :

चलनी पेट्या हे आरबीआयच्या वतीने निवडक बँकांद्वारे राखलेल्या सुरक्षित तिजोरी आहेत. या पेट्या चलनी नोटा आणि नाणी साठवण्याची सुविधा म्हणून काम करतात. बँका आणि व्यवसायांसाठी सुलभ प्रवेश सुनिश्चित करण्यासाठी त्या धोरणात्मकदृष्ट्या देशभरात स्थित आहेत. विहित मार्गदर्शक तत्त्वे आणि सुरक्षा मानकांचे पालन सुनिश्चित करण्यासाठी आरबीआय या चलनी पेट्यांचे नियमन आणि देखरेख करते. बँक शाखा आणि ढच् मध्ये चलन वितरित करण्यात चलनी पेट्या महत्त्वपूर्ण भूमिका बजावतात, ज्यामुळे व्यवहारांसाठी चलन उपलब्ध होते.

इ) चलन व्यवस्थापनातील सद्यकालीन घडामोडी :

अलिकडच्या वर्षांत, आरबीआयने चलन व्यवस्थापनाची सुरक्षा, कार्यक्षमता आणि परिणामकारकता वाढविण्यासाठी अनेक गोष्टी लागू केल्या आहेत:

१) नवीन परिमाण आणि वैशिष्ट्यांचा परिचय :

आरबीआय वेळोवेळी नवीन चलन परिमाणांची ओळख करून देत असते ज्यामध्ये बनावटी नोटा रोखण्यासाठी सुरक्षा वैशिष्ट्ये सुधारित केली जातात. उदाहरणार्थ, ₹२००० आणि ₹५०० च्या चलनी नोटांच्या निर्मितीत रंग बदलणारी शाई आणि इतर प्रगत सुरक्षा घटक यांसारख्या वैशिष्ट्यांचा समावेश करण्यात आला आहे.

२) क्लीन नोट पॉलिसी :

चलनात असलेले चलन उच्च दर्जाचे असावे यासाठी आरबीआयने क्लीन नोट पॉलिसी आणली आहे. यामध्ये जुन्या आणि घाण झालेल्या नोटा चलनातून काढून टाकणे आणि त्यांच्या जागी नवीन नोटांचा समावेश केला जातो. वापरकर्त्यांच्या चांगल्या अनुभवामध्ये योगदान देणे आणि बनावटगिरीला प्रतिबंध करणे हा यामागील उद्देश आहे.

३) प्रगत सुरक्षा वैशिष्ट्ये :

बनावट चलनाचा सामना करण्यासाठी, आरबीआय प्रगत सुरक्षा वैशिष्ट्ये चलनी नोटांमध्ये एकत्रित करते. या वैशिष्ट्यांमध्ये सुरक्षा थ्रेड, वॉटरमार्क, होलोग्राम, मायक्रो प्रिंटिंग आणि इतर नाविन्यपूर्ण तंत्रज्ञानाचा समावेश आहे ज्यामुळे बनावटगिरीला प्रतिबंध निर्माण होतो.

४) डिजिटल पेमेंटचा प्रचार :

भौतिक चलनावरील अवलंबित्व कमी करण्यासाठी आरबीआय डिजिटल पेमेंट पद्धतींना सक्रियपणे प्रोत्साहन देते. युनिफाइड पेमेंट्स इंटरफेस (UPI) आणि डिजिटल वॉलेट्स सारख्या उपक्रमांनी आर्थिक समावेशन आणि कार्यक्षमतेला चालना देत पेमेंट परिप्रेक्ष बदलले आहे.

५) चलन पडताळणी आणि प्रक्रिया प्रणाली :

चलन पडताळणी आणि प्रक्रियेची कार्यक्षमता वाढवण्यासाठी आरबीआयने चलन पडताळणी आणि प्रक्रिया प्रणालीची स्थापना केली आहे. चलनी नोटांची सत्यता आणि योग्यता तपासण्यासाठी या प्रणाली प्रगत तंत्रज्ञानाचा वापर करतात, केवळ अस्सल आणि वापरण्यायोग्य नोटा चलनात राहतील याची खात्री करतात.

६) जनजागृती मोहीम :

आरबीआय नागरिकांना चलनी नोटांच्या सुरक्षा वैशिष्ट्यांबद्दल शिक्षित करण्यासाठी जनजागृती मोहीम राबवते. या मोहिमा व्यक्तींना अस्सल चलन ओळखण्यास आणि आर्थिक फसवणुकीपासून स्वतःचे संरक्षण करण्यास सक्षम करतात.

७) नाणे व्यवस्थापन :

चलनी नोटांव्यतिरिक्त, आरबीआय नाण्यांचे उत्पादन, वितरण आणि देखरेख देखील करते. आरबीआय व्यवहारांसाठी नाण्यांचा पुरेसा पुरवठा सुनिश्चित करते आणि लोकांना त्यांचे मूल्य आणि योग्य वापराबद्दल शिक्षित करते.

१.२.२ सरकारची बँक म्हणून रिझर्व्ह बँक :

भारतीय रिझर्व्ह बँक (RBI) ही सरकारची बँक म्हणून महत्त्वाची भूमिका बजावते. याअंतर्गत सरकारच्या आर्थिक कामकाजाचे व्यवस्थापन, सरकारी खाती राखणे, महसूल संकलन आणि देयके सुलभ करणे, सार्वजनिक कर्ज व्यवस्थापित करणे आणि वित्तीय शिस्त राखणे अशा विविध कार्यांचा समावेश होतो. हे सर्वसमावेशक उत्तर सरकारी खात्यांची देखभाल, केंद्र आणि राज्य सरकारांसाठी बँक म्हणून तिची भूमिका, सार्वजनिक विश्वासाचे व्यवस्थापन आणि आव्हाने व विचार यासह सरकारची बँक म्हणून आरबीआयच्या बहुआयामी भूमिकेचे सखोल अन्वेषण प्रदान करते. पुढील मुद्यांच्या आधारे त्याचा आढावा घेता येईल :

अ) सरकारी खात्यांची देखभाल :

सरकारची बँक म्हणून आरबीआयची भूमिका सरकारच्या आर्थिक प्रवाह आणि जावकांचा मागोवा घेणाऱ्या सर्वसमावेशक खात्यांची व्यवस्था राखण्यासाठी विस्तारित आहे. या प्रक्रियेमध्ये अनेक मुख्य घटक समाविष्ट आहेत :

१) व्यवहारांची नोंद :

आरबीआय सरकारी निधीचे संरक्षक म्हणून सरकारने केलेल्या सर्व आर्थिक व्यवहारांची नोंद करते. यामध्ये महसूल संकलन, खर्च, कर्ज, परतफेड आणि हस्तांतरणाशी संबंधित व्यवहारांचा समावेश आहे.

२) पारदर्शकता आणि अचूकता :

सरकारी खाती पारदर्शकता आणि अचूकतेने सांभाळणे अत्यंत महत्त्वाचे असते. आरबीआय खात्री करते की प्रत्येक व्यवहार अचूकपणे नोंदविला जाईल, वर्गीकृत केला जाईल आणि संबंधित सरकारी विभाग किंवा यंत्रणेला त्याची जबाबदारी दिली जाईल.

३) एकत्रीकरण :

केंद्र आणि राज्य सरकारे, मंत्रालये, विभाग आणि स्वायत्त संस्थांसह विविध स्तरांवर सरकारी व्यवहार होतात. आरबीआय सरकारच्या आर्थिक स्थितीचा सर्वांगीण दृष्टिकोन देण्यासाठी हे व्यवहार एकत्रित करते.

४) अर्थसंकल्पीय नियंत्रण :

प्रभावी अर्थसंकल्पीय नियंत्रण हे अचूक आणि अद्ययावत सरकारी खात्यांवर अवलंबून असते. आरबीआयने या खात्यांची देखभाल केल्यामुळे सरकारला त्याच्या खर्चावर लक्ष ठेवता येते, त्यांची अर्थसंकल्पीय वाटपांशी तुलना करता येते आणि माहितीपूर्ण निर्णय घेता येतात.

५) धोरणनिर्मिती आणि उत्तरदायित्व :

धोरणनिर्मिती आणि उत्तरदायित्वासाठी अचूक आर्थिक माहिती मिळवणे आवश्यक असते. आरबीआयची वेळेवर आणि विश्वासार्ह डेटाची तरतूद सरकारला धोरणे आणि उपक्रमांच्या प्रभावाचे मूल्यांकन करण्यासाठी आणि जनतेला उत्तरदायी राहण्यासाठी परवानगी देते.

६) अंकेक्षण आणि पर्यवेक्षण :

आर्थिक नियमांचे आणि वित्तीय शिस्तीचे पालन सुनिश्चित करण्यासाठी सरकारी खाती वैधानिक संस्थांद्वारे अंकेक्षणाच्या अधीन असतात. या खात्यांची आरबीआयद्वारे केलेली देखरेख ही अंकेक्षण प्रक्रियेस प्राधान्य देते आणि आर्थिक अखंडता राखण्यासाठी योगदान देते.

७) वित्तीय अहवाल :

आरबीआय सरकारी खात्यांच्या आधारे सर्वसमावेशक वित्तीय अहवाल तयार करते, ज्यामध्ये महसूल, खर्च, तूट आणि कर्ज पातळी यांचा समावेश असतो. हे अहवाल सरकारच्या आर्थिक स्थितीचे मूल्यांकन करण्यासाठी आणि माहितीपूर्ण आर्थिक निर्णय घेण्यासाठी आवश्यक असतात.

आरबीआय सरकारी खात्यांची देखरेख, पारदर्शकता, उत्तरदायित्व आणि प्रभावी आर्थिक व्यवस्थापन वाढवते. हे सरकारला त्याच्या आर्थिक क्रियाकलापांवर लक्ष ठेवण्यास, त्याच्या वित्तीय स्थितीचे मूल्यांकन करण्यास आणि आर्थिक उद्दिष्टे साध्य करण्यासाठी माहितीपूर्ण निर्णय घेण्यास उपयोगी ठरते. याव्यतिरिक्त, व्यवहारांची अचूक नोंद आणि विश्वासार्ह आर्थिक माहितीची उपलब्धता सार्वजनिक विश्वास आणि सरकारच्या आर्थिक कार्यप्रणालीवर विश्वास ठेवण्यास सहाय्य प्रदान करते.

ब) केंद्र सरकारची बँक :

केंद्र सरकारची बँक म्हणून, आरबीआय सरकारच्या कामकाजात आणि एकूण अर्थव्यवस्थेत योगदान देणारी अनेक कार्ये करते:

१) महसूल संकलन आणि देयके :

आरबीआय कर, शुल्क आणि गैर-कर महसुलासह सरकारी महसूल संकलनाचे व्यवस्थापन करते. पगार, निवृत्तीवेतन आणि सबसिडी यासारख्या सरकारी देयकांचे वितरण देखील सुलभ करते.

२) सार्वजनिक कर्जाचे व्यवस्थापन :

सरकारच्या सार्वजनिक कर्जाचे व्यवस्थापन करण्यात आरबीआय महत्त्वाची भूमिका बजावते. यामध्ये सरकारी रोखे जारी करणे, लिलाव व्यवस्थापित करणे आणि सरकारी कर्ज साधनांची पूर्तता आणि सेवा हाताळणे यांचा समावेश आहे.

३) चलनविषयक कार्ये आणि तरलता व्यवस्थापन :

आरबीआय चलन पुरवठा आणि व्याजदरांवर प्रभाव टाकणारी चलनविषयक कार्ये करते. या कार्यांमध्ये ओपन मार्केट ऑपरेशन्स, रेपो आणि रिव्हर्स रेपो व्यवहार आणि ट्रेझरी बिल जारी करणे समाविष्ट आहे. हे आर्थिक व्यवस्थेतील तरलतेवर परिणाम करतात आणि सरकारी कर्ज घेण्याच्या खर्चावर परिणाम करतात.

४) परकीय चलन साठा व्यवस्थापन :

आरबीआय केंद्र सरकारच्या परकीय चलनाच्या साठ्याचे व्यवस्थापन करते, जे बाह्य क्षेत्राची स्थिरता राखण्यात आणि परकीय चलन दायित्वांची पूर्तता करण्यात महत्त्वपूर्ण भूमिका बजावते.

क) राज्य सरकारची बँक :

केंद्र सरकारची बँक म्हणून कार्य करण्याबरोबरच, आरबीआय राज्य सरकारांची बँक म्हणूनही काम करते. यामध्ये राज्य सरकारांना बँकिंग सेवा प्रदान करणे समाविष्ट आहे जे केंद्र सरकारला पुरविलेल्या सेवांप्रमाणेच असते :

१) महसूल संकलन आणि वितरण :

आरबीआय राज्य सरकारांसाठी महसूल गोळा करणे आणि निधीचे वितरण करणे सुलभ करते. यामध्ये त्यांचे कोष कार्यप्रणाली व्यवस्थापित करणे आणि कार्यक्षम रोख व्यवस्थापनास प्रोत्साहन देणे समाविष्ट आहे.

२) राज्य सरकारांच्या कर्जाचे व्यवस्थापन :

आरबीआय राज्य सरकारांना त्यांच्या वतीने राज्य विकास कर्ज (SDLs) जारी करून बाजारातून कर्ज उभारण्यास मदत करते. ही यंत्रणा राज्य सरकारांना त्यांच्या आर्थिक गरजा पूर्ण करण्यास सक्षम करते.

ड) सार्वजनिक कर्जाचे व्यवस्थापन :

भारतीय रिझर्व्ह बँक (RBI) भारतातील सार्वजनिक कर्जाच्या व्यवस्थापनात महत्त्वपूर्ण भूमिका बजावते. सार्वजनिक कर्ज म्हणजे वित्तीय तूट आणि इतर खर्चाच्या गरजा भागवण्यासाठी सरकारकडून घेतलेल्या कर्जाचा संदर्भ होय. सार्वजनिक कर्जाच्या व्यवस्थापनात आरबीआयचा सहभाग पुढील मुद्यांच्या आधारे जाणून घेता येईल:

१) सरकारी रोखे जारी करणे :

कोष विधयके आणि सरकारी रोखे यांसारख्या सरकारी प्रतिभूती जारी करण्यासाठी आरबीआय केंद्र आणि राज्य सरकारचा मध्यस्थ म्हणून काम करते. या रोख्यांचा वापर सरकारी खर्चासाठी बाजारातून निधी उभारण्यासाठी केला जातो.

२) लिलाव यंत्रणा :

सरकारी प्रतिभूती जारी करण्यासाठी आरबीआय लिलाव करते. ती या लिलावांची वेळ, रक्कम आणि अटी ठरवते. लिलाव प्रक्रिया पारदर्शकता, स्पर्धात्मकता आणि निधी उभारणीत कार्यक्षमता सुनिश्चित करते.

३) ओपन मार्केट ऑपरेशन्स :

आरबीआय ओपन मार्केट ऑपरेशन्स आयोजित करते, ज्यामध्ये खुल्या बाजारात सरकारी रोख्यांची खरेदी आणि विक्री समाविष्ट असते. असे केल्याने, आरबीआय बाजारातील तरलतेवर प्रभाव टाकू शकते, व्याजदर व्यवस्थापित करू शकते आणि पैशाच्या पुरवठ्याचे नियमन करू शकते.

४) चलनविषयक धोरणाची अंमलबजावणी :

सार्वजनिक कर्जाच्या व्यवस्थापनाचा आर्थिक धोरणाच्या अंमलबजावणीशी जवळचा संबंध आहे. आरबीआय पैशांचा पुरवठा नियंत्रित करण्यासाठी आणि व्याजदरांवर प्रभाव टाकण्यासाठी रेपो रेट, रिव्हर्स रेपो रेट आणि कॅश रिझर्व्ह रेशो (CRR) सारख्या साधनांचा वापर करते.

५) कर्ज व्यवस्थापन कार्यालय :

आरबीआय कर्ज व्यवस्थापन कार्यालय चालवते, जे सार्वजनिक कर्जाच्या कार्यक्षम व्यवस्थापनासाठी जबाबदार असते. कर्ज व्यवस्थापन कार्यालय हे सरकारी प्रतिभूती जारी करण्यासाठी, संतुलित परिपक्वता प्रोफाइल राखण्यासाठी आणि कर्ज घेण्याच्या खर्चाचे व्यवस्थापन करण्यासाठी धोरणे तयार करते.

६) कर्ज शाश्वतता :

सरकारच्या कर्जाच्या गरजा अशा प्रकारे व्यवस्थापित करून सार्वजनिक कर्जाची पातळी शाश्वत रहावी, ज्यामुळे दीर्घकाळासाठी वित्तीय संसाधनांवर ताण येणार नाही; आरबीआय हे सुनिश्चित करते.

७) गुंतवणूकदार संबंध :

सरकारी प्रतिभूतीची स्थिर मागणी सुनिश्चित करण्यासाठी आणि सार्वजनिक कर्ज बाजारावर विश्वास राखण्यासाठी आरबीआय बाजारातील सहभागी, संस्थात्मक गुंतवणूकदार आणि बँकांशी मजबूत संबंध ठेवते.

८) कर्ज एकत्रीकरण :

आरबीआय विद्यमान सरकारी कर्जे एकत्रित आणि सुव्यवस्थित करण्यासाठी कार्य करते. अनेकदा उच्च किमतीच्या कर्जाचे रूपांतर कमी किमतीच्या कर्जामध्ये करते, ज्यामुळे सरकारवरील एकूण व्याजाचा भार कमी होतो.

९) जोखीम व्यवस्थापन :

आरबीआय सार्वजनिक कर्जाशी संबंधित जोखीम कमी करण्यासाठी जोखीम व्यवस्थापन तंत्र वापरते, जसे की व्याजदर जोखीम आणि पुनर्वित्त जोखीम.

१०) बाजार विकास :

नवीन साधने सादर करून, तरलता वाढवून आणि गुंतवणूकदारांचा आधार वाढवून सरकारी रोखे बाजाराच्या विकासावर आरबीआय लक्ष केंद्रित करते.

१.२.३ बँकांची बँक म्हणून रिझर्व्ह बँक :

रिझर्व्ह बँक ही भारतातील सर्व सुचित बँकांची बँक म्हणून कार्य करते. भारतीय रिझर्व्ह बँक कायदयातील कलम ४२ (६) मधील तरतुदींची पूर्तता करणाऱ्या व्यापारी बँका, परकीय व्यापारी बँका, सहकारी बँका व प्रादेशिक ग्रामीण बँका याचा रिझर्व्ह बँक कायद्यातील दुसऱ्या सुचीत सामावेश होतो. तर तरतुदींची पूर्तता करण्यात एखादी बँक अपयशी ठरली, तर अशा बँकेस रिझर्व्ह बँक सुचीतून वगळून टाकते. भारतातील सर्व बँकांना रोख निधी गुणोत्तर किमान टक्केवारीपर्यंत ठेवणे बंधनकारक आहे. यासाठी रिझर्व्ह बँक पुढील बाबींचे नियमन करते.

१) पतपैसा पुरवण्याचे नियमन करणे.

२) व्यापारी बँकांच्या रोख निधीचा कस्टडीयन म्हणून कार्य करणे.

३) देशातील बँकिंग प्रणालीस सामर्थ्य प्रदान करणे.

४) बँकांच्या तरलता व्यवस्थापनावर प्रभावीपणे नियंत्रण ठेवणे.

५) बँका जेव्हा अरिष्टात असतात तेव्हा वेळेवर वित्तीय सहाय्य पुरविणे.

६) लोकहिताच्या दृष्टीने कर्ज धोरणांची आखणी करण्यासाठी बँकांना मार्गदर्शन करणे.

७) देशातील पत व्यवस्थित लवचिकता निर्माण करण्याच्या दृष्टीने हमी घेणे.

८) सदस्य बँकांमध्ये निधींचे त्वरीत हस्तांतर घडवून आणणे.

अ) पत नियंत्रण :

भारतीय रिझर्व्ह बँक ही बँकांची बँक म्हणून पतनियंत्रणाचे कार्य पार पाडते. भारतासारख्या नियोजित अर्थव्यवस्थेचा स्वीकार करणाऱ्या देशात मध्यवर्ती बँकेचे पतनियत्रंण विषयक कार्य महत्वाचे मानले जाते. पुढील मुद्द्यांच्या आधारे त्याचा आढावा घेता येईल.

१) पतनियंत्रणाची उद्दिष्टे :

पुढील उद्देशांनी पतनियंत्रणाची प्रक्रिया राबविली जाते.

i) अंतर्गत किंमत पातळीत स्थैर्य :

अंतर्गत किंमत पातळीत होणाऱ्या मोठ्या प्रमाणावरील चढ-उतारामुळे देशाच्या अर्थव्यवस्थेवर गंभीर स्वरूपाचे परिणाम होतात. अर्थव्यवस्थेतील आर्थिक व्यवहारात सहभागी होणाऱ्या अनेक घटकांना किंमत पातळीतील चढ-उतारांमुळे त्रास होतो. त्यामुळेच अंतर्गत किंमत पातळीत स्थैर्य राखणे हे पतनियंत्रणाचे महत्त्वाचे उद्दिष्ट आहे. पतपैशाचा पुरवठा गरजेपेक्षा अधिक झाल्यास किंमत पातळीत वाढ होते आणि पतपैशाचा पुरवठा आवश्यकतेपेक्षा कमी झाल्यास किंमत पातळीत घट होते. पतनियंत्रणाद्बारे पतपैशाचा गरजेच्या प्रमाणात पुरवठा होईल, असा प्रयत्न करून किंमत पातळीत स्थैर्य राखण्याचा प्रयत्न केला जातो.

ii) व्यापार चक्राचे नियंत्रण :

अर्थव्यवस्थेतील आर्थिक व्यवहारात होणारे चढ-उतार म्हणजेच व्यापार चक्र नियंत्रित करणे हे पतनियंत्रणाचे उद्दिष्ट आहे. व्यापार चक्रामुळे अर्थव्यवस्थेत तेजी किंवा मंदीची स्थिती निर्माण होऊन आर्थिक अस्थैर्य निर्माण होते. तेजीच्या काळात पतपैशाच्या परिमाणात विस्तार घडून आलेला असतो आणि उत्पादन, रोजगार व किंमती

यात वाढ झालेली असते. याउलट मंदीच्या काळात पतपैशाच्या परिमाणात संकोच घडून आलेला असतो आणि उत्पादन, रोजगार व किंमती यात घट झालेली असते. मध्यवर्ती बँक तेजीच्या काळात बँक पतपैशाचा संकोच करून आणि मंदीच्या काळात बँक पतपैशाचा विस्तार करून अशा प्रकारचे चक्रीय चढ-उतार नियंत्रित करू शकते.

iii) विनिमय दराचे स्थैर्य :

अंतर्गत किंमत पातळीतील बदलाचा देशाच्या आयात-निर्यातीवर परिणाम होतो. जेव्हा किमती घटतात तेव्हा निर्यातीत वाढ होते व आयातीत घट होते. त्यामुळे परकीय बाजारात देशांतर्गत चलनाची मागणी वाढून विनिमय दरात वाढ होते. याउलट देशांतर्गत किमतीतील वाढीमुळे निर्यातीत घट व आयातीत वाढ होते. त्यामुळे परकीय चलनाच्या मागणीत वाढ होऊन देशांतर्गत चलनाचा विनिमय दर कमी होतो. पतपैशाच्या परिमाणातील बदलामुळे किंमत पातळीत बदल होतो. त्यामुळे मध्यवर्ती बँक पतनियंत्रणाद्वारे पतपैसा व किंमत पातळी नियंत्रित करून विनिमय दराचे स्थैर्य राखण्याचा प्रयत्न करते.

iv) सोन्याच्या बहिर्गामी प्रवाहास प्रतिबंध :

मध्यवर्ती बँकेने देशातील सोन्याचा राखीव साठा धारण केलेला असतो. बँक पतपैशाचा विस्तार होतो तेव्हा किमती वाढून निर्यातीत घट व आयातीत वाढ होते. त्यामुळे व्यवहारतोल प्रतिकूल होतो. त्यामुळे इतर देशांना सोन्याची निर्यात करणे गरजेचे ठरते. अशा प्रकारे इतर देशांकडे होणाऱ्या सोन्याच्या बहिर्गामी प्रवाहास प्रतिबंध घालण्यासाठी मध्यवर्ती बँकेस पतपैशाचे नियंत्रण करणे गरजेचे असते.

v) व्यावसायिक गरजांची पूर्तता :

बर्गेस (Burgess) यांच्या मते, व्यवसायाच्या आकारमानाच्या प्रमाणात पतपैशाचे आकारमान जुळवून घेणे हे पतनियंत्रणाचे एक महत्त्वाचे उद्दिष्ट आहे. व्यापार व उद्योगांच्या गरजा भागविण्यासाठी पतपैशाची आवश्यकता असते. व्यवसायाचा विस्तार होतो, तेव्हा अधिक पतपैशाची गरज भासते आणि जेव्हा व्यवसायाचा संकोच होतो तेव्हा कमी प्रमाणात पतपैशाची आवश्यकता असते. मध्यवर्ती बँक पतनियंत्रणाच्या आधारे व्यावसायिक गरजांची पूर्तता करू शकते.

vi) स्थैर्यासह वृद्धी :

अलीकडील काळात स्थैर्यासह वृद्धी साध्य करणे हे पतनियंत्रणाचे हे प्रमुख उद्दिष्ट मानले जाते. किंमत स्थैर्य, परकीय विनिमय दर स्थैर्य वगैरे इतर उद्दिष्टे दुय्यम समजली जातात. अर्थव्यवस्थेत चलनवाढ व व्यवहारतोलातील तूट टाळून पूर्ण रोजगार आणि स्थैर्यासह वृद्धी साध्य करणे हे पत नियंत्रणाचे ध्येय आहे.

vii) नाणेबाजाराचे स्थिरीकरण :

काही अर्थशास्त्रज्ञांच्या मते, अर्थव्यवस्थेतील नाणेबाजाराचे स्थिरीकरण हे मध्यवर्ती बँकेच्या पतनियंत्रण धोरणाचे ध्येय असले पाहिजे. हे उद्दिष्ट साध्य करण्यासाठी मध्यवर्ती बँकेने निधीच्या मागणीत होणारे हंगामी चढ-उतार निष्फळ केले पाहिजेत. प्रत्येक वेळी पैशाच्या मागणी व पुरवठ्यात समतोल साधला जाईल, अशा पद्धतीने मध्यवर्ती बँकेने पतनियंत्रण केले पाहिजे.

२) पतनियंत्रणाच्या पद्धती :

पतनियंत्रणासाठी मध्यवर्ती बँकेकडून वापरण्यात येणाऱ्या प्रमुख पद्धतींची (किंवा साधनांची) विभगाणी **I)** संख्यात्मक किंवा सर्वसाधारण पद्धती आणि **II)** गुणात्मक किंवा निवडक पद्धती या प्रकारात केली जाते.

I) संख्यात्मक किंवा सर्वसाधारण पतनियंत्रण पद्धती :

संख्यात्मक पद्धतीद्वारे पतपैशाच्या एकूण संख्येत बदल केला जातो. याचाच अर्थ संख्यात्मक पद्धतीने अर्थव्यवस्थेतील पतपैशाची एकूण संख्या किती असावी हे ठरविले जाते. या पद्धतीच्या आधारे आवश्यकतेनुसार पतपैशाचा विस्तार किंवा संकोच घडवून आणला जातो.

i) बँक दर धोरण :

मध्यवर्ती बँक देशातील व्यापारी बँकांना ज्या दराने कर्जपुरवठा करते, तो किमान दर म्हणजे बँक दर होय. बँक दरास वटवणूक दर असेही म्हणतात.

चलनवाढीच्या परिस्थितीत किमती कमी करण्याची गरज असते. अशा वेळी बँक दरात मध्यवर्ती बँक वाढ करते. त्यामुळे व्यापारी बँकांना कर्ज अधिक दराने मिळून त्यांना आपल्या कर्जावरील व्याजाचा दर वाढवावा लागतो. त्यामुळे कर्जाचे प्रमाण कमी होऊन पतनिर्मिती कमी होते. एकूण पैशाच्या पुरवठ्यात घट होऊन चलनवाढीची स्थिती आटोक्यात येते. याउलट चलनघटीच्या किंवा मंदीच्या परिस्थितीत बँक दरात घट केली जाते. त्यामुळे व्यापारी बँकांना कमी व्याज दराने कर्ज उपलब्ध होऊन त्या बँका कमी व्याज दराने ग्राहकांना कर्ज देतात, त्यामुळे पतपैशात वाढ होते.

ii) खुल्या बाजारातील व्यवहार :

खुल्या बाजारातील व्यवहार हे चलनविषयक धोरणाचे किंवा पतनियंत्रणाचे दुसरे एक महत्त्वाचे साधन आहे. खुल्या बाजारातील व्यवहार म्हणजे मध्यवर्ती बँकेकडून जाणीवपूर्वक प्रत्यक्ष करण्यात येणारी कर्जरोख्याची विक्री आणि खरेदी होय.

कर्जरोख्यांच्या खुल्या बाजारातील मध्यवर्ती बँकेकडून करण्यात येणाऱ्या कर्जरोख्यांच्या विक्रीमुळे पतपैसा कमी होतो आणि व्यवहारातील पैशाची संख्या ही कमी होते. याउलट जेव्हा मध्यवर्ती बँक खुल्या बाजारात कर्जरोख्याची खरेदी करते व खरेदीची रक्कम बँका किंवा बँकांचे ग्राहक यांना धनादेशाने देते, तेव्हा व्यापारी बँकांकडील ठेवीत वाढ होऊन व्यापारी बँकांच्या पतनिर्मितीच्या क्षमतेत वाढ होऊन पतपैशात वाढ होते.

iii) रोख राखीव निधी प्रमाणात/गुणोत्तरात बदल :

मध्यवर्ती बँक रोख राखीव निधीच्या प्रमाणात वाढ करते, तेव्हा व्यापारी बँकांना आपल्या ठेवीपैकी अधिक भाग रोख राखीव निधीच्या रूपात ठेवावा लागतो. त्यामुळे कर्ज देण्यासाठी उपलब्ध असलेल्या निधीत घट होते. पतनिर्मितीच्या प्रमाणात घट होऊन पतसंकोच होतो. याउलट रोख राखीव निधीच्या प्रमाणात घट केली जाते, तेव्हा व्यापारी बँकांना अधिक निधी कर्ज देण्यासाठी उपलब्ध होतो. त्यातून पतनिर्मितीत वाढ होऊन पतविस्तार होतो.

II) गुणात्मक किंवा निवडक पतनियंत्रण पद्धती :

पतनियंत्रणाच्या गुणात्मक पद्धतीने पतपैशाचा वापर व दिशा यावर नियंत्रण ठेवले जाते. गुणात्मक किंवा निवडक पद्धतींच्या आधारे पतपैशाचा प्रवाह अर्थव्यवस्थेतील योग्य त्या क्षेत्राकडे वळविला जातो. या पद्धतीने पतपैशाच्या एकूण संख्येवर नियंत्रण ठेवले जात नाही. विशिष्ट उद्योग किंवा व्यवसायातील पतपैशाचा प्रवाह नियंत्रित करणे हे या पद्धतीचे प्रमुख उद्दिष्ट आहे.

निवडक पतनियंत्रणाची काही प्रमुख उद्दिष्टे पुढीलप्रमाणे आहेत.

i) अनावश्यक आणि आर्थिक दृष्टीने कमी तातडीच्या वापराकडून अधिक आवश्यक आणि आर्थिक दृष्टीने अधिक तातडीच्या वापराकडे पतपैसा वळविणे.

ii) संपूर्ण अर्थव्यवस्थेवर परिणाम न करता अर्थव्यवस्थेतील विशिष्ट क्षेत्राचे नियंत्रण करणे.

iii) हप्ताबंदीने मिळणाऱ्या टिकाऊ उपभोग्य वस्तूवरील उपभोक्त्यांकडून करण्यात येणाऱ्या अतिरिक्त खर्चास आळा घालणे.

iv) देशाचा प्रतिकूल व्यवहारतोल दुरुस्त करणे हे ही निवडक पतनियंत्रणाचे उद्दिष्ट आहे. देशाची निर्यात वाढविण्यासाठी निर्यात उद्योगांना कमी दराने पतपुरवठा करून मध्यवर्ती बँक हे साध्य करू शकते.

vi) खासगी बँकेतर वित्तीय संस्थांनी निर्माण केलेला पतपैसा मध्यवर्ती बँकेच्या नियंत्रणाखाली आणले.

वेगवेगळ्या देशातील मध्यवर्ती बँकांकडून सर्वसाधारणपणे वापरण्यात येणारे निवडक पतनियंत्रणाचे प्रकार पुढीलप्रमाणे आहेत.

१) सीमा आवश्यकता :

व्यापारी बँका तारणाच्या आधारावर कर्ज देतात. मात्र, तारणाच्या मूल्यापेक्षा कमी कर्ज दिले जाते. तारण व कर्ज यातील फरक म्हणजेच सीमा निश्चित करण्याचे अधिकार मध्यवर्ती बँकेस असतात. तारण व कर्ज यातील फरक कमी-जास्त करून मध्यवर्ती बँक पतनियंत्रण करू शकते.

२) ग्राहक कर्ज विनियमन :

ग्राहक कर्ज विनियमनात विशिष्ट टिकाऊ उपभोग्य वस्तूची हप्त्याने खरेदी करताना दिली जाणारी रक्कम व हप्त्याचा कालावधी यासंबंधीच्या नियमांचा समावेश होतो. रक्कम देण्याचा कमाल कालावधी कमी करणे आणि हप्त्याची रक्कम वाढविणे, यामुळे अशा प्रकारच्या कर्जाची मागणी कमी होऊन ग्राहक कर्जास आळा बसतो.

३) आदेशाद्वारा नियंत्रण :

मध्यवर्ती बँक आदेशाद्वाराही पतनियंत्रण करते. व्यापारी बँकांनी किती प्रमाणात कोणकोणत्या क्षेत्रांना व कोणकोणत्या कारणासाठी कर्ज द्यावे, तसेच कोणत्या तारणावर कर्ज द्यावे, यासंबंधी आदेश देऊ शकते.

४) कर्जाचे नियंत्रित वाटप :

कर्जाचे नियंत्रित वाटप हे मध्यवर्ती बँकेकडून वापरण्यात येणारे निवडक पतनियंत्रणाचे साधन असून, त्याद्वारे व्यापारी बँकांकडून कर्ज कोणत्या कारणासाठी दिले जाते, यावर नियंत्रण ठेवले जाते. या साधनाद्वारे मध्यवर्ती बँकेकडून वित्तीय साधनसामग्री आवश्यक त्या क्षेत्राकडे वळविली जाते.

५) नैतिक मनधरणी आणि प्रसिद्धी :

व्यापारी बँकांनी सट्टेबाजीच्या किंवा अनावश्यक स्वरूपाच्या कार्यासाठी कर्ज देऊ नये, यासंबंधी मध्यवर्ती बँक त्यांना विनंती करू शकते. नैतिक मनधरणी हे पतनियंत्रणाचे मानसशास्त्रीय साधन आहे, तसेच आधुनिक काळात मध्यवर्ती बँक पत व्यवस्थेत वाईट व हानीकारक काय आहे आणि बँकांच्या दृष्टीने चांगले धोरण कोणते आहे, याला मोठ्या प्रमाणात प्रसिद्धी देऊन बँक व्यवसाय पद्धतीवर नैतिक दबाव आणू शकते.

६) प्रत्यक्ष कारवाई :

मध्यवर्ती बँक ज्या व्यापारी बँकांचे पतविषयक धोरण सर्वसाधारण चलनविषयक धोरणाला अनुसरत नाही त्यांना पुनर्वटवणूक सुविधा नाकारू शकते, अशा बँकांना अधिक कर्ज देण्यास नकार देऊ शकते, तसेच अशा बँकांच्या कर्जावर दंडात्मक व्याज दर आकारू शकते.

ब) अंतिम धनको :

रिझर्व्ह बँक ही केवळ व्यापारी बँकांच्या ठेवींवर नियंत्रण ठेवण्याचेच कार्य पार पाडत नाही तर त्यांना अडचणींच्या वेळेस वित्तीय मदत देखील करते. त्यामुळे रिझर्व्ह बँकही अंतिम धनको आहे. पुढील मुद्द्यांच्या आधारे याचा परामर्श घेता येईल.

१) व्यापारी पत्रांवर पुर्नवित्तपुरवठा व पुर्नसवलत :

भारतीय रिझर्व्ह बँक कायदा, १९३४ मधील कलम १७ अन्वये रिझर्व्ह बँक विनिमयपत्र, वचनपत्र इतर व्यापारी पत्रांवर पुर्नवित्तपुरवठा व पुर्नसवलत देवू शकते. प्रामुख्याने सुचित व्यापारी बँकांना असे सहाय्य पुरवले जाते.

२) सुचित व्यापारी बँकांना पुर्नवित्तपुरवठा :

रिझर्व्ह बँक सुचित व्यापारी बँकांना पुर्नवित्तपुरवठा करते.सुचित व्यापारी बँकांनी प्राध्यन्य क्षेत्रांना कर्जपुरवठा करावा हा त्यासाठी मागील उद्देश असतो.

३) कर्जपुरवठा :

सहकार क्षेत्रातील बँकांना प्रोत्साहण देण्यासाठी रिझर्व्ह बँक त्यांना कर्ज पुरवठा करत असते. व्यापारी बँका जेव्हा अरिष्टांमध्ये असतात तेव्हा त्यांना देखील रिझर्व्ह बँकेद्वारे कर्जपुरवठा केला जातो.

४) पत देखरेख व पैसापुरवठा :

रिझर्व्ह बँक ही पत देखरेख आणि पैसा पुरवठा याबाबत देखील कार्य पार पाडते. पत पैशाच्या आकारमानावर रिझर्व्ह बँकेस नियंत्रण ठेवावे लागते. त्यासाठी व्यापारी बँकांनी तरल व वैधानिक निधी जतन करण्याबाबतचे निकष रिझर्व्ह बँक प्रस्तुत करते.

५) किमान रोख मर्यादांची तपासणी :

बँक व्यवसाय नियमन कायदा, १९४९ मधील तरतुदीनुसार प्रत्येक सुचित बँकेने आपल्या मागणी दायित्वाच्या ५% व काळ दायित्वाच्या २% राखीव निधी जतन करावा लागतो. १९६२ च्या दुरुस्तीद्वारे मागणी दायित्व व काळ दायित्वाची मर्यादा वगळण्यात आली व बँकांनी एकूण ठेव दायित्वाच्या ३% रोख निधी जतन करावा अशी तरतूद करण्यात आली. ही मर्यादा रिझर्व्ह बँक बदलु शकते.

१.२.४ भारतीय रिझर्व्ह बँक परदेशी राखीव निधींची रक्षक/व्यवस्थापक :

भारतीय रिझर्व्ह बँक ही भारताच्या परकीय चलन राखीव निधींची रक्षक आहे. ती रुपयाचे बाह्य मूल्य कायम आणि स्थिर ठेवते. विनिमय नियंत्रणांची आणि शासनाद्वारे लागू केलेल्या इतर निर्बंधांची व्यवस्था पाहते, व परकीय चलन साठा सांभाळते. सुरुवातीला विनिमय दर स्थिरता ही ब्रिटिश चलनाच्या स्थिर दराने विक्री आणि खरेदीच्या मार्फत राखली जात होती. परंतु नंतर १९४७ मध्ये जेव्हा भारत आंतरराष्ट्रीय मुद्रानिधी (IMF) चा सदस्य झाल्यानंतर ब्रिटिश चलनापासून, रुपयाला वेगळे करण्यात आले आणि ते एक 'बहुपक्षीय परिवुर्तनीय चलन' बनले. त्यामुळे विनिमय स्थिरतेचे उद्दिष्ट प्राप्त करण्यासाठी रिझर्व्ह बँक आता फक्त ब्रिटिश चलनच नाही तर विदेशी चलनेसुद्धा विकते आणि खरेदी करते. रिझर्व्ह बँक परकीय चलनाचे खरेदी आणि विक्रीचे दर ठरविते. विदेशी देशांसाठीची सर्व भारतीय प्रेषणे आणि भारतासाठीची विदेशी प्रेषणे ही रिझर्व्ह बँकेमार्फत केली जातात. बाह्य क्षेत्राशी संबंधित भारतीय रिझर्व्ह बँकेच्या कार्याला खालील परिमाणे आहेत.

१) परकीय चलन नियंत्रणाची व्यवस्था पाहणे.

२) विनिमय दर प्रणाली निवडणे आणि रुपया व इतर चलनामधील विनिमय दर ठरविणे.

३) विनिमय राखीव दर ठरविणे.

४) ब्रिटिश चलन क्षेत्राच्या चलनविषयक अधिकाऱ्यांशी समस्या पार पाडण्यासंदर्भात संवाद साधणे. यामध्ये आशियाई संशोधन संघटना व इतर देश आणि IMF (आंतरराष्ट्रिय मुद्रानिधी) जागतिक बँक आणि आशियाई विकास बँक यांचा समावेश होतो.

१) खुल्या बाजार परिचलनाद्वारे परकीय चलन जमा करणे :

भारतीय रिझर्व्ह बँक खुल्या बाजार प्रक्रियेतील अधिकृत वितरकांकडून परकीय चलन खरेदी करुन जमा करते. परकीय चलन प्राप्त करण्याचे दुसरे एक साधन म्हणजे परकीय चलन साठ्यांचे योगय पद्धतीने उपयोजन होय. भारतीय रिझर्व्ह बँक ज्या प्रकारच्या साधनांमध्ये पैसे गुंतवु शकते ते भारतीय रिझर्व्ह बँक अधिनियमामध्ये निर्धारित केले आहे. सरकारकडून जी मदत मिळते ती साठ्याचा भाग बनते.

२) परिस्थितीवर आधारित परकीय चलनांची खरेदी आणि विक्री :

भारतीय रिझर्व्ह बँक परकीय चलन साठ्याची रक्षक म्हणून कार्य करते. पुरेशा प्रमाणातील साठा हा विदेशी विनिमय दर राखण्यासाठी मदत करतो. दूरांमधील अनावश्यक चढउतार कमी करण्यासाठी रिझर्व्ह बँक परिस्थितीवर आधारित परकीय चलनांची खरेदी आणि विक्री करु शकते ही बाजारातील परकीय चलनांची खरेदी आणि विक्री ही व्यावसायिक बँकांसारखी केली जाते.

३) पुरेसा साठा तयार करणे :

भारतीय रिझर्व्ह बँकेचा हेतू हा नफा वसुली असणार नाही. ती परकीय चलनाची खरेदी पुरेसा साठा तयार करण्यासाठी करु शकते किंवा भारतामधील परकीय चलनाच्या आकस्मिक अंतःप्रवाहामुळे रुपायाच्या किंमतीत झालेली अनधिकृत वाढ थांबविण्यासाठी करु शकते.

४) विविध प्रकारच्या चलनांच्या गुंतवणुकीचे संतुलन राखणे :

भारतीय रिझर्व्ह बँक परिस्थिती आणि गरजांवर आधारित विविध आंतरराष्ट्रीय चलनांमध्ये निर्देशित केलेली गुंतवणुकीची निवेश सूची बदलण्यासाठी आंतरराष्ट्रीय बाजारपेठेतून परकीय चलनांची खरेदी आणि विक्री करु शकते.

५) भारतीय आंतरराष्ट्रीय चलनसाठ्याची रक्षक म्हणून कार्य :

रुपायाचा विनिमय दर राखण्याखेरीज रिझर्व्ह बँकेला भारताच्या आंतरराष्ट्रीय चलनासाठ्याची रक्षक महणून कार्य करावे लागते. बँकेकडून ब्रिटिश चलनाची अफाट शिल्लक ही प्राप्त केली आणि व्यवस्थापित केली जात होती. भारतीय रिझर्व्ह बँकेकडे विनिमय नियंत्रणे व्यवस्थपित करण्याची जबाबदारी देखील असते.

रोजच्या घटनांवर आधारित जसे की, शासित विनिमय दर चलनांचा अंतःप्रवाह आणि निचरा, भारतीय रिझर्व्ह बँकच्या परकीय चलन मत्तेचे मूल्य जो भारताच्या परकीय चलनासारख्याचा एक मोठा भाग असतो ते बदलू शकते.

१.२.५ प्रवर्तनात्मक किंवा विकासात्मक कार्ये :

मध्यवर्ती बँक म्हणून जी कार्ये पार पाडणे आवश्यक आहे ती कार्ये रिझर्व्ह बँक पार पाडते. पण त्याचबरोबर विकासात्मक व प्रोत्साहनात्मक कार्येही मध्यवर्ती बँक करते. रिझर्व्ह बँकेची विकास व प्रोत्साहनात्मक कार्ये पुढीलप्रमाणे :

१) विकासास मदत :

रिझर्व्ह बँक विकासास मदत करण्याचे बहुमूल्य कार्य करते. आर्थिक वृद्धीसाठी वित्तीय सुविधा उपलब्ध करून या बँकेने वृद्धीच्या प्रक्रियेस हातभार लावलेला आहे. ठेव विमा महामंडळ, शेती पुनर्वित्त आणि विकास महामंडळ, भारतीय औद्योगिक वित्त महामंडळ, राज्य वित्त महामंडळे अशा विविध वित्तीय संस्था स्थापना होण्यास रिझर्व्ह बँकेची मदत झालेली आहे. त्यामुळे शेती व औद्योगिक क्षेत्राच्या प्रगतीस मदत होऊन आर्थिक विकासास हातभार लागत आहे.

२) सल्ला व प्रशिक्षण सुविधा :

शेती क्षेत्रातील सहकारी पत चळवळीला रिझर्व्ह बँकेची मदत झालेली आहे. सहकारी चळवळीच्या दृष्टीने योग्य तो सल्ला व प्रशिक्षण सुविधा उपलब्ध करण्याचे कार्य रिझर्व्ह बँक करते. त्यामुळे देशात सहकारी चळवळीचा विकास व शेती क्षेत्राला मोठ्या प्रमाणात वित्तपुरवठा होऊन शेती क्षेत्राच्या विकासास हातभार लागलेला आहे.

३) ग्रामीण भागात बँकांचा विस्तार :

ग्रामीण भागातील लोकांना बँकांच्या सुविधा उपलब्ध होण्यासाठी ग्रामीण भागात बँकांचा विस्तार करण्याचे कार्य रिझर्व्ह बँकेने केलेले आहे. आज ग्रामीण भागात अनेक बँकांच्या शाखा सुरू करण्यात आलेल्या आहेत.

४) बचतीस प्रोत्साहन :

देशातील अधिकाधिक लोकांमध्ये व विशेषत: ग्रामीण भागातील लोकांमध्ये बँकेमार्फत व्यवहार करण्याची सवय विकसित करण्याच्या दृष्टीने रिझर्व्ह बँक कार्य करते. लोकांमध्ये बचतीची सवय विकसित करण्याचे कार्यही या बँकेकडून केले जाते. अनेक वित्तीय संस्थांची स्थापना करून बचतीत वाढ करण्याचे व बचत गतिशील करून शेती व औद्योगिक क्षेत्रास वित्तपुरवठा उपलब्ध करण्याचे कार्य ही बँक करीत आहे.

१.३ रिझर्व्ह बँकेचे व्यापारी बँकांवरील नियंत्रण व देखरेख :

बँक व्यवसाय नियमन कायदा, १९४९ आणि भारतीय रिझर्व्ह बँक कायदा, १९३४ मधील तरतुदींनुसार रिझर्व्ह बँक ही देशातील सर्वोच्च नियामक यंत्रणा असेल त्यानुसार रिझर्व्ह बँक देशातील सर्व बँका वित्तीय संस्थांचे नियमन करते. तपासणीद्वारे रिझर्व्ह बँक ही बँका व वित्तीय संस्थांचे पर्यवेक्षण करते. पर्यवेक्षण व नियंत्रण या पाठीमागे ठेवीदारांच्या हितसंबंधांचे संवर्धन करणे हा रिझर्व्ह बँकेचा पारंपरिक उद्देश होता. मात्र १९९० नंतरच्या आर्थिक सुधारणांच्या काळात भारतीय वित्तीय प्रणालीस कार्यक्षम बनविणेहा व्यापक उद्देश नियंत्रण व पर्यवेक्षणापाठीमागे असलेला दिसतो. बँकांच्या वित्तीय कार्यक्षमतेत सुधारणा घडवून आणण्यातून त्यांना आर्थिक अरिष्टांचा सामना करणे शक्य होत असते.

१.३.१ व्यापारी बँकांवरील नियंत्रण व देखरेख :

व्यापारी बँकांचे नियमन व देखरेख करण्यासाठी रिझर्व्ह बँकेचे विभाग कार्यरत असलेले दिसतात. त्यांची माहिती पुढील प्रमाणे जाणून घेता येईल.

अ) बँकिंग पर्यवेक्षण विभाग (DBS) :

बँकिंग पर्यवेक्षण विभाग हा व्यापारी बँकांच्या पर्यवेक्षणासंदर्भात पुढील भूमिका पार पाडतो.

१) विविध प्रकारच्या वित्तीय संस्थांसाठी स्वायत्त अशा तपासणी कार्यक्रमाची आखणी करणे.

२) सुचित आणि ऑफ साइट तपासणी ऑन साईट तपासणी पाठपुरावा आणि तक्रारी यासंदर्भात कार्य करणे.

३) वैयक्तिक लेखापरिक्षक व विशेष लेखापरीक्षक यांच्या नेमणुकीबाबतचे निकष निर्धारित करणे तसेच लेखांकन कामगिरी व प्रगटीकरण मानके यांची देखरेख करणे.

४) वित्तीय क्षेत्रातील अफरातफरी संदर्भात कार्य करणे.

५) नियमांची अंमलबजावणी करण्यासाठी पर्यवेक्षण हस्तक्षेप करणे.

ब) बिगर–बँकिंग पर्यवेक्षण विभाग (NBS) :

बिगर बँकिंग पर्यवेक्षण विभागास पुढील जबाबदाऱ्या पार पाडाव्या लागतात.

१) बिगर बँकिंग वित्तीय कंपन्यांसाठी नियामक चौकटीचे निर्धारण व त्यांची दिशा या संदर्भात रिझर्व्ह बँक कायद्यातील भाग III-B चे प्रशासन सांभाळणे.

२) असंयुक्त यंत्रणा,चिट फंड आणि पैसा अभिसरण योजना यासंदर्भात रिझर्व्ह बँक कायद्यातील भाग खखख–उ चे प्रशासन सांभाळणे.

३) बिगर बँकिंग वित्तीय संस्थांची ओळख व वर्गीकरण करणे.

४) रिझर्व्ह बँक कायद्यातील कलम ४५ – IA ला अनुसरून बिगर –बँकिंग वित्तीय संस्थांची नोंदणी करणे.

५) अशा वित्तीय संस्थांची ऑन साईट तपासणी करणे व त्यांचा पाठपुरावा करणे.

६) अशा वित्तीय संस्थांची ऑफ साईट तपासणी करणे व विविध परताव्यांची चौकशी करणे.

७) बिगर बँकिंग वित्तीय संस्था क्षेत्रातील तक्रारींची दखल घेणे.

८) गैरकारभारांना थारा देणाऱ्या कंपनीवर योग्य ती कारवाई करणे.

१.३.२ बँकांना परवाना :

भारतातील बँकिंग व्यवसायावर रिझर्व्ह बँकेचे सखोल नियंत्रण असते. बँकिंग कायद्याच्या कलम २२ नुसार, ''सर्व बँकिंग कंपन्यांना व्यवसाय सुरू करण्याआधी रिझर्व्ह बँकेकडून परवाना घेणे आवश्यक असते.'' कायद्यामध्ये उल्लेख केलेल्या अटींचे बँकांना पालन करावे लागते. त्या अटी खालीलप्रमाणे :

अ) परवान्याच्या अटी :

१) ठेवींच्या रकमा परत करण्याची क्षमता :

बँकिंग कंपन्यांकडे मुदत पूर्ण होताच सर्व विद्यमान किंवा भविष्यातील ठेवींची रक्कम परत करण्याची क्षमता असावी.

२) ठेवीदारांच्या हिताचे रक्षण :

बँकिंग व्यवसाय करणाऱ्या कंपन्या विद्यमान किंवा भावी ठेवीदारांच्या हिताच्या रक्षणाच्या दृष्टीनेच चालवाव्यात.

३) बँकांनी पूर्वग्रहदूषित असू नये :

बँकांचे प्रस्तावित व्यवस्थापन सार्वजनिक हितास किंवा ठेवीदारांच्या हितास पूर्वग्रहांमुळे बाधक नसावे.

४) भांडवलाची पर्याप्तता :

बँकेची भांडवल रचना पर्याप्त असावी आणि वाजवी अर्थार्जनाची बँकेकडे क्षमता असावी.

५) नवीन शाखा उघडण्यामागील उद्दिष्टे :

बँकेची नवीन शाखा उघडताना किंवा नवीन कार्यालय सुरू करताना जनतेचे हित लक्षात घेणे आवश्यक आहे.

६) मूळ उद्दिष्टांची सुसंगतता :

प्रस्तावित बँकेचे धोरण आर्थिक विकास आणि वित्तीय स्थैर्य या रिझर्व्ह बँकेच्या धोरणांशी सुसंगत असावे.

i) जनहिताचे रक्षण :

भारतातील बँकिंग व्यवसाय जनहिताच्या दृष्टीने चालवावेत.

ii) स्थानिक बँकांबद्दल भेदभाव नको :

परदेशी बँकांनी भारतात शाखा उघडल्या तर त्या देशातील सरकारे किंवा कायद्याने भारतातील बँकांबाबत भेदभाव दाखवू नये.

iii) कलम २२ मधील तरतुदींचे पालन :

बँकिंग व्यवसायाला लागू होणाऱ्या कायद्यातील सर्व तरतुदींचे पालन बँकांनी करावे.

७) विदेशी बँकांच्या बाबतीत भूमिका :

विदेशी बँकांच्या बाबतीत बँक व्यवसाय सुरू करण्याची परवानगी दिल्यामुळे लोकांचे हित साध्य होणे आवश्यक आहे. देशी बँका आणि विदेशी बँका यांच्यात भेदभाव होता कामा नये.

८) उत्पन्नाचे मार्ग :

परवाना दिलेल्या बँकांच्या उत्पन्नाचे संभाव्य मार्ग समाधानकारक असावेत याची रिझर्व्ह बँक खात्री करून घेते.

ब) नवीन शाखा उघडण्याबाबत रिझर्व्ह बँकेची भूमिका :

पूर्वपरवानगीची आवश्यकता :

बँकांमधील अनावश्यक स्पर्धा टाळण्यासाठी प्रत्येक बँकेला नवीन शाखा सुरू करण्यापूर्वी किंवा स्थलांतर करण्यापूर्वी परवानगी घेणे आवश्यक असते; परंतु त्याच शहरात/गावात/परिसरात म्हणजे ज्या ठिकाणी बँकेची शाखा अस्तित्वात आहे अशा ठिकाणी प्रदर्शन, परिषद, मेळा अथवा अशा प्रसंगी बँक सुविधा पुरविण्यासाठी तात्पुरती शाखा उघडण्याकरिता रिझर्व्ह बँकेकडून परवानगी घेण्याची गरज नसते.

बँकिंग कायद्याच्या कलम २३ नुसार, माहितीची आवश्यकता :

''भारतामध्ये व्यवसायाची नवीन शाखा उघडण्यासाठी किंवा विद्यमान व्यवसाय भारतात किंवा परदेशात दुसऱ्या ठिकाणी हलविण्यासाठी प्रत्येक बँकेला रिझर्व्ह बँकेची पूर्वपरवानगी घेणे आवश्यक आहे.''

अशी परवानगी देण्याआधी रिझर्व्ह बँकेस प्रस्तावित बँकेबद्दल खालील माहितीची आवश्यकता असते :

१) बँकेची आर्थिक परिस्थिती.
२) बँकेचा इतिहास.
३) व्यवस्थापनेचे सर्वसाधारण स्वरूप.
४) भांडवलाची पर्याप्तता.
५) उपार्जनाची शक्यता.
६) जनहित रक्षणाची संभाव्यता.

क) परवाना रद्द करण्याबाबत रिझर्व्ह बँकेची भूमिका :

खालील परिस्थितीमध्ये रिझर्व्ह बँक बँकेला दिलेला परवाना रद्द करू शकते.

१) बँकेने भारतातील व्यवसाय बंद करायचे ठरविले तर,
२) बँकिंग कायद्याखालील कलम २३ मधील अटींचे बँकेने पालन केले नाही तर.

रद्द करण्याबाबत अपील :

परवाना रद्द करण्याची कारवाई रिझर्व्ह बँकेकडून जेव्हा होते तेव्हा अशा बँकेला निर्णय समजल्यापासून ३० दिवसांच्या आत केंद्र शासनाकडे अपील करता येते; परंतु असे अपील केले नाही तर कायद्यातील कलम ४ मधील तरतुदींप्रमाणे रिझर्व्ह बँक निर्णय घेऊ शकते.

ड) परवाना देण्याआधी रिझर्व्ह बँकेच्या मार्गदर्शक सूचना :

परवाना देण्याआधी रिझर्व्ह बँक खालील विषयांबाबत बँकांना मार्गदर्शक सूचना देऊ शकते :

१) कर्जे देण्यामागील कारणे.
२) तारणावर कर्ज देताना राखीव निधीची रक्कम ठरविणे.
३) कोणत्याही व्यक्तीस किंवा कंपनीस कर्जाऊ म्हणून देण्यासाठी जास्तीतजास्त रक्कम निश्चित करणे.
४) कर्जे किंवा हमी देण्यासाठी व्याजदर किंवा इतर अटींची निश्चिती करणे.

बँकांना परवाने देण्याखेरीज रिझर्व्ह बँकेकडे बँकांची वेळोवेळी तपासणी करण्याचे, बँकांचे कामकाज योग्य रितीने चालविण्याची सूचना देण्याचे आणि व्यवस्थापनावर नियंत्रण ठेवण्याचे अधिकारही असतात.

अशा प्रकारे प्रस्तावित बँकिंग कंपनीची आर्थिक परिस्थिती समाधानकारक असेल तरच तिला व्यवसायाचा परवाना देण्यात येतो. परदेशी बँकांबाबतही रिझर्व्ह बँकेने परिपूर्ण माहिती करून घेणे व त्याविषयी समाधान व्यक्त करणे परवाना देण्याआधी महत्त्वाचे असते.

१.३.३ नवीन बँका उघडणे :

बँकांच्या राष्ट्रीयीकरणाची दोन टप्पे पार पडल्यानंतर स्थापन झालेल्या वित्तीय प्रणाली समितीने १९९१ मध्ये बँकिंग प्रणालीमध्ये अधिक स्पर्धा आणि कार्यक्षमता आणणे गरजेचे असल्याचे स्पष्ट केले होते. या समितीने अशी शिफारस केली की, भारतीय रिझर्व्ह बँकेने खासगी क्षेत्रामध्ये नवीन बँकांची स्थापना करण्यासाठी परवानगी द्यावी. त्याप्रमाणे १९९३ च्या जानेवारीमध्ये भारतामध्ये नवीन खासगी क्षेत्रातील बँकांच्या प्रवेशाबाबत रिझर्व्ह बँकेने मार्गदर्शक तत्त्वे प्रचलित केली. या मार्गदर्शक तत्त्वांप्रमाणे खासगी क्षेत्रातील बँकांच्या स्थापनेसाठी परवानगी देण्यात आली. त्यासाठी अशा बँकांचे दत्त भांडवल हे कमीतकमी १०० करोड एवढे असावे आणि इतर अटी घालण्यात आल्या.

अशा बँकांना रिझर्व्ह बँक ऑफ इंडिया ॲक्ट १९३४, बँकिंग नियमन कायदा, १९४९ आणि इतर संबंधित कायद्यांतील तरतुदींनुसार देखरेख केली जाते. रिझर्व्ह बँकेची ही मार्गदर्शक तत्त्वे जानेवारी २००१ मध्ये सुधारित केली गेली. या नवीन मार्गदर्शक तत्त्वांनुसार काही मार्गदर्शक सूचना या पूर्वीप्रमाणे तशाच ठेवल्या गेल्या ज्यामध्ये ४०% प्रवर्तकांचे भांडवलभाग, नवीन शाखा उघडण्याबाबतच्या सूचना त्याच होत्या.

नवीन बँका उघडण्यासंदर्भातील रिझर्व्ह बँकेचे नियमन आणि देखरेख :

प्रायोजित बँकांना इतर बँकांना लागू असलेले अग्रक्रम क्षेत्रीय कर्ज वाटप या संदर्भातील नियमांचे पालन करावे लागते. या नवीन मार्गदर्शक तत्त्वांतील बदल पुढीलप्रमाणे सांगता येतील :

१) सुरुवातीचे दत्त भांडवल :

कोणत्याही नव्याने सुरू होणाऱ्या बँकेचे आरंभीचे / सुरुवातीचे दत्त भांडवल २०० करोड रुपये असले पाहिजे. बँकेने व्यवसाय सुरू केल्यानंतरच्या तीन वर्षांमध्ये रु. ३०० करोड इतके असणे गरजेचे असते.

२) बँकेतर वित्तीय कंपन्यांचे रूपांतर :

बँकेतर वित्तीय कंपन्यांचे रूपांतर खासगी क्षेत्रातील बँकांमध्ये करण्यासाठी या मार्गदर्शक तत्त्वांप्रमाणे खालील निकष त्यांनी पूर्ण करणे आवश्यक असते.

अ) कमीतकमी २०० करोड रुपयांचे दत्त भांडवल.

ब) मागील वर्षीचे (क्रेडिट रेटींग) पत मूल्यमापन श्रेणी अअअ पेक्षा कमी असू नये.

क) १२% भांडवल पर्याप्तता आणि

ड) निव्वळ अनुत्पादक मालमत्तांचे प्रमाण ५% पेक्षा जास्त असू नये.

३) मोठ्या औद्योगिकगृहांनी नवीन बँका सुरू करू नयेत :

मोठ्या औद्योगिकगृहांनी नवीन बँका सुरू करू नयेत. मोठ्या औद्योगिकगृहांशी प्रत्यक्षपणे किंवा अप्रत्यक्षपणे जोडलेल्या स्वतंत्र कंपन्यांना खासगी क्षेत्रातील नवीन बँकांच्या भागभांडवलात जास्तीत जास्त १०% सहभाग घेण्यास परवानगी देण्यात आली. मात्र अशा संस्थांना त्या बँकेमध्ये नियंत्रणाचे अधिकार असणार नाहीत. अशा बँकांनी त्यांच्यात १०% पर्यंत गुंतवणूक करणाऱ्या प्रवर्तकांना आणि कंपन्यांना कोणतीही क्रेडिट सुविधा पुरविता कामा नये.

४) तज्ज्ञ प्रवर्तकांना प्राधान्य :

अशा नवीन बँकांची स्थापना करताना वित्तीय अग्रक्रम क्षेत्रात तज्ज्ञ प्रवर्तकांना अग्रक्रम दिला जातो. त्याचप्रमाणे ग्रामीण भागामध्ये आणि शेतीवर आधारित उद्योगांना वित्तसाहाय्य पुरविणाऱ्या बँका स्थापन करण्यात तज्ज्ञ असणाऱ्या व्यक्तींना प्रवर्तक म्हणून अशा नव्या बँकांमध्ये प्राधान्य देण्यात आले.

१.३.४ शाखांना परवाना :

बँकांच्या शाखांच्या विस्तारावर नियंत्रण हा रिझर्व्ह बँकेच्या नियामक कार्यातील अत्यंत महत्त्वाचा भाग आहे. अशा प्रकारे बँकांच्या शाखा विस्तारिकरणावर नियंत्रण आणण्याचे मूळ दुसऱ्या महायुद्धाच्या काळात देशात झालेल्या बँक शाखांच्या विस्तारापर्यंत जाते. या काळामध्ये शहरी भागात मोठ्या प्रमाणावर बँक कार्यालये उघडली गेली. ग्रामीण भागाकडे दुर्लक्ष करण्यात आले त्यामुळे देशातील मोठ्या भागापर्यंत एकतर बँकिंग सेवाच पोहोचली नाही आणि पोहोचली असेल तर ती अपर्याप्त अशी होती. भारतामध्ये व्यापारी बँकांना त्यांच्या शाखा उघडण्यास परवाना देण्याचे वैधानिक अधिकार द बँकिंग कंपनीज (रिस्ट्रीक्शन ऑफ ब्रॅन्चेस) ॲक्ट, १९४६ अन्वये भारतीय रिझर्व्ह बँकेला देण्यात आले. या कायद्यातील महत्त्वाच्या तरतुदीनंतर आलेल्या बँक नियमन कायदा, १९४९ च्या कलम २३ मध्ये अंतर्भूत करण्यात आपल्या. या तरतुदीनुसार बँकांना भारतामध्ये व्यवसायाची नवीन ठिकाणे निर्माण करण्यासाठी, त्यांच्या सध्याच्या ठिकाणांमध्ये बदल करण्यासाठी किंवा हंगामी / तात्पुरत्या स्वरुपाचे एखादे प्रशासकीय कार्यालय सुरू करण्यासाठी रिझर्व्ह बँकेची परवानगी घेणे आवश्यक असते.

भारतामध्ये स्थापन झालेल्या कंपनीला भारताबाहेर त्या बँकेची शाखा स्थापन करण्यासाठी आणि काही प्रकरणामध्ये एखाद्या बँकेचे भारताबाहेर असलेल्या शाखेचे ठिकाण बदलायचे असेल तर त्यासाठी भारतीय रिझर्व्ह बँकेची परवानगी घेणे आवश्यक असते.

बँकांमधील अनावश्यक स्पर्धा टाळण्यासाठी या कायद्यातील कलम २३ अनुसार भारतातील आणि विदेशातील प्रत्येक बँकेला नवीन शाखा सुरू करण्यापूर्वी तसेच शाखेचे स्थलांतर करण्यापूर्वी रिझर्व्ह बँकेची पूर्वपरवानगी घेणे आवश्यक आहे. असा पूर्व परवाना भारतीय बँकांनी विदेशात बँक व्यवसाय सुरू करण्यासाठी तसेच भारतीय बँकेच्या विदेशातील शाखांचे स्थलांतर करण्यासाठी रिझर्व्ह बँकेकडून घेणे आवश्यक आहे; परंतु त्याच शहरात/गावात/परिसरात म्हणजे जेथे त्या बँकेची शाखा आस्तित्वात आहे तेथे प्रदर्शन, परिषद, मेळा अथवा इतर अशाच प्रसंगी बँक सुविधा पुरविण्यासाठी तात्पुरती शाखा उघडण्यासाठी रिझर्व्ह बँकेकडून परवाना काढण्याची गरज नसेल.

बँक व्यवसाय करणाऱ्या कंपनीचा नवीन शाखा उघडण्यासाठीचा अर्ज मंजूर करताना रिझर्व्ह बँक पुढील घटकांचा विचार करील असे या कायद्याच्या कलम-३५ मध्ये नमूद करण्यात आले आहे.

१) अशा बँकिंग कंपनीची आर्थिक परिस्थिती व पूर्वेतिहास.
२) तिच्या व्यवस्थापनाचे सर्वसामान्य स्वरूप.
३) तिच्या भांडवल रचनेचा पुरेसापणा किंवा पर्याप्तता (adequacy) आणि भविष्यकाळात उत्पन्न मिळविण्याची क्षमता.
४) बँकेची नवीन शाखा उघडल्यामुळे किंवा शाखेच्या कामाच्या ठिकाणात बदल केल्यामुळे जनतेचे हित साध्य होणार आहे काय ?

शाखा परवाना देण्यापूर्वी रिझर्व्ह बँक या मुद्यांच्या अनुषंगाने तपासणी करेल. रिझर्व्ह बँकेचे समाधान झाल्यानंतरच सदर बँकेला नवीन शाखा उघडण्याची परवानगी देण्यात येईल. असा परवाना देताना रिझर्व्ह बँक पोटकलम (१) अन्वये अटी घालू शकते. या अटींचे पालन करणे त्या बँकेवर बंधनकारक असेल आणि अशा अटी पाळण्यात बँकेने टाळाटाळ केल्यास रिझर्व्ह बँक अशा बँकेला दिलेला शाखा परवाना रद्द करू शकेल.

५) कलम ४ (अ) अनुसार ज्या प्रादेशिक ग्रामीण बँकेला परवाना हवा असेल ती बँक आपला अर्ज राष्ट्रीय कृषी आणि ग्रामीण विकास बँकेमार्फत (NABARD) रिझर्व्ह बँकेकडे पाठवेल. या अर्जाची गुणवत्ता पाहून नाबार्ड आपल्या शिफारशीसह असा अर्ज रिझर्व्ह बँकेकडे पाठवेल. हे करताना प्रादेशिक ग्रामीण बँकेला आपल्या अर्जाची एक प्रत आगाऊ थेट रिझर्व्ह बँकेकडे पाठवावी लागेल. शाखा कचेरी किंवा व्यवसायाचे ठिकाण म्हणजे जेथे ठेवी स्वीकारल्या जातात धनादेशाचे प्रदान केले जाते किंवा पैसे कर्जाऊ दिले जातात असे व्यवसाय केंद्र होय.

१.३.५ परदेशी बँका :

परदेशी बँकांना भारतामध्ये केवळ शाखांच्या मार्फतच व्यवहार करता येतो. कोणत्याही नवीन परदेशी बँकेला भारतामध्ये आपली शाखा सुरू करण्यापूर्वी भारतीय रिझर्व्ह बँकेकडे अर्ज करावा लागतो. बँकेला तिच्या भागधारकांबाबत, आर्थिक परिस्थितीबाबत तसेच भारतीय खातेदारांशी असलेल्या व्यवहारांबाबत संबंधित माहिती रिझर्व्ह बँकेकडे सादर करावी लागते.

अ) परदेशी बँक सुरू करण्यासाठी आवश्यक बाबी :

भारतामध्ये परदेशी बँकेला आपली शाखा उघडण्यासाठी, भारतीय बँकेला ज्या-ज्या प्रकारच्या पूर्तता कराव्या लागतात त्या-त्या सर्व पूर्तता करणे आवश्यक असते.

(मुद्दा क्र. ३.४ मध्ये शाखा उघडण्यासाठी आवश्यक बाबी दिलेल्या आहेत त्या सर्व या उत्तरात समाविष्ट करणे.)

ब) अधिक अटी :

परदेशी बँकेला भारतामध्ये आपली शाखा उघडताना रिझर्व्ह बँक वर नमूद केलेल्या अटींशिवाय खाली नमूद केलेल्या आणखी तीन अटी परदेशी बँकांवर लादू शकते.

१) भारतामध्ये करण्यात येणारा बँकिंग व्यवसाय सर्वसामान्य जनतेच्या हितासाठी आहे काय ?

२) परदेशी बँकांना लागू असलेल्या बँक नियमन कायद्यातील अटींची या बँकांनी पूर्तता केली आहे काय ?

३) ज्या देशामध्ये या परदेशी बँकेची स्थापना झालेली आहे त्या देशाच्या सरकारच्या धोरणाप्रमाणे किंवा कायद्याप्रमाणे दुसऱ्या देशात अशी शाखा उघडण्यावर काही बंधने आहेत काय ?

क) परवाना रद्द होणे :

एखाद्या कंपनीला बँक व्यवसाय करण्यासाठी दिलेला परवाना पुढील परिस्थितीत रद्द होऊ शकतो.

१) अशा कंपनीने भारतात बँक व्यवसाय करणे बंद केले तर.

२) परवाना देताना घातलेल्या अटी पूर्ण करणे अशा बँकेला शक्य झाले नाही किंवा अशा बँकेने परवान्यात घातलेल्या अटींचे पालन केले नाही तर.

३) पोटकलम (३) आणि (३-अ) मध्ये नमूद केलेली कोणतीही अट पाळली नाही तर.

परंतु परवाना रद्द करण्यापूर्वी संबंधित बँकेला या अटी पूर्ण करण्याची संधी रिझर्व्ह बँक देऊ शकते; परंतु त्यामुळे समाजाच्या किंवा ठेवीदारांच्या हितास बाधा यावयास नको. परवाना रद्द करण्याची कारवाई रिझर्व्ह बँक ज्या बँकेवर करते अशा बँकेला निर्णय कळाल्यापासून ३० दिवसांच्या आत केंद्र शासनाकडे अपील करता येईल; परंतु अपील केले नाही तर रिझर्व्ह बँकेचा निर्णय पोटकलम - ४ मधील तरतुदीप्रमाणे अंतिम राहील.

ड) परकीय बँकांवरील नियंत्रणे :

भारतीय वित्तीय बाजारात बँकांची निकोप स्पर्धा वाढीस लागावी आणि देशाची आर्थिक व सामाजिक सुरक्षितता अबाधित राहावी, या उद्देशाने परकीय बँकांच्या आगमन व व्याप्ती-विस्तारावर निर्बंधने आणणे आवश्यक ठरले. जगातील सर्वच देशांत बँक नियमन कायदे असतात आणि स्वदेशी बँकांप्रमाणे परकीय बँकांना ही या विशिष्ट

निर्बंधनांच्या चौकटीत कार्य करावे लागते. भारताला स्वातंत्र्य मिळाल्यानंतर १९४९ मध्ये मान्य करण्यात आलेल्या ''बँक नियमन कायद्यात'' परकीय बँकांसाठी विशेष तरतुदी करण्यात आलेल्या होत्या. त्या खालीलप्रमाणे :

१) परवाना :

परकीय बँकांना भारतात व्यवहार करण्यासाठी परवाना घेणे बंधनकारक करण्यात आले. रिझर्व्ह बँकेची संमती आणि परवान्याशिवाय परकीय बँकांना भारतात बँकिंग कार्ये करता येणार नाहीत.

२) शाखा विस्तार परवानगी :

परकीय बँकांना भारतात शाखा विस्तार करावयाचा असेल, तर रिझर्व्ह बँकेची परवानगी घेणे बंधनकारक करण्यात आले. शाखा विस्ताराची परवानगी देत असताना ती बँक ज्या देशातील आहे त्या देशात भारतीय बँकांना पक्षःपाती वागणूक मिळते काय, याचा अभ्यास करून निर्णय घेण्यात येईल.

३) भाग भांडवल संरचना :

परकीय बँकांना भारतात बँकिंग कार्ये करावयाची असतील, तर त्या बँकेचे वसूल भांडवल किमान १५ लाख रुपये असणे बंधनकारक करण्यात आले. परकीय बँकेला मुंबई, कोलकाता या शहरात बँक शाखा काढावयाची असेल, तर वसूल भांडवल किमान २० लाख रुपये असावे.

४) राखीव निधी :

बँकींग कायद्यानुसार प्रत्येक परकीय बँकेला तिच्या वसूल भांडवल व राखीव निधीएवढी रक्कम रिझर्व्ह बँकेत ठेवणे बंधनकारक असेल.

५) रिझर्व्ह बँकेकडून तपासणी :

बँक नियमन कायद्यानुसार, रिझर्व्ह बँकेला केव्हाही आणि कोणत्याही परकीय बँकेच्या तपासणीचा हक्क असेल, तसेच परकीय बँकांना प्रत्येक वर्षी आपल्या आर्थिक व्यवहाराचा ताळेबंद आणि नफा-तोटा पत्रक रिझर्व्ह बँकेने निर्धारित केलेल्या नमुन्यात सादर करणे बंधनकारक करण्यात आले.

६) भारतीय ठेवीदारांचा अग्रहक्क :

परकीय बँक दिवाळखोरीत निघाल्यास त्या बँकेच्या रिझर्व्ह बँकेकडे असणाऱ्या निधीवर भारतीय ठेवीदाराचा अग्रहक्क राहील.

७) गुंतवणूक :

परकीय बँकांना आपले भांडवल परदेशात नेण्यास व गुंतवण्यास निर्बंधने आणण्याच्या हेतूने या बँकांनी भारतात मिळवलेल्या ठेवीपैकी ७५टक्के रक्कम भारतातच गुंतविली पाहिजे असे बंधन घालण्यात आले.

८) रिझर्व्ह बँकेकडे ठेव :

परकीय बँकांना भारतीय नाणेबाजारात व्यवहार करून मिळणाऱ्या निव्वळ नफ्यापैकी २०टक्के रक्कम रिझर्व्ह बँकेकडे ठेव म्हणून ठेवणे बंधनकारक करण्यात आलेले आहे.

बँक नियमन कायद्याच्या साहाय्याने परकीय बँकांवर घालण्यात आलेली निर्बंधने ही प्रामुख्याने पुढील उद्देशाने घातली गेली.

उद्देश :

i) भारतीय ठेवीदारांच्या हितसंबंधाची जपणूक करणे.

ii) भारतीय नाणेबाजारातून प्राप्त होणाऱ्या भांडवलापैकी महत्तम भांडवल भारतीय नाणेबाजारात गुंतवणुकीसाठी उपलब्ध करून देणे.

iii) परकीय बँकेच्या दैनंदिन बँकिंग कार्याची विश्वासार्हता वाढवणे.

iv) परकीय बँकांचे वसूल भांडवल, राखीव निधी, नफा इत्यादीतील मोठा हिस्सा रिझर्व्ह बँकेकडे ठेव म्हणून जमा करून घेणे

v) परकीय बँक ज्या देशातील असेल त्या देशात भारतीय बँकांना पक्षःपाती वागणूक मिळणार नाही याची खात्री करून घेणे.

vi) परकीय बँकांचे व्यवहार पारदर्शी राहतील याची काळजी घेणे.

vii) भारतीय आर्थिक, राजकीय, सामाजिक रचनेला धोका पोहोचणार नाही, यादृष्टीने परकीय बँकांची वाढ नियंत्रित ठेवणे. अशा प्रकारे परकीय बँकांवर नियंत्रणे ठेवून भारतीय बँकिंग व वित्तीय बाजारात परकीय बँकांच्या चाकोरीबद्ध विकासाला अनुमती देण्यात आलेली आहे.

१.३.६ रोख राखीव निधी व रोख राखीव प्रमाण :

बँक व्यवसाय नियमन कायदा, १९४९ च्या १७ व्या कलमात राखीव निधीबाबतची कायदेशीर तरतूद केलेली आहे. या तरतुदीप्रमाणे भारतात नोंदणी झालेल्या प्रत्येक बँक व्यवसायी कंपनीने रोख राखीव निधी निर्माण केला पाहिजे.

अ) व्याख्या :

रोख राखीव निधीची व्याख्या पुढीलप्रमाणे सांगता येईल :

''रोख राखीव निधी प्रमाण म्हणजे रिझर्व्ह बँक कायद्यानुसार व्यापारी बँकांनी आपल्याकडे उपलब्ध होणाऱ्या एकूण ठेव उत्पन्नापैकी विशिष्ट शेकडाभाग रिझर्व्ह बँकेकडे ठेव म्हणून जमा करणे होय.''

ब) रोख राखीव प्रमाणात समाविष्ट होणाऱ्या मागणी देयता :

रोख राखीव प्रमाणाच्या गणनात समाविष्ट होणाऱ्या मागणी देयता पुढीलप्रमाणे स्पष्ट करता येतील :

१) चालू ठेवी.

२) बचत बँक ठेवींचा मागणी देय भाग.

३) आधारभूत सीमान्तता मुदत बंद ठेवखात्यांवरील थकीत शिल्लक.

४) रोख प्रमाणपत्र चालू ठेवी.

५) मागणी घनाकर्ष, अदत्त टेलिग्राफीक आणि मेल हस्तांतरण.

६) अदावे ठेवी.

७) रोख पत खात्यांवरील पतशिल्लक आणि मागणी अग्रिमे.

क) रोख राखीव प्रमाणात समाविष्ट होणारी मागणी देयके :

रोख राखीव प्रमाणाच्या गणनात समाविष्ट होणारी मागणी देयके पुढीलप्रमाणे स्पष्ट करता येतील :

१) मुदत बंद ठेवी.

२) रोख प्रमाणपत्र.

३) संकलित व पुनरावर्ती ठेवी.

४) बचत बँक खाते मागणी देयता, कर्मचारी रोखता ठेवी.

ड) रोख राखीव प्रमाणात समाविष्ट न होणारी देयके :

रोख राखीव प्रमाणाच्या गणनामध्ये ठेवी, देय भांडवल बँकेच्या नफा आणि तोटा खात्यावरील पत शिल्लक, भारतीय रिझर्व्ह बँकेमार्फत घेतले गेलेले कर्ज, एक्झिम बँकेकडून घेतलेले पुनर्वित्त, निव्वळ उत्पन्न कर तरतुदी, हमी स्वरूपात इसीजीसी कडून प्राप्त झालेली रक्कम यांचा यामध्ये समावेश होतो.

१.३.६ तरल मालमत्ता व तरलता प्रमाण :

एस् एल् आर ने वैधानिक तरलता प्रमाण दर्शविले जाते. भारतामध्ये रोख राखीव प्रमाणाबरोबरच प्रत्येक व्यवसायात प्रत्येक दिवसाच्या कामकाजाच्या शेवटी बँकेला त्यांच्या निव्वळ मागणी आणि समय दायित्वानुसार किमान प्रमाणामध्ये तरल मत्ता म्हणून रोख, सोने किंवा भार रहित मान्य रोखे म्हणून काही मत्ता बाळगणे गरजेचे असते. मागणीच्या तरल मत्तेचे प्रमाण आणि समय दायित्व वैधानिक तरलता प्रमाण म्हणून ओळखले जाते. भारतीय रिझर्व्ह बँक याचे

प्रमाण ४०% इतके पर्यंत वाढवू शकते. वैधानिक तरलता प्रमाणामध्ये होणारी वाढीवरती बँकेची अर्थव्यवस्थेमध्ये अतिरिक्त पत निर्मितीची स्थिती लक्षात घेवून बंधने घातली आहेत. सर्वसाधारणपे मूळतः वैधानिक तरलता प्रमाण हे चलनविषयक धोरणाचे साधन म्हणून वापरले जाते आणि त्यासाठी प्राधिकृत अधिकाऱ्यांकडून आहे घातल्या जातात. या अटींची निर्मिती चलनविषयक धोरणाची उद्दिष्टे लक्षात ठेवून केली जाते.

अ) अर्थ :

वैधानिक तरलता प्रमाण ही अशी एक रक्कम आहे की, जी व्यापारी बँकांना त्यांच्या ग्राहकांना कर्ज पुरवठा करण्यापूर्वी रोख रकमेच्या रूपात, सोन्याच्या रूपात किंवा शासनाने मान्य केलेली रोखींच्या स्वरूपात त्यांनी (व्यापारी बँकांनी) जवळ बाळगणे गरजेचे असते. बँकेच्या कर्ज विस्तारावरती नियंत्रण ठेवण्यासाठी भारतीय रिझर्व्ह बँकेकडून वैधानिक तरलता प्रमाणाची निश्चिती केली जाते. एकूण मागणीचे प्रमाण आणि समय दायित्वाचे प्रमाण यांचा वचिार करून निश्चित केले जाते. समय दायित्व असे दायित्व आहे की, जे एका विशिष्ट व निश्चित कालावधीनंतर व्यापारी बँकेला दायित्व रूपात त्याच्या ग्राहकांना परत करायचे असते. वैधानिक तरलता प्रमाणाचा उपयोग चलन वाढ आणि योग्य वृद्धीवर नियंत्रण ठेवण्यासाठी केला जातो. वैधानिक तरलता प्रमाणाचा करून प्रणालीतील वित्त पुरवठा कार्यक्षमतेने नियंत्रित केला जातो.

ब) व्याख्या :

बँक विनिमय अधिनियम १९४९ च्या कलम २४ च्या पोटकलम २-अ नुसार भारतातील सर्वच व्यापारी बँकांनी त्यांच्या दैनंदिन शेषानुसार त्यांना भारतीय रिझर्व्ह बँक अधिनियम १९३४ नुसार खालील बाबी अतिरिक्त रूपात त्यांनी स्वतःकडे बाळगणे गरजेचे आहे.

१) रोख रक्कम किंवा

२) सदयकालीन बाजार किंमती पेक्षा अतिरिक्त मूल्य नसणारे सोने.

३) भारतीय रिझर्व्ह बँकेने वेळोवेळी विहित केलेल्या किंमतीच्या प्रमाणातील मान्य केलेले रोखे यांची किंमत किंवा मूल्य रिझर्व्ह बँकेने वेळोवेळी निहित केल्याप्रमाणे २५% पेक्षा कमी किंवा ४०% पेक्षा जास्त नको.

सदय काळामध्ये सर्व अनुसूचितील व्यापारी बँकांनी भारतीय रिझर्व्ह बँक अधिनियम १९४९च्या कलम २४ च्या ३.१ नुसार घातलेल्या मागणी मापन आणि समय दायित्वाशी संबंधित अटी नुसार त्यांच्या एकूण मागणी आणि समय दायित्वाच्या प्रमाणानुसार एकत्रित २५% वैधानिक तरलता प्रमाण बँकांनी आपल्याकडे ठेवण्यास सुरूवात केली आहे.

क) वैधानिक तरलता प्रमाणाच्या गुंतवणूकीसाठीची पात्र मत्ता :

तरल मत्तेमध्ये रोख वित्त आणि सोने ज्यांचे मूल्य सदयकालीन बाजार मूल्यांपेक्षा जास्त नाही किंवा वैधानिक तरलता प्रमाणामध्ये गुंतवणूक करता येईल.

१) ६/५/२०११ या दिनाकांपर्यंत जारी केलेले रोख :

(दिनांका संबंधीचा तपशील भारतीय रिझर्व्ह बँकेच्या परिपत्रकात आहे.)

i) भारत सरकारच्या वतीने भारतीय रिझर्व्ह बँकेने लिलावात आणि खासगी स्थान नियोजनाच्या द्वारे जारी केलेले रोखे.

ii) नियमित मध्यांतराने देवू केलेले व्याज (बहुतेक वेळेस सहा महिने हा आधार)

iii) भारत शासनाच्या वतीने भारतीय रिझर्व्ह बँकेने देवू केलेले परिपक्वनाचे पूर्नदेय आणि व्याजाचे देय.

iv) भारतीय रिझर्व्ह बँकेच्या सार्वजनिक कर्ज कार्यालयाद्वारे जारी केलेल्या व्याज देय आणि परिपक्वतेचे पुर्नदेय यांची सुरक्षितता घेतली जाते.

२) **भारत सरकारची कोषागार पत्रे :**

भारत सरकारकडून ९१ दिवस १८२ दिवस आणि ३६४ दिवस या मुदतीने आणि खर्चाचे प्रमाण अल्पकालीन कर्जाची साधने जारी केली जातात. ही अल्पकालीन कर्जे बाह्य किमतीची सवलत आणि सममूल्यतेनुसार जारी केली जातात. केवळ ३६४ दिवसांची कोषागार पत्रे ही कर्ज प्रायोजितेचा एक भाग असतात. ९१ दिवस आणि १८२ दिवसांच्या कालावधीची कोषागार पत्रे ही दर बुधवारी होणाऱ्या लिलाव प्रक्रियेतून जारी केली जातात आणि त्यासाठी पुढील पद्धतींचा अवलंब केला जातो. **अ)** लिलाव **ब)** भारतीय रिझर्व्ह बँकेद्वारे खासगी स्थानांतरण **क)** सरकारद्वारे निश्चित केल्या गेलेल्या प्राप्य प्रतिभूति **ड)** बाजार स्थिरता योजना.

भारतीय रिझर्व्ह बँक अर्थवार्षिक लिलाव वेळापत्रक जारी करते ज्यामध्ये अनुसूचित कर्ज रक्कम आणि लिलावाचे ठिकाण व वेळ याबद्दलची माहिती समाविष्ट केलेली असते. ज्यावेळेस शासन कर्जाची निश्चिती करते. त्यावेळेस रिझर्व्ह बँक लिलावाची सूचना तिच्या वेबसाईटवर आणि वर्तमानपत्रांमध्ये प्रकाशित करते ज्यात रोख्यांचा प्रकार, रक्कम आणि लिलावाची तारीख या माहितीचा समावेश केला जातो.

३) भारत शासनाद्वारे बाजारे कर्जाऊ प्रायोजना आणि बाजार स्थिरीकरण योजना यांच्या अनुसार वेळोवेळी दिनांकित रोखे जारी करते.

४) राज्य विकास ऋण जी राज्य सरकारची असतात ती बाजार कर्जे प्रायोजना अंतर्गत वेळोवेळी प्रकाशित केली जातात आणि

५) भारतीय रिझर्व्ह बँकेद्वारे अधिसूचित केली गेलेली कोणतीही अन्य साधने.

ड) दंड :

जर बँक व्यवसाय करणारी कंपनी वैधानिक तरलता प्रमाणासाठी आवश्यक असणारी रक्कम जवळ ठेवू शकली नाही तर त्यांचा जो गुन्हा आहे. त्या गुन्ह्याच्या स्वरूपानुसार त्या एका दिवसासाठी कमीत कमी वार्षिक ३% बँक दरापेक्षा जास्त दंडात्मक व्याज त्यांना रिझर्व्ह बँकेकडे जमा करावे लागते. जर हा गुन्हा पुढील कामकाजाच्या दिवसापर्यंत चालू राहिला तर दंडात्मक व्याज ही ५% पर्यंत वाढू शकते.

१.३.७ धोरणात्मक मूल्ये :

नफा आणि सुरक्षितता याप्रमाणेच बँका एपतदारीस देखील महत्त्व देतात. एपतदारी म्हणजे अशी स्थिती की ज्यात मालमत्ता ही दायित्वाच्या समान असते किंवा त्यापेक्षा अधिक असते. बँका अशाप्रकारे आपल्या आपल्या मालमत्तेची निवड करते की ज्याद्वारे भागधारक व खातेदार यांचे हितसंबंध संरक्षित होवू शकतील. निधीची गुंतवणूक करताना ज्या मूल्यांचे पालन केले जाते त्यांना धोरणात्मक मूल्ये म्हणतात. भागधारक व खातेदार यांच्या हितसंबंधांची जपवणूक करण्यासाठी अशी मूल्ये निर्धारित केली जातात.ही मूल्ये देशातील मध्यवर्ती बँकेद्वारे तयार केली जातात व त्यांची अंमलबजावणी देखील मध्यवर्ती बँकेद्वारे केली जाते. व्यापारी बँकांना आपल्या ग्राहकांच्या हितसंबंधांची जपवणूक करण्यासाठी ही मूल्ये पाळावी लागतात.

अ) भांडवल पर्याप्तता :

कर्ज आणि गुंतवणूक याद्वारे बँका उत्पन्न प्राप्त करत असतात. ठेवीदारांकडून ठेवींच्या स्वरूपात पैसा स्विकारून त्याचा विनियोग कर्ज देण्यासाठी व गुंतवणुकीसाठी केला जातो. जर बँकांचे कर्जवाटप व गुंतवणूक विषयीचे निर्णय चुकले तर तोटा सहन करावा लागतो असा तोटा भरून काढण्यासाठी बँका निधी स्वरूपात तजवीज करत असतात. भारतीय रिझर्व्ह बँकेने भांडवल पर्याप्तता विषयक मूल्ये निर्धारित केली आहेत. सद्यकाळात सर्व व्यापारी बँका किमान ८% भांडवल सरासरी जोखीम मत्ता म्हणून बाजूला ठेवतात. त्यास भांडवल जोखीम मत्ता गुणोत्तर

असे म्हटले जाते. ३१ मार्च २००० पर्यंत त्यात ९% एवढी वाढ झाली आहे. या उद्देशाने बाजूला ठेवलेल्या भांडवलाचे पहिल्या स्तरावरील भांडवल व दुसऱ्या स्तरारील भांडवल अशा दोन प्रकारांमध्ये विभागणी केली जाते.

१) पहिल्या स्तरावरील भांडवल :

यात अदा केलेले भांडवल बँकांचे वैधानिक निधी, मुक्त निधी आणि विक्री साठीचे निधी यांचा समावेश होतो. मत्तेचे पुर्नमूल्यांकन करण्यासाठी वापरलेल्या निधींचा यात अंर्तभाव होत नाही. तसेच विविध प्रकारच्या मत्तेच्या संयोगातून अशा प्रकारची किमान भांडवल पातळी निर्माण केली जाते.

२) दुसऱ्या स्तरावरील भांडवल :

यात चिरंतर अग्रक्रम भागांचे अदामूल्य, पूर्वमूल्यांकन निधी, असुरक्षित करार नाम्यांचे अदा मूल्य, सामान्य तरतुदी आणि तोटा निधी यांचा अंतर्भाव होतो. पुर्नमुल्यांकन निधीसारख्या काही घटकांचे १०० % मूल्य या उद्देशासाठी वापरता येत नाही. तर त्यांचे काही टक्के मूल्यच फक्त वापरात आणता येते. तसेच दुसऱ्या स्तरावरील भांडवलाने पहिल्या स्तरावरील भांडवलाची ५.० % ही मर्यादा ओलांडता कामा नये.

३) सरासरी जोखीम मत्ता :

पहिल्या स्तरावरील भांडवल व दुसऱ्या स्तरावरील भांडवल याखेरीज बँकांना सरासरी जोखीम मत्ता निर्माण करावी लागते. बँकांसाठी १५० कोटी रूपयांवर ९% भांडवल जोखीम मत्ता गुणोत्तर ठेवणे बंधनकारक असते. अशा मत्तेचा समावेश देखील भांडवल पर्याप्ततेत केला जातो.

४) दुय्यम दर्जा :

दुसऱ्या स्तरावरील भांडवल उभारण्यासाठी जे करारनामे केले जातात, त्यांचा यात सामावेश होतो.

i) ते पूर्णपणे साधने भरणा पाहिजे,

ii) ते असुरक्षित कर्ज असले पाहिजे,

iii) इतर धनकोंच्या दाव्यातील ते दुय्यम घटक असले पाहिजे.

iv) रोखेधारकांसाठी करारानामे प्रतिदेय नसावे.

ब) उत्पन्न मान्यता प्रमाणक :

१) कर्ज खात्याचे वर्गीकरण :

उत्पन्न मान्यतेच्या हेतूसाठी बँकांना त्यांच्या कर्जखात्यांचे खालील दोन प्रकारांमध्ये वर्गीकरण करावे लागते.

i) अनुत्पादक मत्ता (Non performing assets).

ii) उत्पादक मत्ता (Performing assets).

२) वर्गीकरण आधार :

जर मत्ता उत्पादक असेल तर उत्पादन मान्यता उपर्जित आधारावरही करता येईल. जर मत्ता अनुत्पादक असेल तर त्यावरील व्याज हे ज्यावेळी प्रत्यक्षात प्राप्त होईल त्यावेळीच विचारात घेता येईल.

३) अनुत्पादक खात्याच्या बाबतीत बँकेची कर्तव्ये :

रिझर्व्ह बँकेच्या मार्गदर्शनाप्रमाणे एकदा एखादे खाते अनुत्पादक म्हणून ठरविल्यानंतर बँकेने खालील गोष्टी करायला हव्यात.

i) उपर्जित आधारावर बँकेने कोणत्याही प्रकारचे व्याज आकारू नये अथवा खात्यावर टाकू नये.

ii) प्रत्यक्षात रक्कम प्राप्त झाल्यानंतरच ती खात्यावर नावे दाखवावी.

iii) जर एखाद्या खात्यामध्ये हिशेब कालावधीमध्ये पूर्वी उपर्जित आधारावर जर अशी रक्कम दाखवली असेल तर ती नोंद उलटवून घेणे किंवा त्यासाठी तरतूद करावी. मात्र जर अशी नोंद १९९२ – ९३ पूर्वी उत्पन्न खात्यात दाखविली असेल तर अशी नोंद उलटविण्याची गरज नाही.

४) **खात्यातील व्यवहार व नोंदी :**

अनुत्पादक खात्याच्या संदर्भात जेव्हा उत्पन्न येणे बंद झालेले आहे, त्या खात्यात फी, कमिशन आणि त्याप्रकारचे इतर उत्पन्न नावे टाकण्यात येऊ नयेत तसेच ते हिशोबात घेतले जाऊ नयेत आणि ज्या मर्यादेपर्यंत ते गोळा केलेले नाहीत तोपर्यंत अशा नोंदी उलटविण्यात याव्यात किंवा त्यासाठी तरतूद करण्यात यावी. अर्थात् त्या कर्जासाठी बँकेला देण्यात आलेल्या तारणाच्या संरक्षणासाठीचा विमा हप्ता आणि डिआयसीजीसीला अदा करण्यात आलेला हप्ता हा वसूल करण्यात यावा आणि तो नावे टाकावा कारण ते बँकेचे उत्पन्न नाही.

५) **सरकारी हमी असलेली खाती :**

सरकारने हमी दिलेल्या अग्रिमांची खाती जर अनुत्पादक झाली असतील तर अशी व्याजाची रक्कम उत्पन्न हिशेबात जोपर्यंत ती प्रत्यक्षात वसूल होत नाहीत तोपर्यंत घेण्यात येऊ नयेत.

६) **उत्पन्नाच्या नोंदी :**

अशी एखादी रक्कम जी व्याजाच्या रकमेपोटी काही प्रमाणात अशा अनुत्पादक खात्यात वसूल झाली असतील तर अशी रक्कम उत्पन्न हिशेबात धरता येईल व तिला उत्पन्न मान्यता मिळेल. मात्र अशी रक्कम त्या कर्जदाराला दिलेल्या नवीन / अधिक सुविधा मंजुरीपोटी असू नये.

७) **नोंदीच्या अटी :**

अनुत्पादक खात्यामध्ये जर व्याजाची रक्कम जमा झाली असेल तर ती उत्पन्न मान्यता म्हणून उत्पन्न हिशोब पत्रात दाखविता येते. मात्र अशी व्याजापोटी जमा झालेली रक्कम त्या कर्जदाराला अधिक कर्ज सुविधा पुरवून त्या रकमेतून केलेली नसावी.

८) **रकमेचे विनियोजन :**

ज्यावेळी अनुत्पादक खात्यातील वसूल रकमेच्या विनियोजनासंदर्भात कर्जदार आणि बँक यांच्यात स्पष्ट करार नसेल तर अशा परिस्थितीत बँकेने हिशोबाची तत्त्वे विचारात घेऊन योग्य प्रकारे / तऱ्हेने अशा वसूल रकमेचे विनियोजन करावे.

९) **व्याज निलंबन लेखा :**

बँकेने अशा प्रकारे व्याजाची रक्कम त्या अनुत्पादक खात्यावर ते खाते व्याज निलंबन लेखा म्हणून किंवा पत्र लेखामध्ये अशा व्याजाची नोंद करण्याबाबत बँकेला कोणत्याही प्रकारची हरकत घेतली जात नाही.

१०) **भाडेपट्ट्याचे भाड्यासंदर्भात नोंदी :**

भाड्याने दिलेल्या मत्तेवर प्राप्त होणारे निव्वळ भाडेपट्ट्याचे भाडे जर उत्पन्न हिशोबात ते खाते अनुत्पादक होण्यापूर्वी दाखविले असेल आणि ते प्रत्यक्षात प्राप्त झाले नसेल तर अशा नोंदी उलटवून चालू हिशेब काळात त्यासाठी तरतूद करावी.

१.३.८ भांडवल आणि राखीव निधी :

व्यापारी बँकांच्या नियमनासाठी भांडवल व राखीव निधी यासंदर्भात तरतुदी करण्यात आल्या आहेत त्या पुढीलप्रमाणे :

अ) भांडवलासंबंधातील तरतुदी :

कायद्यातील भांडवलासंबंधीच्या तरतुदी खालील दोन प्रकारात विभागता येतील :

१) भारतात नोंदणी झालेल्या कंपन्या :

यामध्ये आणखी चार प्रकार पडतात :

i) मुंबई आणि कोलकाता येथे व्यवसाय नसणाऱ्या बँकिंग कंपन्या.

ii) एखाद्या राज्यात सर्व ठिकाणी शाखा आहेत; परंतु मुंबई आणि कोलकाता येथे नाहीत.

iii) अशा प्रकारच्या कंपन्या ज्यांचा एकापेक्षा अधिक राज्यात व्यवसाय आहे; परंतु मुंबई आणि कोलकाता या शहरात नाही.

iv) मुंबई आणि कोलकाता या शहरात आणि इतर ठिकाणी व्यवसाय असलेल्या कंपन्या.

२) भारताबाहेर नोंदणी झालेल्या कंपन्या :

कायद्याच्या कलम ११ अन्वये भारताबाहेर नोंदणी झालेल्या बँकिंग कंपनीसाठी वसूल भांडवल आणि राखीव निधी मिळून रुपये १५ लाख एवढा किमान निधी असणे आवश्यक आहे. तसेच कोलकाता येथे अशा बँकेचा व्यवसाय चालत असेल तर, हा किमान निधी २५ लाख असला पाहिजे असा दंडक घालून देण्यात आला आहे.

३) इतर व्यवसायी कंपन्यांबद्दल वसूल भांडवल आणि राखीव निधी याबाबतच्या तरतुदी :

i) एकाहून अधिक राज्यांत अशा बँकेचा व्यवसाय असल्यास किमान रुपये ५ लाख आणि मुंबई अथवा कोलकाता या शहरात शाखा असल्यास रुपये १० लाख ही किमान मर्यादा असेल.

ii) एकाच राज्यापुरता सीमित व्यवसाय असेल आणि मुंबई/कोलकाता येथे कार्यालय अथवा शाखा नसेल तर रुपये १ लाख अधिक त्याच जिल्ह्यातील शाखा कचेऱ्यांसाठी रुपये १० हजार आणि अधिक इतर जिल्ह्यात व्यवसाय विस्तार होत असेल तर रुपये २५ हजार अशी तरतूद आहे.

iii) एखाद्या बँकेच्या सर्वच शाखा एकाच राज्यात असतील आणि एक वा अधिक शाखा मुंबई अथवा कोलकाता येथे असतील तर वसूल भांडवल अधिक राखीव निधी मिळून रुपये ५ लाख अधिक या दोन शहरांबाहेरील प्रत्येक ठिकाणाच्या शाखेसाठी रुपये २५ हजार एवढ्या रकमेची तरतूद असली पाहिजे.

४) बँक व्यवसाय सुरू करण्यापूर्वी कलम १२ अन्वये प्रत्येक बँक व्यवसाय कंपनीला पुढील अटींचे पालन करावे लागेल :

i) अशा बँक व्यवसायी कंपनीचे अभिदत्त (Subscribed) भांडवल हे अधिकृत भांडवलाच्या निम्म्यापेक्षा कमी असता कामा नये आणि वसूल भांडवल अभिदत्त भांडवलाच्या निम्म्याहून कमी असता कामा नये आणि

ii) सदर कंपनीचे भांडवल सर्वसाधारण समभागांच्या स्वरुपात आणि १ जुलै १९४४ पूर्वी समभाग विकलेले असल्यास सर्वसामान्य समभाग आणि अधिकरीत्या समभागाच्या स्वरुपात हे भांडवल गोळा केलेले असले पाहिजे.

iii) बँकेच्या सर्व भागधारकांचे मिळून जेवढे मताधिकार असतील त्याच्या १% पेक्षा जास्त मताधिकार कोणत्याही भागधारकाला बजावता येणार नाहीत अशी तरतूद केलेली आहे.

ब) राखीव निधी आणि रोख राखीव निधी :

बँक व्यवसाय नियमन कायदा, १९४९ चे १७ व्या कलमात राखीव निधीबाबतची कायदेशीर तरतूद केलेली आहे.

या तरतुदीप्रमाणे भारतात नोंदणी झालेल्या प्रत्येक बँक व्यवसायी कंपनीने राखीव निधी निर्माण केला पाहिजे. कलम २९ खाली तयार केलेल्या नफा–तोटा पत्रकावरून व्यक्त होणाऱ्या नफ्यातील शिल्लक भाग तसेच लाभांश जाहीर करण्यापूर्वी नफ्याचा किमान २०% भाग राखीव निधीकडे वर्ग केला पाहिजे.

कायदा कलम १८ अन्वये अनुसूचित बँक वगळता अन्य प्रत्येक बँकेने भारतात रोख राखीव निधी स्वत:जवळ अथवा रिझर्व्ह बँक सांगेल त्या बँकेतील खात्यात शिल्लक म्हणून ठेवला पाहिजे. सर्व भारतीय बँकांना त्यांच्या

एकूण ठेवींपैकी किमान ३% रक्कम रोख राखीव निधी म्हणून बँकेच्या खात्यात ठेवावी लागते. रिझर्व्ह बँक तिला मिळालेल्या अधिकारात या राखीव निधीत अथवा रोख राखीव निधीत बदल करू शकते. हे दोन्ही निधी प्रभावी माध्यमे आहेत. आधीच्या दुसऱ्या पंधरवड्यातील शेवटच्या शुक्रवारी ही राखीव रक्कम पाहून दर महिन्याच्या २० तारखेपूर्वी रिझर्व्ह बँककडे विवरणपत्र पाठवून महिन्यातील एका आड एक शुक्रवारी अशा तऱ्हेने शिल्लक असलेली रक्कम आणि भारतातील मागणी व समदायित्वाची त्या शुक्रवारची स्थिती यांचा तपशील सादर केला पाहिजे.

१९४९ च्या बँक व्यवसाय नियमन कायद्याच्या भाग १७ (१) अन्वये प्रत्येक बँक व्यवसाय करणाऱ्या कंपनीला राखीव निधी निर्माण करणे आवश्यक आहे. दर वर्षीच्या एकूण नफ्याच्या शिलकीतून लाभांश जाहीर होण्यापूर्वी नफ्याच्या २० टक्के अथवा अधिक रक्कम राखीव निधीत टाकावी लागेल. हा नफा बँकेने आपल्या नफा-तोटा पत्रकात दर्शविलेला असेल.

१) राखीव निधी बाबत सवलती :

राखीव निधीचे हे कलम विदेशी बँकांना लागू होणार नाही. राखीव निधीच्या अटीतून केंद्र सरकार एखाद्या बँकेला रिझर्व्ह बँकेच्या शिफारशीनुसार माफी (Exemption) देऊ शकेल. ज्या बँकेचा राखीव निधी आणि वसूल भांडवल ठेवीदारांची देणी देण्यासाठी पर्याप्त आहेत आणि ज्या बँकेचा राखीव निधी आणि भाग हप्ता (Share -Premium) मिळून वसूल भांडवलाएवढे आहे त्याच बँकेला राखीव निधीची माफीची सवलत केंद्र सरकारकडून मिळेल. त्यामुळे ठेवीदारांचे हितसंबंध सुरक्षित राहतील. ही माफी केंद्र सरकारच्या आदेशात दर्शविल्याप्रमाणे विशिष्ट कालावधीसाठीच मिळेल.

भाग १७ (२) अनुसार राखीव निधीतून अथवा समभाग मूल्य खात्यातून रक्कम काढल्यास २१ दिवसांच्या आत रिझर्व्ह बँक असा कालावधी वाढवू शकते किंवा अहवाल पाठविण्यातील उशीर क्षमापित करू शकते.

२) बिगर अनुसूचित बँकांसाठीचा रोख राखीव निधी :

बँक व्यवसाय नियमन कायदा १९४९ च्या कलम १८ अनुसार बिगर अनुसूचित बँकांनी (Non-Scheduled Banks) भारतात रोख राखीव निधी म्हणून आपल्या एकूण मागणी व समदायित्वाच्या किमान ३ टक्के रक्कम शिल्लक ठेवली पाहिजे. हे कलम अनुसूचित बँकांना लागू होत नाही कारण अशा बँकांना असा निधी रिझर्व्ह बँक ऑफ इंडिया कायदा १९३४ च्या कलम ४२ अनुसार रिझर्व्ह बँकेत ठेवावा लागतो; परंतु बिगर अनुसूचित बँकांना रोख राखीव निधी केवळ रिझर्व्ह बँकेत ठेवावा लागत नाही, तर तो खालीलप्रमाणे ठेवला तरी चालतो.

i) स्वत:जवळ किंवा

ii) रिझर्व्ह बँकेत असलेल्या आपल्या चालू खात्यात किंवा स्टेट बँक ऑफ इंडियात असलेल्या आपल्या चालू खात्यात किंवा या हेतूने केंद्र सरकारने पुरस्कृत केलेल्या इतर कोणत्याही बँकेत किंवा

iii) अंशत: स्वत:जवळ रोख स्वरुपात आणि अंशत: रिझर्व्ह बँकेत किंवा या हेतूसाठी पुरस्कृत केलेल्या बँकेत. याउलट अनुसूचित बँकांना (Scheduled Banks) रोख राखीव निधी फक्त रिझर्व्ह बँकेतच ठेवावा लागतो. तर बिगर अनुसूचित बँका आपल्या सोयीनुसार रोख राखीव निधी ठेवू शकतात.

३) एकूण दायित्व :

बँकांच्या एकूण दायित्वात फक्त मागणी व मुदतबंद किंवा समयठेवींचाच समावेश होतो. पुढील घटकांचा समावेश रोख राखीव निधी ठरविण्यासाठी एकूण दायित्वात केला जात नाही.

i) वसूल भांडवल किंवा निधी (Reserves) किंवा बँकेच्या नफा-तोटा पत्रकावरील शिल्लक यांचा एकूण दायित्वात समावेश होत नाही.

ii) रिझर्व्ह बँक, स्टेट बँक ऑफ इंडिया, भारताची औद्योगिक विकास बँक(IDBI), कृषी पुनर्वित्तपुरवठा आणि विकास महामंडळ (ARDC) किंवा केंद्र सरकारने पुरस्कृत केलेली कोणतीही इतर बँक यांच्याकडून घेतलेल्या अग्रिमांचा (advances) समावेश रोख राखीव निधी ठरविताना एकूण दायित्वात केला जात नाही.
अशा प्रकारे रोख राखीव निधीची रक्कम निश्चित करताना बँकांकडील केवळ मागणी आणि समय किंवा मुदत ठेवींचाच एकूण दायित्वात समावेश केला जातो.

४) **मासिक विवरणपत्रे :**
बिगर अनुसूचित बँकांना दर महिन्याच्या वीस तारखेपूर्वी रिझर्व्ह बँकेकडे विवरणपत्र पाठवावे लागते. या विवरणपत्रात (Statement) महिन्याच्या एकाआड एक शुक्रवारी शिल्लक असलेली रक्कम किंवा रोख निधी आणि मागणी व मुदत दायित्वात त्या शुक्रवारची स्थिती यांचा तपशील असतो, अशा शुक्रवारी सार्वजनिक सुट्टी असेल तर त्या अगोदरच्या कामकाजाच्या दिवसाअखेरचा रोख राखीव निधी एकूण दायित्वाची स्थिती विवरणपत्रात सादर करावा लागतो. पंधरवडा कायद्यात निर्देशित केलेल्या शुक्रवारपासून नंतर दुसऱ्या शुक्रवारपर्यंत मोजला जातो. चालू खात्यातील निव्वळ शिल्लक म्हणजे बँकेने स्टेट बँक किंवा तिच्या संलग्न बँका किंवा तत्सम नवीन बँका यांच्या चालू खात्यात राखलेल्या किमान आवश्यक शिलकीपेक्षा अतिरिक्त (Excess)असलेली एकूण शिल्लक होय.

१.३.९ कार्यपद्धतीवरती नियंत्रण :

घटनेनुसार रिझर्व्ह बँकेकडे दिलेल्या अधिकारातून रिझर्व्ह बँक व्यापारी बँकांनी दिलेल्या पतपुरवठ्यावर वेगवेगळ्या प्रकारे नियंत्रण ठेवते. रिझर्व्ह बँकेच्या नियंत्रणाच्या पद्धती खालीलप्रमाणे :

१) **बँकदराचे नियमन :**
१९५१ पासून रिझर्व्ह बँकेने अर्थव्यवस्थेमध्ये असंतुलन निर्माण करणाऱ्या घटकांना आटोक्यात ठेवण्यासाठी वेळोवेळी बँकदरात बदल केला आहे.
विकसित देशांपेक्षा विकसनशील देशांमध्ये बँकदरातील बदलांचा परिणाम जास्त प्रकर्षाने दिसून येतो.
भारतामध्ये संघटित आणि असंघटित क्षेत्रातील व्याजदरामधील अंतर कमी करून रिझर्व्ह बँक संघटित क्षेत्रामध्ये मोठ्या प्रमाणावर पतपुरवठा निर्माण करण्याचा प्रयत्न करत आहे.

२) **खुल्या बाजारपेठेवर नियंत्रण ठेवणे :**
बहुतेक देशांमध्ये सरकार बाजारपेठेतील तरलता कमी करण्यासाठी सरकारी प्रतिभूतींची खुल्या बाजारात खरेदी-विक्री करते.
चलन फुगवट्याला आळा घालण्यासाठी मध्यवर्ती बँक जास्त व्याजदर देऊन आणि परतफेडीची मुदत दीर्घ ठेवून सरकारी रोखे विक्रीस काढते.
खुल्या बाजारपेठेतील खरेदी-विक्रीमुळे दीर्घमुदतीची पुरेशी कर्जे घेऊन मुदत संपणाऱ्या कर्जाची परतफेड करणे रिझर्व्ह बँकेला सोपे जाते.
मंजुरीप्राप्त मध्यस्थांकडून प्रतिभूतींची खरेदी-विक्री करून रिझर्व्ह बँक मध्यस्थांच्या व्यवहारांमध्ये पारदर्शकता असल्याची खात्री करते.

३) **राखीव निधीवर नियंत्रण :**
रोखदायित्व निधी हे रिझर्व्ह बँकेकडे पतपुरवठ्यावर नियंत्रण ठेवण्यासाठी महत्त्वाचे साधन आहे. जेव्हा व्यापारी बँकांकडून मर्यादेबाहेर पतपुरवठा केला जातो तेव्हा रिझर्व्ह बँक रोखदायित्व निधीच्या अटी बदलण्यासाठी आपले अधिकार वापरू शकते. १९६० पासून आजपर्यंत रिझर्व्ह बँकेने बाजारपेठेतील पतपुरवठ्याच्या परिस्थितीनुसार रोखदायित्व निधी आणि संविधानिक तरलता गुणोत्तर यांच्यात सतत बदल केला आहे.

४) पतपुरवठ्याचे योग्य वाटप :

विकसनशील देशात आर्थिक प्रगतीबरोबरच समाजकल्याणावर भर दिला जातो. त्यामुळे रिझर्व्ह बँक देशातील गरजू व्यक्तींना अधिक पतपुरवठा व्हावा म्हणून शेती किंवा शिक्षणक्षेत्राला जास्त प्राधान्य देऊ शकते.

गेल्या काही दशकात भारतामध्ये कपास, द्विदल धान्ये, ताग, ऊस, गहू आणि भात या पिकांच्या बाबतीत निवडक पद्धतीने पतपुरवठा केल्याची उदाहरणे आहेत.

जेव्हा अधिक पतपुरवठ्याची गरज नाहीशी होते तेव्हा या सुविधा काढून घेतल्या जातात. अशा प्रकारे निवडक पतनियंत्रणासाठी रिझर्व्ह बँक योग्य ते तारतम्य वापरून निर्णय घेते.

५) मतपरिवर्तनासाठी प्रयत्न करणे :

आपल्या सल्ल्यानुसार व्यवहार व्हावेत यासाठी रिझर्व्ह बँकेस व्यापारी बँका आणि ग्राहक वर्गाचे सक्रिय साहाय्य अपेक्षित असते. १९४९ पासून आत्ताच्या काळापर्यंत सट्टेबाजीसाठी बँकांनी कर्जे देऊ नयेत म्हणून रिझर्व्ह बँकेने बऱ्याच सूचना केल्या आहेत.

६) थेट कारवाई करणे :

जर काही बँका अयोग्य पद्धतींचा वापर करत असल्याचे आढळले तर रिझर्व्ह बँक थेट कारवाई करू शकते, पुनर्वटवणीची सुविधा नाकारू शकते, बँकांचे उच्च व्यवस्थापन बदलू शकते किंवा त्यांच्यावर निर्बंध घालू शकते.

१.३.१० नवीन बँक परवाना धोरण :

वित्तीय स्थायी समितीने यशवंत सिन्हा यांच्या अध्यक्षतेखाली बँक व्यवसायातील नवीन परवाना विषयक धोरण यावरती एक अहवाल १८ ऑक्टोबर २०१३ मध्ये सादर केला. या अहवालाद्वारे वित्तीय समावेशनाचे उद्दिष्ट डोळ्यासमोर ठेऊन नवीन बँकांच्या उभारणीसाठी आणि नवीन बँकांच्या स्थापनेसाठी काही महत्त्वपूर्ण मार्गदर्शनपर सूचना केल्या. या समितीने केलेल्या काही महत्त्वपूर्ण सुचना पुढीलप्रमाणे सांगता येतील :

१) नवीन बँकांच्या स्थापनेसाठी परवान्यांचे प्रचालन :

नरसिंहन समितीने जी स्थापन १९९१ मध्ये केली गेली होती त्या समितीने भारतीय रिझर्व्ह बँकेला खाजगी क्षेत्रात बँकांच्या स्थापने विषयी परवाना देण्याची शिफारस केली होती. या शिफारशीच्या आधारे भारतीय रिझर्व्ह बँकेने १९९३ मध्ये नवीन बँकांच्या स्थापनेविषयीच्या मार्गदर्शनपर सूचनांचे प्रचालन केले होते. याच मार्गदर्शनर सूचनांमध्ये भारतीय रिझर्व्ह बँकेने जानेवारी २००१ आणि फेब्रुवारी २०१३ मध्ये काही नवीन सुधारणा केल्या होत्या.

१९९३ मध्ये खाजगी क्षेत्रात एकूण ४ बँकांची स्थापना केली गेली पण त्यापैकी केवळ एकाच बँक त्यांचा कारभार सुरळीतपणे चालू ठेऊ शकली आणि अन्य तीन बँकांचे स्वच्छेने किंवा ढासळत्या आर्थिक परिस्थितीमुळे विलीनीकरण करावे लागले. या समितीने नोंदवलेल्या निरीक्षणानुसार १९९३ मध्ये भारतीय रिझर्व्ह बँकेने ज्या मार्गदर्शनपर सूचनांचे प्रचालन केलेले होते त्या मार्गदर्शपर सूचना या बँकांची आर्थिक स्थिती मजबूत करण्यासाठी पुरेश्या नव्हत्या.

२) मोठ्या औद्योगिक गृहांना बँकविषयक परवान्यांचे वितरण :

२०१३ च्या ज्या मार्गदर्शनपर सूचना होत्या त्या २००१ च्या मार्गदर्शपर सूचनांच्या अगदी विरोधातील होत्या. या सूचनांनी भारतीय रिझर्व्ह बँकेला मोठ्या प्रमाणावरील औद्योगिक गृहांना पुढील कारणांमुळे बँक विषयक परवाने देण्यास मनाई केलेली होती :

i) त्यांना सहजपणे करून दिली जाणारी भांडवलाची उपलब्धता.

ii) त्यांना वित्तीय क्षेत्रात प्रवेशाची आधीच परवानगी दिलेली होती.

iii) या औद्योगिक घरांनी मोठ्याप्रमाणावरती टेलिकॉम, ऊर्जा आणि महामार्ग क्षेत्रात विकासासाठी पैशाची गुंतवणूक केली होती. त्यामुळे या उद्योगांना औद्योगिक आणि बँक व्यवसायी क्षेत्र यांना विकासाच्या हेतूने भिन्न ठेवायचे निर्धारित केले गेले. या औद्योगिक गृहांच्या आधारे सार्वजनिक वित्त आणि सामाजिक कल्याण व्यवसायाच्या माध्यमातून साधण्याची मोठी जबाबदारी देण्यात आली. त्यामुळे या औद्योगिक गृहांना वित्तीय समावेशनापासून दूर ठेवण्यात आले.

३) योग्य आणि उचित मानदंड :

सद्य स्थितीत योग्य आणि उचित मानदंड यांच्याआधारे एखादी संस्था ही योग्य ओळख पत्रे आणि मानदंड यांच्या साहाय्याने बँक परवान्याच्या साठी मागणी केली जाऊ शकते. याच्या मार्फत केली गेलेली जी नोंदणी आहे ती गेल्या १० वर्षात सर्वात जास्त यशस्वी ठरलेली आहे. या समितीच्या मते, अधिक सुस्पष्ट, सुसंगत अणि वस्तुनिष्ठपणा यासाठी विविध अर्जदारांच्या क्रेडेन्शियल्सचे योग्य मूल्यांकन केले जावे.

४) देय भांडवल :

या समितीने केलेल्या शिफारशीनुसार नवीन बँकांची स्थापना करत असताना या बँकांचे जे देय भांडवल आहे ते कमीतकमी सद्य स्थितीत रुपये ५०० कोटी ते रुपये १००० कोटी इतके असावे. या समितीच्या मते, साधारणपणे जी बँक रुपये ५०० कोटी इतक्या भांडवलाच्या सहाय्याने बँकेच्या कामकाजाला सुरुवात करते त्या बँकेच्या कामकाजावरती मोठ्याप्रमाणावरती मर्यादा निर्माण होतात. त्यामुळे या देय भांडवलाच्या मर्यादेत वाढ होणे गरजेचे आहे.

५) कर्ज विषयक निकष :

या समितीने नमूद केल्याप्रमाणे भारतीय रिझर्व्ह बँकेने या नवीन बँकांच्या कर्ज विषयक मार्गदर्शपर सूचना ह्या अधिक स्पष्टपणे देणे आवश्यक होते. ज्यामुळे या बँकांच्या खर्ज विषयक व्यवहारांवरती योग्य नियंत्रण ठेवणे शक्य झाले असते.

६) वित्तीय समावेशन :

२०१३ च्या मार्गदर्शनपर सूचनांच्यानुसार ज्यावेळेस एखादी नवीन बँक सुरु केली जाते त्यावेळेस त्या बँकेच्या साधारणपणे २५% शाखा या ज्या ग्रामीण भागात बँक नाहीत अशा भागात असणे असणे गरजेचे आहे. या समितीच्या म्हणण्यानुसार खाजगी क्षेत्रात काम करणाऱ्या ज्या बँका आहेत त्या बँकांच्या एकूण शाखांच्या संख्येपैकी केवळ २०% शाखाच अशाप्रकारच्या ग्रामीण भागात आहेत. त्यामुळे आता नवीन बँकांच्या स्थापनेला परवानगी देत असताना ४/३ शाखा या शहरी भागात तर १ शाखा ही ग्रामीण भागात असणे अनिवार्य असणार आहे.

७) अर्ज विषयक येणाऱ्या समस्या :

या समितीने सांगितलेल्याप्रमाणे :

i) भारतीय रिझर्व्ह बँक ही अर्जदार बँकांचे मूल्यमापन आणि स्क्रिनिंग हे आत्यंतिक पारदर्शकपणे करते.

ii) जे अर्जदार अर्ज करतील त्या अर्जदारांना भारतीय रिझर्व्ह बँक ही अत्यंत तात्काळ स्वरूपात प्रतिसाद देते, आणि जे अर्ज बाद होतील त्यांना त्याची सविस्तर कारणमीमांसा देते.

iii) भारतीय रिझर्व्ह बँकेने घेतलेल्या निर्णयाचे पुनर्विलोकन करण्यासाठी एक यंत्रणा कार्यरत केली आहे.

बहुविकल्पी प्रश्न

१) मध्यवर्ती बँक व्यवसायाची संकल्पना ---------- शतकात स्थिर चलन आणि वित्तीय प्रणालीच्या गरजेला प्रतिसाद म्हणून उगम पावली.
अ) १९ वा ब) १८ वा क) १७ वा ड) २० वा

२) १६९४ मध्ये ---------- ची स्थापना हे इंग्लंडच्या आर्थिक आव्हानांना तोंड देण्याच्या उद्देशाने मध्यवर्ती बँकेचे प्रारंभिक उदाहरण म्हणून चिन्हांकित केले.
अ) फेडरल रिझर्व्ह सिस्टम ब) युरोपियन सेंट्रल बँक
क) भारतीय रिझर्व्ह बँक ड) बँक ऑफ इंग्लंड

३) उदयोन्मुख अर्थव्यवस्थांमध्ये, मध्यवर्ती बँक अनेकदा ---------- स्थिरता, चलनवाढीचे व्यवस्थापन आणि विनिमय दर स्थिरता राखण्यावर लक्ष केंद्रित करते.
अ) मनोरंजन उद्योगाला चालना देणे ब) पर्यावरणीय प्रदूषण कमी करणे
क) वित्तीय शिस्त सुनिश्चित करणे ड) आर्थिक आणि आर्थिक सुनिश्चित करणे

४) मध्यवर्ती बँक चलन जारी करण्यासाठी आणि चलन प्रणालीचे नियमन करण्यासाठी जबाबदार ---------- प्राधिकरण म्हणून काम करते.
अ) राजकीय ब) शैक्षणिक क) सरकारी ड) एकमेव आर्थिक

५) मध्यवर्ती बँकेचे ---------- हे आर्थिक संकटाच्या वेळी अंतिम उपाय म्हणून कर्ज देणारे माध्यम म्हणून काम करते, आर्थिक व्यवस्थेत स्थिरता सुनिश्चित करते.
अ) प्राथमिक लक्ष ब) दुय्यम ध्येय क) तृतीयक उद्दिष्ट ड) मुख्य मिशन

६) भारतीय रिझर्व्ह बँक (RBI) ची स्थापना ---------- रोजी देशाची मध्यवर्ती बँकिंग संस्था म्हणून करण्यात आली.
अ) २६ जानेवारी १९५० ब) १५ ऑगस्ट १९४७ क) १ एप्रिल १९३५ ड) १ जुलै १९६९

७) आरबीआयचे राष्ट्रीयीकरण ---------- मध्ये करण्यात आले आणि तीची मालकी भारत सरकारकडे हस्तांतरित केली.
अ) १९६९ ब) १९५१ क) १९८० ड) १९४७

८) आरबीआयचे मध्यवर्ती कार्यालय ---------- येथे आहे.
अ) मुंबई ब) नवी दिल्ली क) कोलकाता ड) चेन्नई

९) आरबीआयची सर्वोच्च निर्णय घेणारी संस्था ---------- आहे, जी मौद्रिक धोरण तयार करण्यासाठी जबाबदार आहे.
अ) चलनविषयक धोरण समिती (MPC) ब) केंद्रीय संचालक मंडळ
क) आर्थिक स्थिरता आणि विकास परिषद ड) आर्थिक घडामोडींवर सल्लागार समिती

१०) आरबीआय बँकिंग क्षेत्राचे नियमन आणि पर्यवेक्षण तिच्या उपकंपनी, ---------- द्वारे करते.
अ) सिक्युरिटीज अँड एक्सचेंज बोर्ड ऑफ इंडिया (सेबी)
ब) राष्ट्रीय कृषी आणि ग्रामीण विकास बँक (नाबार्ड)
क) भारतीय लघु उद्योग विकास बँक (SIDBI)
ड) ठेव विमा आणि क्रेडिट गॅरंटी कॉर्पोरेशन (DICGC)

११) रिझर्व्ह बँक ऑफ इंडिया (RBI) ला देशात ---------- जारी करण्याचा आणि व्यवस्थापित करण्याचा एकमेव अधिकार आहे.

अ) नाणी ब) स्टॅम्प क) चलनी नोटा ड) बॉण्ड्स

१२) भारतात चलनी नोटा १९३४ च्या ---------- कायद्यानुसार जारी केल्या जातात.

अ) भारतीय रिझर्व्ह बँक ब) चलन जारी करणे क) नाणे ड) भारतीय आर्थिक

१३) आरबीआय ---------- जारी केलेल्या समर्थनासाठी सोने आणि परकीय चलनाच्या साठ्याची किमान टक्केवारी राखते.

अ) स्टॅम्प ब) बॉन्ड्स क) नाणी ड) चलनी नोट

१४) मालमत्तेचे समर्थन आरबीआयद्वारे जारी केलेल्या चलनाची ---------- आणि विश्वासार्हता सुनिश्चित करते.

अ) लोकप्रियता ब) मूल्य क) रंगीतपणा ड) ऐतिहासिक महत्त्व

१५) आरबीआय चलनी नोटांचे वितरण तिच्या ---------- द्वारे व्यवस्थापित करते, जे चलन आणि नाण्यांच्या साठ्याचे भांडार आहेत.

अ) प्रादेशिक बँका ब) पोस्टल कार्यालये क) चलनी पेट्या ड) कॉइनेज युनिट्स

१६) चलनी पेट्या निवडलेल्या ---------- आणि आरबीआयद्वारे अधिकृत इतर वित्तीय संस्थांद्वारे राखले जातात.

अ) महाविद्यालये ब) संग्रहालये क) बँका ड) कॉर्पोरेशन

१७) अलिकडच्या वर्षांत, आरबीआयने बनावट प्रतिबंध वाढविण्यासाठी चलनी नोटांवर ---------- सारखी प्रगत सुरक्षा वैशिष्ट्ये सादर केली आहेत.

अ) होलोग्राम ब) QR कोड क) स्टॅम्प ड) बारकोड

१८) आरबीआय ---------- कमी करण्यासाठी आणि सोयीस्कर आर्थिक व्यवहार सुलभ करण्यासाठी डिजिटल व्यवहार आणि इलेक्ट्रॉनिक पेमेंट सिस्टमला प्रोत्साहन देते.

अ) चलन पुरवठा ब) नाण्यांची मागणी

क) रोख रकमेवर अवलंबून असणे ड) मुद्रांकांची उपलब्धता

१९) भारतीय रिझर्व्ह बँक (RBI) ---------- आणि राज्य सरकार या दोघांसाठी बँकर म्हणून काम करते.

अ) कॉर्पोरेशन्स ब) नगरपालिका क) केंद्रीय बँका ड) केंद्र सरकार

२०) आरबीआय सरकारचे एकत्रित निधी आणि इतर खाती व्यवस्थापित करते, महसूल, खर्च आणि ---------- संबंधित व्यवहारांवर प्रक्रिया करते.

अ) मनोरंजन उद्योग ब) परराष्ट्र संबंध क) सार्वजनिक कर्ज ड) क्रीडा उपक्रम

२१) आरबीआय केंद्र सरकारला त्याच्या ---------- प्रवाहातील तात्पुरत्या विसंगतींची पूर्तता करण्यासाठी पत सुविधा प्रदान करते.

अ) निर्यात-आयात ब) कर क) शैक्षणिक ड) मनोरंजन

२२) राज्य सरकारांसाठी, आरबीआय आवश्यक आर्थिक सहाय्य प्रदान करून पावत्या आणि पेमेंट दरम्यान ---------- सुविधा देते.

अ) कार्यक्षम बजेटिंग ब) पर्यावरण संरक्षण क) वैज्ञानिक संशोधन ड) संतुलित रोख प्रवाह

२३) आरबीआय सरकारी प्रतिभूती जारी करते आणि सेवांचे व्यवस्थापन करते, ---------- सुनिश्चित करते आणि कर्ज घेण्याचा खर्च कमी करते.

अ) तांत्रिक प्रगती ब) वित्तीय शिस्त क) सांस्कृतिक वारसा ड) सामाजिक न्याय

२४) सार्वजनिक कर्ज व्यवस्थापनात आरबीआयच्या भूमिकेत सरकारी रोख्यांचे पुनर्वित्त, पूर्तता आणि ---------- यांचा समावेश होतो.

अ) कायदेशीर दस्तऐवजीकरण ब) आर्थिक समावेश

क) बाजारातील ट्रेंडचे निरीक्षण करणे ड) राजकीय वाटाघाटी

२५) रिझर्व्ह बँक ऑफ इंडिया (RBI) ---------- ला विविध बँकिंग सेवा पुरवून बँकांची बँक म्हणून काम करते.

अ) सरकारी संस्था ब) विदेशी गुंतवणूकदार

क) आंतरराष्ट्रीय संस्था ड) इतर बँका

२६) ---------- म्हणून, आरबीआय अर्थव्यवस्थेतील पैशाचा पुरवठा आणि पत नियंत्रित करण्यासाठी मौद्रिक धोरण उपाय तयार करते आणि लागू करते.

अ) शेवटचा उपाय देणारा ब) सरकारी नियामक

क) चलन जारीकर्ता ड) विदेशी चलन नियंत्रक

२५) आरबीआय पत उपलब्धता प्रभावित करण्यासाठी आणि महागाई व्यवस्थापित करण्यासाठी ---------- दर आणि राखीव आवश्यकता यासारख्या साधनांचा वापर करते.

अ) कर ब) व्याज क) वित्तीय ड) परकीय चलन

२८) आर्थिक संकटाच्या वेळी, आरबीआय ---------- म्हणून काम करते, तरलतेच्या समस्यांना तोंड देत असलेल्या बँकांना आपत्कालीन आर्थिक सहाय्य प्रदान करते.

अ) परकीय चलन विक्रेता ब) कर प्राधिकरण

क) पहिल्या उपायाचा कर्ज देणारा ड) शेवटचा उपाय देणारा

२९) शेवटचा उपाय म्हणून कर्ज देणारी आरबीआयची भूमिका बँकिंग प्रणालीची स्थिरता सुनिश्चित करते आणि ---------- ला प्रतिबंधित करते.

अ) महागाई ब) चलनवाढ

क) चलनाचे अवमूल्यन ड) तांत्रिक व्यत्यय

३०) भारतीय रिझर्व्ह बँक (RBI) विदेशी चलने, सोने आणि इतर आंतरराष्ट्रीय मालमत्तेसह भारताच्या ---------- साठ्याचे व्यवस्थापन करते.

अ) कृषी ब) तांत्रिक क) सांस्कृतिक ड) परकीय चलन

३१) ---------- स्थिरता सुनिश्चित करण्यासाठी आणि बाह्य पेमेंट दायित्वांची पूर्तता करण्यासाठी पुरेसा परकीय चलन साठा राखण्याचे आरबीआयचे उद्दिष्ट आहे.

अ) वित्तीय ब) पर्यावरण क) आर्थिक ड) कलात्मक

३२) आर्थिक वृद्धी आणि स्थिरता वाढवण्याच्या उद्देशाने पुढाकार घेऊन ---------- ला प्रोत्साहन देण्यात आरबीआय महत्वाची भूमिका बजावते.

अ) बेरोजगारी ब) महागाई क) पर्यावरण संरक्षण ड) आर्थिक समावेश

३३) आरबीआय कृषी आणि लघुउद्योग यासारख्या प्राधान्य क्षेत्रांना पत पुरवून ---------- ला प्रोत्साहन देते.

अ) उत्पन्न असमानता **ब)** तांत्रिक प्रगती **क)** सामाजिक न्याय **ड)** उद्योजकता

३४) आरबीआय भारतातील वित्तीय संस्थांची स्थापना आणि वृद्धी सुलभ करून ---------- विकासावर लक्ष केंद्रित करते.

अ) आरोग्यसेवा **ब)** पर्यावरणीय **क)** आर्थिक **ड)** परराष्ट्र संबंध

३५) आरबीआय स्थिर आर्थिक वृद्धी सुलभ करणारी धोरणे तयार करून आणि अंमलात आणून ---------- ला प्रोत्साहन देते.

अ) राजकीय स्थिरता **ब)** मनोरंजन उद्योग **क)** वित्तीय शिस्त **ड)** शाश्वत विकास

३६) रिझर्व्ह बँक ऑफ इंडिया (RBI) ---------- च्या तरतुदींनुसार बँकांना परवाने जारी करते.

अ) परकीय चलन व्यवस्थापन कायदा (FEMA) **ब)** कंपनी कायदा, २०१३

क) बँकिंग नियमन कायदा, १९४९ **ड)** आयकर कायदा, १९६१

३७) नवीन शाखांच्या ---------- साठी बँकांना परवानगी देण्यास आरबीआय जबाबदार आहे.

अ) विलीनीकरण आणि संपादन **ब)** उघडणे

क) बंद करणे **ड)** पुनर्स्थापना

३८) आरबीआय ---------- आणि जनतेला योग्य बँकिंग सेवा सुनिश्चित करण्यासाठी बँक शाखांच्या स्थापनेचे नियमन करते.

अ) पर्यावरणीय टिकाव **ब)** सुविधा

क) सांस्कृतिक विविधता **ड)** आंतरराष्ट्रीय संबंध

३९) भारतात कार्यरत असलेल्या विदेशी बँका ---------- च्या तरतुदींनुसार नियंत्रित केल्या जातात.

अ) विदेशी गुंतवणूक प्रोत्साहन मंडळ (FIPB) **ब)** सिक्युरिटीज अँड एक्सचेंज बोर्ड ऑफ इंडिया (SEBI)

क) परकीय चलन व्यवस्थापन कायदा (FEMA) **ड)** भारतीय स्पर्धा आयोग (CCI)

४०) आरबीआय बँकांना त्यांच्या ---------- ची ठराविक टक्केवारी रोख राखीव आणि तरल मालमत्ता म्हणून राखण्याचे आदेश देते.

अ) एकूण मालमत्ता **ब)** ग्राहकांच्या ठेवी

क) कर्ज पोर्टफोलिओ **ड)** भांडवली राखीव

४१) बँकांनी कर्ज आणि गुंतवणुकीसाठी पुरेसा ---------- राखला पाहिजे हे सुनिश्चित करण्यासाठी आरबीआय विवेकपूर्ण नियम निश्चित करते.

अ) व्याजदर **ब)** भांडवली राखीव **क)** कर्मचाऱ्यांचे पगार **ड)** जाहिरात खर्च

४२) बँकांचा ---------- पाया मजबूत आहे याची खात्री करण्यासाठी आरबीआय किमान भांडवल आवश्यकता निर्धारित करते.

अ) ग्राहक सेवा **ब)** इक्विटी **क)** नफा मार्जिन **ड)** शाखा नेटवर्क

४३) आरबीआय ---------- आणि ग्राहक संरक्षण सुनिश्चित करण्यासाठी बँकांद्वारे अनुसरण केलेल्या पद्धती आणि प्रक्रियांचे नियमन करते.

अ) तांत्रिक प्रगती **ब)** कार्यक्षमता **क)** ब्रँड दृश्यमानता **ड)** आंतरराष्ट्रीय सहयोग

४४) आरबीआयने सादर केलेल्या नवीन बँकिंग परवाना धोरणाचे उद्दिष्ट आर्थिक समावेशनाला चालना देणे आणि ---------- च्या स्थापनेला प्रोत्साहन देणे आहे.

अ) परदेशी बँका ब) मोठ्या कॉर्पोरेट बँका

क) सूक्ष्म वित्तपुरवठा संस्था ड) अशासकीय संस्था

४५) भारतातील व्यावसायिक बँकांना ---------- च्या तरतुदींनुसार भारतीय रिझर्व्ह बँक (ठइख) कडून परवाना घेणे आवश्यक आहे.

अ) परकीय चलन व्यवस्थापन कायदा (FEMA) ब) कंपनी कायदा, २०१३

क) बँकिंग नियमन कायदा, १९४९ ड) आयकर कायदा, १९६१

४६) आरबीआय आवश्यक परवानग्या देऊन नवीन बँक शाखांच्या ---------- वर नियामक नियंत्रण वापरते.

अ) विलीनीकरण आणि संपादन ब) उघडणे

क) बंद करणे ड) पुनर्स्थापना

४७) आरबीआयचे निरीक्षण हे सुनिश्चित करते की बँक शाखांची स्थापना ---------- लोकांना बँकिंग सेवा प्रदान करण्यासाठी केली जाते.

अ) पर्यावरणीय टिकाव ब) सुविधा

क) सांस्कृतिक विविधता ड) आंतरराष्ट्रीय संबंध

४८) भारतात कार्यरत असलेल्या विदेशी बँका ---------- द्वारे परिभाषित केलेल्या नियामक चौकटीद्वारे नियंत्रित केल्या जातात.

अ) विदेशी गुंतवणूक प्रोत्साहन मंडळ (FIPB) ब) सिक्युरिटीज अँड एक्सचेंज बोर्ड ऑफ इंडिया (SEBI)

क) परकीय चलन व्यवस्थापन कायदा (FEMA) ड) भारतीय स्पर्धा आयोग (CCI)

४९) व्यावसायिक बँकांना त्यांच्या एकूण ---------- पैकी काही टक्के रक्कम रोख राखीव आणि तरल मालमत्ता म्हणून राखणे बंधनकारक आहे.

अ) ग्राहकांच्या ठेवी ब) कर्ज पोर्टफोलिओ

क) भांडवली राखीव ड) रिअल इस्टेट होल्डिंग्स

५०) बँकांनी जोखीम आणि भांडवल पर्याप्तता यांच्यात निरोगी संतुलन राखले आहे याची खात्री करण्यासाठी आरबीआय ---------- निश्चित करते.

अ) नियामक मार्गदर्शक तत्त्वे ब) ग्राहक प्राधान्ये

क) ब्रँड मानके ड) राजकीय संलग्नता

५१) बँकांना त्यांची कर्जे आणि प्रगती त्यांच्या ---------- स्थितीच्या आधारे श्रेणींमध्ये वर्गीकृत करणे आवश्यक आहे.

अ) सामाजिक प्रभाव ब) कर्जदाराचे वय

क) परतफेडीचा इतिहास ड) उद्योग प्रकार

५२) आरबीआय बँकांना संभाव्य आर्थिक नुकसानापासून संरक्षण करण्यासाठी किमान ---------- राखण्याचे आदेश देते.

अ) ग्राहकांच्या समाधानाची पातळी ब) परकीय चलन साठा

क) भांडवली पर्याप्तता प्रमाण ड) ब्रँड इक्विटी

५३) आरबीआयने निश्चित केलेल्या किमान भांडवलाची आवश्यकता बँकांनी तोटा शोषून घेण्यासाठी मजबूत ---------- आधार ठेवण्याची खात्री केली आहे.

अ) ग्राहक सेवा संघ | ब) इक्विटी आणि राखीव

क) विपणन धोरण | ड) राजकीय प्रभाव

५४) भांडवली पर्याप्तता गुणोत्तर बँकेचे ---------- आणि संभाव्य तोटा भरून काढण्याची तिची क्षमता मोजते.

अ) कर्मचाऱ्यांचे समाधान | ब) नफा फरक

क) भांडवली राखीव | ड) ग्राहकांची निष्ठा

५५) रिझर्व्ह बँक ऑफ इंडिया (RBI) ---------- आणि ग्राहक संरक्षण सुनिश्चित करण्यासाठी बँकांद्वारे अनुसरण केलेल्या पद्धती आणि प्रक्रियांवर नियामक अधिकार वापरते.

अ) तांत्रिक प्रगती | ब) कार्यक्षमता

क) ब्रँड दृश्यमानता | ड) आंतरराष्ट्रीय सहयोग

५६) आरबीआयने सादर केलेले नवीन बँकिंग परवाना धोरण आर्थिक समावेशनाला चालना देण्यासाठी ---------- च्या स्थापनेला प्रोत्साहन देते.

अ) परदेशी बँका | ब) मोठ्या कॉर्पोरेट बँका

क) सूक्ष्म वित्तपुरवठा संस्था | ड) अशासकीय संस्था

५७) नवीन बँकिंग परवाना धोरणांतर्गत, आरबीआयचे उद्दिष्ट बँकिंग क्षेत्रात स्पर्धा वाढवणे, नवनिर्मितीला प्रोत्साहन देणे आणि ---------- वाढवणे आहे.

अ) ग्राहक निष्ठा | ब) ब्रँड ओळख

क) भांडवली साठा | ड) आर्थिक स्थिरता

५८) नवीन बँक परवाना अर्जदारांनी ---------- आणि प्रशासन मानकांसह आरबीआयने निश्चित केलेले कठोर पात्रता निकष पूर्ण करणे आवश्यक आहे.

अ) तांत्रिक कौशल्य | ब) आर्थिक समावेशाचे लक्ष्य

क) पर्यावरणीय स्थिरता | ड) राजकीय संलग्नता

उत्तरे : १) क, २) ड, ३) ड, ४) ड, ५) अ, ६) क, ७) अ, ८) अ, ९) अ, १०) ब, ११) क, १२) अ, १३) ड, १४) ब, १५) क, १६) क, १७) अ, १८) क, १९) ड, २०) क, २१) ब, २२) ड, २३) ब, २४) क, २५) ड, २६) ड, २७) ब, २८) ड, २९), ब, ३०) ड, ३१) क, ३२) ड, ३३) ड, ३४) क, ३५) क, ३६) क, ३७) ब , ३८) ब, ३९) क, ४०) अ, ४१) ब, ४२) ब, ४३) ब, ४४) क, ४५) क, ४६) ब, ४७) ब, ४८) क, ४९) अ, ५०) अ, ५१) क, ५२) क, ५३) ब, ५४) क, ५५) ब, ५६) क, ५७) ड, ५८) ब.

सरावासाठी प्रश्न

प्र. १. मध्यवर्ती बँकेची व्याख्या सांगा. मध्यवर्ती बँकेची उत्पत्ती आणि विकास स्पष्ट करा.

प्र. २. मध्यवर्ती बँकेची गरज आणि तर्क स्पष्ट करा.

प्र. ३. उदयोन्मुख अर्थव्यवस्थांमध्ये मध्यवर्ती बँकेच्या भूमिकेचा आढावा घ्या.

प्र. ४. रिझर्व्ह बँक ऑफ इंडिया (RBI) ची उत्क्रांती स्पष्ट करा.

प्र. ५. भारतीय रिझर्व्ह बँकेचे संघटन स्पष्ट करा.

प्र. ६. भारतीय रिझर्व्ह बँकेची विविध कार्ये स्पष्ट करा.

प्र. ७. चलन प्राधिकरण म्हणून रिझर्व्ह बँकेचे तपशीलवार वर्णन करा.

प्र. ८. सरकारची बँक म्हणून रिझर्व्ह बँकेचे कार्य स्पष्ट करा.

प्र. ९. बँकांची बँक म्हणून रिझर्व्ह बँकेचे कार्य स्पष्ट करा.

प्र. १०. रिझर्व्ह बँकेचे परकीय राखीव निधीचे व्यवस्थापक म्हणून कार्य स्पष्ट करा.

प्र. ११. रिझर्व्ह बँकेचे प्रचारात्मक कार्य स्पष्ट करा.

प्र. १२. पत नियंत्रित करण्यासाठी रिझर्व्ह बँकेने कोणत्या विविध पद्धती अवलंबल्या आहेत?

प्र. १३. रिझर्व्ह बँकेची नियामक भूमिका स्पष्ट करा.

प्र. १४. परवाना देण्यासाठी कोणत्या अटी आहेत?

प्र. १५. शाखा उघडण्याच्या आवश्यकतेची तपशीलवार माहिती सांगा.

प्र. १६. बँकिंग कायद्यांतर्गत भांडवल आणि राखीव निधी बाबतच्या तरतुदी स्पष्ट करा.

प्र. १७. पत नियंत्रणाच्या कार्यामध्ये कोणत्या वेगवेगळ्या पद्धती आहेत?

प्र. १८. धोरणात्मक मूल्ये म्हणजे काय? व्यावसायिक बँकेवर ग्राहकांच्या हिताचे रक्षण करण्यासाठी नियम स्पष्ट करा.

प्र. १९. कार्यपध्दतींवरील नियंत्रणाच्या पद्धती स्पष्ट करा.

प्र. २०. रिझर्व्ह बँकेच्या नवीन बँकिंग परवाना धोरणाबद्दल माहिती सांगा.

प्र. २१. **खालील विषयांवर टिपा लिहा :**

अ) चलन प्राधिकरण.
ब) चलनी नोटा जारी करणे.
क) नोट जारी करण्यासाठी मालमत्ता बँकिंग.
ड) चलनाचे वितरण.
इ) चलनी पेट्या.
ई) सरकारी खात्यांची देखभाल.
फ) केंद्र आणि राज्य सरकारची बँक.
ग) सार्वजनिक कर्जाचे व्यवस्थापन.
ह) पत नियंत्रक.
स) अंतिम धनको.
य) बँकांचा परवाना.
र) नवीन बँका उघडणे.
ल) शाखा परवाना.
व) विदेशी बँका.
म) रोख साठा.
न) तरल मालमत्ता.
प) धोरणात्मक मूल्ये.
क्ष) भांडवल आणि राखीव.
ज्ञ) चलन व्यवस्थापनातील सद्यकालीन विकास.

प्रकरण २

मध्यवर्ती बँकेची स्वायत्तता

प्रस्तावना :

एक स्वायत्त मध्यवर्ती बँक गुंतवणूकदार, व्यवसाय आणि जनतेमध्ये आत्मविश्वास वाढवते, कारण ती एक विश्वासार्ह आणि स्थिर संस्था म्हणून ओळखली जाते. जेव्हा मध्यवर्ती बँक राजकीयदृष्ट्या स्वतंत्र म्हणून ओळखली जाते, तेव्हा ती राष्ट्रीय चलनाचे मूल्य सुरक्षित ठेवण्याच्या आणि आर्थिक स्थिरतेला प्रोत्साहन देण्याच्या क्षमतेवर विश्वास वाढवते. शिवाय, स्वायत्तता मध्यवर्ती बँकेला दीर्घकालीन आर्थिक उद्दिष्टांवर लक्ष केंद्रित करण्यास प्रोत्साहन देते, देशाच्या आर्थिक आणि वित्तीय स्थिरतेला धोका निर्माण करणारे अदूरदर्शी निर्णय टाळता येतात. तथापि, स्वायत्तता महत्त्वाची असताना, सार्वजनिक विश्वास आणि कायदेशीरपणा राखण्यासाठी मध्यवर्ती बँकेने तिच्या कामकाजात जबाबदार आणि पारदर्शक राहणे तितकेच महत्त्वाचे आहे. स्वायत्तता आणि उत्तरदायित्व यांच्यातील योग्य संतुलन राखणे प्रभावी आणि विश्वासार्ह मध्यवर्ती बँकेसाठी आवश्यक आहे.

२.१ मध्यवर्ती बँकेची स्वायत्तता :

आंतरराष्ट्रीय नाणेनिधी (IMF) मध्यवर्ती बँकेच्या स्वायत्ततेचे आणि उत्तरदायित्वाचे समर्थन करते, कारण याद्वारे किंमत आणि आर्थिक क्षेत्राची स्थिरता सुलभ बनते, जी शाश्वत आर्थिक वृद्धीसाठी अनुकूल असते. सर्वसाधारणपणे स्वायत्तता यासाठी वारंवार वापरल्या जाणाऱ्या स्वातंत्र्य शब्दाला प्राधान्य दिले जाते, कारण स्वायत्ततेमध्ये कार्यात्मक स्वातंत्र्य समाविष्ट असते, तर स्वातंत्र्य संस्थात्मक मर्यादांची कमतरता दर्शवते. मध्यवर्ती बँकेची उद्दिष्टे स्पष्टपणे परिभाषित आणि प्राधान्यक्रमित असणे आवश्यक आहे, ही उद्दिष्टे साध्य करण्यासाठी पुरेसा अधिकार आणि विश्वासार्ह राहण्यासाठी स्वायत्तता असणे आवश्यक आहे. त्याच वेळी, संतुलन सुनिश्चित करण्यासाठी त्यास नियुक्त केलेल्या प्राधिकरणासाठी ते जबाबदार असले पाहिजे. संकटानंतर अनेकदा मध्यवर्ती बँकेसाठी विधायक चौकटीत सुधारणा केल्याने चलनविषयक धोरणाची विश्वासार्हता वाढण्यास मदत होऊ शकते. हे कथित चलनवाढीचा पूर्वाग्रह कमी करते आणि वास्तविक व्याजदर, जो शाश्वत आर्थिक विकासाला पुढे नेतो.

२.१.१ अर्थ :

मध्यवर्ती बँकेची स्वायत्तता सरकारच्या हस्तक्षेपाशिवाय किंवा कोणत्याही बाह्य प्रभावाशिवाय स्वतंत्रपणे कार्य करण्याची आणि आर्थिक धोरणविषयक निर्णय घेण्याची क्षमता दर्शवते. हे स्वातंत्र्य महत्त्वपूर्ण आहे कारण ते मध्यवर्ती बँकेला त्यांचे प्राथमिक उद्दिष्ट प्रभावीपणे पूर्ण करण्यास अनुमती देते, जे सहसा किंमत स्थिरता राखते आणि महागाई नियंत्रित करते. स्वायत्तता हे सुनिश्चित करते की मध्यवर्ती बँक अल्पकालीन राजकीय दबावांना बळी न पडता किंवा दीर्घकालीन अर्थव्यवस्थेला हानी पोहोचवू शकणाऱ्या लोकप्रिय उपायांना बळी न पडता; व्याजदर वाढवणे किंवा पैशाचा पुरवठा कमी करणे यासारखे कठोर निर्णय घेऊ शकते.

२.१.२ मध्यवर्ती बँकेच्या स्वायत्ततेचे प्रकार :

मध्यवर्ती बँकेच्या स्वायत्ततेचे अनेक प्रकारांमध्ये वर्गीकरण केले जाऊ शकते जे मध्यवर्ती बँकेला प्रदान केलेल्या स्वातंत्र्याची पातळी आणि व्याप्तीवर आधारित आहे. मध्यवर्ती बँकेच्या स्वायत्ततेचे मुख्य प्रकार पुढीलप्रमाणे आहेत :

१) ध्येय स्वायत्तता :

ध्येय स्वायत्तता ही चलनवाढ नियंत्रित करणे, किंमत स्थिरता राखणे आणि आर्थिक वाढीस चालना देणे यासारखी मौद्रिक धोरणाची उद्दिष्टे निश्चित करण्याबाबत मध्यवर्ती बँकेच्या स्वातंत्र्याचा संदर्भ देते. ध्येय स्वायत्तता मध्यवर्ती बँकेला सरकारद्वारे धोरणात्मक उद्दिष्टांमध्ये सतत बदलांच्या अधीन न राहता त्याच्या प्राथमिक उद्दिष्टावर लक्ष केंद्रित प्रोत्साहनअनुमती देते.

२) साधन स्वायत्तता :

साधन स्वायत्तता मध्यवर्ती बँकेच्या मौद्रिक धोरणाची उद्दिष्टे साध्य करण्यासाठी आवश्यक असलेली विशिष्ट साधने आणि तंत्रे निवडण्याचे आणि अंमलबजावणी करण्याच्या स्वातंत्र्याचा संदर्भ देते. या साधनांमध्ये खुल्या बाजारातील कार्यप्रणाली, राखीव आवश्यकता आणि व्याजदरांची निश्चितता यांचा समावेश आहे. साधन स्वायत्तता असण्यामुळे मध्यवर्ती बँकेला बदलत्या आर्थिक परिस्थितीला त्वरित आणि प्रभावीपणे प्रतिसाद देण्याची परवानगी मिळते.

३) निर्णय घेण्याची स्वायत्तता :

निर्णय घेण्याची स्वायत्तता मध्यवर्ती बँकेच्या चलनविषयक धोरण समितीच्या किंवा धोरणात्मक निर्णय घेण्याच्या प्रशासकीय मंडळाच्या स्वातंत्र्याशी संबंधित आहे. जर मध्यवर्ती बँकेचे निर्णय सरकारी हस्तक्षेप किंवा राजकीय प्रभावापासून मुक्त असतील तर ती अधिक निर्णायकपणे आणि अर्थव्यवस्थेच्या हितासाठी कार्य करू शकेल.

४) कार्यात्मक स्वायत्तता :

कार्यात्मक स्वायत्तता ही मध्यवर्ती बँकेचे दैनंदिन कामकाज आणि प्रशासकीय कार्ये व्यवस्थापित करण्याच्या स्वातंत्र्याचा संदर्भ देते. हे मध्यवर्ती बँकेला त्यांचे व्यवहार कार्यक्षमतेने चालवण्यास, सक्षम कर्मचारी नियुक्त करण्यास आणि बाह्य पक्षांच्या हस्तक्षेपाशिवाय त्यांच्या कामकाजात सर्वोत्तम पद्धतींचा अवलंब करण्यास अनुमती देते.

५) आर्थिक स्वायत्तता :

आर्थिक स्वायत्तता हे सुनिश्चित करते की मध्यवर्ती बँकेचे अंदाजपत्रक आणि महसूल निर्माण करण्याच्या क्षमतेसह स्वतःच्या आर्थिक संसाधनांवर नियंत्रण आहे. सरकारने लादलेल्या संभाव्य अर्थसंकल्पीय मर्यादांपासून मध्यवर्ती बँकेचे संरक्षण करण्यासाठी या प्रकारची स्वायत्तता महत्त्वपूर्ण आहे, ज्यामुळे तिचे कार्य प्रभावीपणे पार पाडण्याच्या क्षमतेशी तडजोड होऊ शकते.

६) **कायदेशीर स्वायत्तता :**
कायदेशीर स्वायत्ततेमध्ये मध्यवर्ती बँकेचे वैधानिक स्वातंत्र्य, कायदे आणि नियम समाविष्ट आहे. कायदेशीररीत्या स्वायत्त मध्यवर्ती बँकेला सु-परिभाषित आदेश, तिच्या कार्यांमध्ये अनियंत्रित बदलांपासून संरक्षण आणि जबाबदारीची स्पष्टता असते.

२.१.३ मध्यवर्ती बँकेच्या स्वायत्ततेचे फायदे :

मध्यवर्ती बँकेची स्वायत्तता अनेक फायदे देते जे चलनविषयक धोरणाच्या प्रभावी कामकाजात आणि एकूणच आर्थिक स्थिरतेसाठी योगदान देतात. काही प्रमुख फायदे पुढीलप्रमाणे :

१) **विश्वासार्हता आणि स्थिरता :**
एक स्वायत्त मध्यवर्ती बँक गुंतवणूकदार, व्यवसाय आणि जनतेद्वारे अधिक विश्वासार्ह आणि स्थिर मानली जाते. जेव्हा मध्यवर्ती बँक राजकीय प्रभावापासून स्वतंत्र असते, तेव्हा ती अल्पकालीन राजकीय विचारांऐवजी आर्थिक मूलभूत गोष्टींवर आधारित निर्णय घेऊ शकते. ही विश्वासार्हता चलनविषयक धोरणाची परिणामकारकता वाढवते, कारण लोकांचा किमतीतील स्थिरता राखण्यासाठी आणि महागाई नियंत्रित करण्याच्या मध्यवर्ती बँकेच्या वचनबद्धतेवर विश्वास असतो.

२) **दीर्घकालीन दृष्टीकोन :**
स्वायत्तता मध्यवर्ती बँकेला चलनविषयक धोरण तयार करण्यासाठी आणि अंमलबजावणी करण्यासाठी दीर्घकालीन दृष्टीकोन तयार करता येतो. तात्पुरत्या चढउतारांमुळे किंवा राजकीय दबावाने भरकटण्याऐवजी शाश्वत आर्थिक वृद्धी आणि कालांतराने कमी चलनवाढ मिळवण्यावर ती लक्ष केंद्रित करू शकते.

३) **वेळेवर आणि प्रभावी धोरण प्रतिसाद :**
मध्यवर्ती बँकेची स्वायत्तता आर्थिक आव्हानांना जलद आणि अधिक निर्णायक प्रतिसाद देण्यास सक्षम करते. मध्यवर्ती बँक राजकीय परवानगीची वाट न पाहता, व्याजदर समायोजित करणे किंवा अपारंपरिक उपाययोजना लागू करणे यासारख्या आवश्यक धोरणात्मक कृती करू शकते. आर्थिक संकटांना तोंड देण्यासाठी आणि आर्थिक स्थिरता राखण्यासाठी ही चपळता महत्त्वाची आहे.

४) **राजकीय हस्तक्षेपावर नियंत्रण** :
एक स्वायत्त मध्यवर्ती बँक थेट राजकीय हस्तक्षेपापासून संरक्षित असते, ज्यामुळे राजकीय विचारांनी चालवलेल्या अल्पकालीन धोरणात्मक निर्णयांचा धोका कमी होतो. चलनविषयक धोरणातील राजकीय हस्तक्षेप अनिश्चित आणि अप्रत्याशित निर्णय घेण्यास कारणीभूत ठरू शकतो, ज्यामुळे मध्यवर्ती बँकेची उद्दिष्टे साध्य करण्याची क्षमता कमी होते.

५) **वर्धित जबाबदारी :**
मध्यवर्ती बँकेची स्वायत्तता सहसा वाढीव जबाबदारीसाठी संबंधित आवश्यकतेसह येते. मध्यवर्ती बँक स्वतंत्रपणे कार्यरत असताना, ती जनता आणि सरकारला उत्तरदायी राहते. उत्तरदायित्व हे सुनिश्चित करते की, मध्यवर्ती बँकेच्या कृती आणि निर्णय पारदर्शक आणि छाननीच्या अधीन आहेत, ज्यामुळे लोकांचा विश्वास वाढतो.

६) **महागाई नियंत्रण :**
स्वायत्त मध्यवर्ती बँक महागाई नियंत्रणावर प्राधान्य देण्यासाठी आणि लक्ष केंद्रित करण्यासाठी अधिक चांगल्या स्थितीत असते. स्वतंत्र मध्यवर्ती बँक महागाई विरोधी विश्वासार्ह आणि सातत्यपूर्ण धोरणाचे पालन करण्याची अधिक शक्यता असते, ज्यामुळे किमती स्थिर राहण्यास मदत होते आणि दीर्घकालीन आर्थिक विकासाला चालना मिळते.

७) धोरण लवचिकता :

स्वायत्तता मध्यवर्ती बँकेला बदलती आर्थिक परिस्थिती आणि आव्हानांना सक्रियपणे प्रतिसाद देण्याची क्षमता प्रदान करते. यामुळे आर्थिक असमतोल बिघडवणारे विलंब टाळून, वेळेवर आणि लवचिक पद्धतीने चलनविषयक धोरण साधने समायोजित केली जाऊ शकतात.

२.१.४ मध्यवर्ती बँकेच्या स्वायत्ततेच्या मर्यादा :

मध्यवर्ती बँकेची स्वायत्तता विविध फायदे देत असताना, त्याच्या काही मर्यादा आणि आव्हाने देखील आहेत; ज्या तिची प्रभावीता आणि उत्तरदायित्व प्रभावित करू शकतात. मध्यवर्ती बँकेच्या स्वायत्ततेच्या काही प्रमुख मर्यादा खालीलप्रमाणे आहेत :

१) जबाबदारीचा अभाव :

जबाबदारीच्या पुरेशा यंत्रणेशिवाय संपूर्ण स्वायत्तता मध्यवर्ती बँकची जनतेच्या गरजांना प्रतिसाद देण्याची क्षमता प्रभावित करू शकते. पारदर्शकता आणि पर्यवेक्षणाचा अभाव एखाद्या दूरच्या आणि बेहिशेबी संस्थेची धारणा निर्माण करू शकतो.

२) सरकारी उद्दिष्टांसोबत संभाव्य संघर्ष :

मध्यवर्ती बँकेच्या स्वायत्ततेचा परिणाम म्हणजे कधीकधी सरकारच्या व्यापक आर्थिक आणि राजकीय उद्दिष्टांशी संघर्ष होऊ शकतो. सरकारचे वेगवेगळे प्राधान्यक्रम असू शकतात, जसे की रोजगार किंवा आर्थिक वृद्धीला प्रोत्साहन देणे, जे किमतीच्या स्थिरतेवर मध्यवर्ती बँकेच्या प्राथमिक लक्षापेक्षा वेगळे असू शकते.

३) धोरण समन्वयाचा अभाव :

स्वायत्तता ही मध्यवर्ती बँक आणि वित्तीय धोरण तसेच इतर आर्थिक उपायांसाठी जबाबदार असलेल्या इतर सरकारी संस्थांमधील प्रभावी समन्वयास अडथळा आणू शकते. समन्वयाच्या अभावामुळे सर्वोत्कृष्ट धोरण परिणाम आणि एकूण आर्थिक उद्दिष्टे साध्य करण्यात आव्हाने येऊ शकतात.

४) महागाईवर अधिक लक्ष :

काही स्वायत्त मध्यवर्ती बँका महागाईवर जास्त लक्ष केंद्रित करू शकतात, संभाव्यतः आर्थिक धोरणाच्या इतर महत्त्वाच्या पैलूंकडे दुर्लक्ष करू शकतात, जसे की रोजगार किंवा उत्पन्न समानतेला प्रोत्साहन देणे इ.

५) संभाव्य नियामक उल्लंघन :

स्वायत्तता ही मध्यवर्ती बँकेला शक्तिशाली वित्तीय संस्था बनविते किंवा व्याज गटांच्या प्रभावासाठी उघड करू शकते, ज्यामुळे नियामक उल्लंघन होऊ शकते, जेथे मध्यवर्ती बँक ही नियंत्रित करणाऱ्यांच्या हितासाठी पक्षपाती बनते.

६) राजकीय स्वातंत्र्याचा अभाव :

कायदेशीर स्वायत्तता अस्तित्वात असली तरी, राजकीय दबाव किंवा प्रभाव अजूनही उच्च अधिकार्यांच्या नियुक्तीद्वारे किंवा कायदेशीर बदलांच्या धमक्यांद्वारे मध्यवर्ती बँकेच्या निर्णयांवर अप्रत्यक्षपणे परिणाम करू शकतो ज्यामुळे तीचे स्वातंत्र्य कमी होऊ शकते.

७) अपुरी कौशल्ये :

मध्यवर्ती बँकेच्या स्वायत्ततेमुळे संस्थेमध्ये उच्च पातळीवरील तांत्रिक कौशल्याची गरज निर्माण होऊ शकते. प्रभावी आणि माहितीपूर्ण निर्णय घेण्यासाठी मध्यवर्ती बँकेकडे सक्षम आणि कुशल कर्मचारी वर्ग असल्याची खात्री करणे महत्वाचे आहे. बऱ्याच वेळेस अपुऱ्या कौशल्यांमुळे बँकेची उद्दिष्टे पूर्ण होत नाही.

८) धोरणात्मक चुका होण्याची शक्यता :

स्वायत्तता असूनही, मध्यवर्ती बँका धोरणात्मक चुका करण्यापासून मुक्त नाहीत. अती आक्रमक किंवा वेळेवर नसलेल्या धोरणात्मक कृतींचा अर्थव्यवस्थेवर विपरीत परिणाम होऊ शकतो.

९) लोकसहभागासाठी मर्यादित वाव :

एक स्वायत्त मध्यवर्ती बँकेसाठी निर्णय प्रक्रियेत लोकसहभागासाठी मर्यादित वाव असू शकतो, ज्यामुळे चलनविषयक धोरण निर्णयांमध्ये लोकशाही प्रतिनिधित्व कमी होते.

१०) जागतिक आर्थिक परस्परावलंबन :

जेव्हा जागतिक अर्थव्यवस्थेत देश एकमेकांशी जवळून जोडलेले असतात तेव्हा मध्यवर्ती बँकेची स्वायत्तता मर्यादित असू शकते. परदेशी मध्यवर्ती बँका आणि आंतरराष्ट्रीय संस्थांनी केलेल्या कृती देशाच्या चलनविषयक धोरणावर आणि आर्थिक परिस्थितीवर प्रभाव टाकू शकतात.

२.२ स्वायत्ततेचे आयाम :

मध्यवर्ती बँकेच्या स्वायत्ततेमध्ये विविध पैलूंचा समावेश असतो जे केंद्रीय बँकेला प्रदान केलेल्या स्वातंत्र्य आणि निर्णय घेण्याच्या अधिकाराची व्याप्ती परिभाषित करतात. मध्यवर्ती बँकेच्या कामकाजाची परिणामकारकता आणि विश्वासार्हता ठरवण्यासाठी हे आयाम महत्त्वपूर्ण आहेत.

२.२.१ संस्थात्मक स्वातंत्र्य :

मध्यवर्ती बँकेचे संस्थात्मक स्वातंत्र्य म्हणजे मध्यवर्ती बँक सरकार आणि इतर बाह्य प्रभावांपासून एक स्वतंत्र आणि स्वायत्त संस्था म्हणून कार्यरत असलेल्या पायरीचा संदर्भ देते. मध्यवर्ती बँकेला तिची कार्ये प्रभावीपणे पार पाडण्यासाठी आणि चलनविषयक धोरणाची विश्वासार्हता राखण्यासाठी हे स्वातंत्र्य महत्त्वाचे ठरते. संस्थात्मक स्वातंत्र्य सामान्यत: कायदेशीर चौकट, प्रशासन संरचना आणि विशिष्ट तरतुदींद्वारे स्थापित केले जाते जे मध्यवर्ती बँकेला अवाजवी राजकीय हस्तक्षेपापासून संरक्षण देते आणि तिची स्वायत्तता सुनिश्चित करते. मध्यवर्ती बँकेच्या संस्थात्मक स्वातंत्र्याच्या काही प्रमुख पैलूंमध्ये पुढील घटक समाविष्ट आहेत :

१) कायदेशीर स्थिती :

मध्यवर्ती बँकेची स्थापना सामान्यतः कायद्याद्वारे किंवा देशाच्या राज्यघटनेद्वारे केली जाते, ज्यामुळे तिला एक वेगळी कायदेशीर ओळख प्राप्त होते. ही स्थिती मध्यवर्ती बँकेला तिची कार्ये आणि उद्दिष्टांमधील अनियंत्रित बदलांपासून संरक्षण करण्यास मदत करते.

३) उद्दिष्ट निश्चिती :

मध्यवर्ती बँकेचे प्राथमिक उद्दिष्ट हे अनेकदा किंमत स्थिरता आणि महागाई नियंत्रित करण्याशी संबंधित असते आणि ते कायदेशीर चौकटीत स्पष्टपणे परिभाषित केले जाते. हे उद्दिष्ट सुनिश्चित करते की मध्यवर्ती बँकेचा आदेश स्थिर राहतो आणि त्याच्या मुख्य ध्येयावर लक्ष केंद्रित करतो.

३) शासन रचना :

मध्यवर्ती बँकांमध्ये अनेकदा प्रशासकीय मंडळ असते, जसे की चलनविषयक धोरण समिती किंवा संचालक मंडळ. हे प्रशासकीय मंडळ मुख्य धोरणात्मक निर्णय घेण्यासाठी जबाबदार असते. अशा संस्थांचे सदस्य सामान्यत: राजकीय विचारांऐवजी गुणवत्ता आणि कौशल्याच्या आधारावर नियुक्त केले जातात.

४) निर्णय घेण्याची स्वायत्तता :

संस्थात्मक स्वायत्तता हे सुनिश्चित करते की मध्यवर्ती बँकेची निर्णय प्रक्रिया स्वतंत्र आणि थेट सरकारी प्रभावापासून मुक्त आहे. यामध्ये चलनविषयक धोरण, आर्थिक नियमन आणि बँकांच्या देखरेखीशी संबंधित निर्णयांचा समावेश असतो.

५) आर्थिक स्वायत्तता :

स्वायत्त मध्यवर्ती बँकेचे आर्थिक संसाधने आणि अर्थसंकल्पावर नियंत्रण असते, ज्यामुळे ती स्वतंत्रपणे आपल्या कामकाजासाठी निधी उभारू शकते. हे आर्थिक स्वातंत्र्य मध्यवर्ती बँकेला सरकारच्या मनमानी अंदाजपत्रक कपातीच्या अधीन होण्यापासून प्रतिबंधित करते.

६) पारदर्शकता आणि जबाबदारी :

संस्थात्मक स्वातंत्र्याचा आनंद घेत असताना, मध्यवर्ती बँक जनता आणि सरकारला उत्तरदायी असते. अहवाल प्रकाशित करणे, धोरणात्मक निर्णयांसाठी स्पष्टीकरण देणे आणि पारदर्शकता राखण्यासाठी नियमित अंकेक्षण करणे आवश्यक आहे.

७) कायदेशीर कारवाईपासून संरक्षण :

मध्यवर्ती बँकेच्या अधिकार्यांना वैयक्तिक दायित्वाची भीती न बाळगता त्यांची कर्तव्ये पार पाडण्यासाठी अनेकदा कायदेशीर संरक्षण असते. हे संरक्षण सुनिश्चित करते की ते कायदेशीर परिणामांच्या भीतीशिवाय कठोर निर्णय घेऊ शकतात.

८) आर्थिक वित्तपुरवठा प्रतिबंध :

संस्थात्मक स्वातंत्र्यामध्ये सामान्यत: मध्यवर्ती बँकेला सरकारच्या अर्थसंकल्पीय तुटीला थेट वित्तपुरवठा करण्यापासून प्रतिबंधित करणार्या तरतुदींचा समावेश होतो. हे मध्यवर्ती बँकेला चलनवाढीच्या वित्तपुरवठ्याचे स्त्रोत बनण्यापासून प्रतिबंधित करते.

९) कार्यालयाच्या निश्चित अटी :

मध्यवर्ती बँकेचे काही अधिकारी, जसे की मध्यवर्ती बँकेचे गव्हर्नर आणि चलनविषयक धोरण समितीचे सदस्य, धोरणनिर्मितीमध्ये सातत्य आणि स्थिरता सुनिश्चित करण्यासाठी पदाच्या अटी निश्चित करू शकतात.

१०) मर्यादित सरकारी प्रभाव :

सरकार मार्गदर्शन पुरवू शकते आणि व्यापक आर्थिक उद्दिष्टे ठरवू शकते, परंतु ती उद्दिष्टे साध्य करण्यासाठी आवश्यक असलेल्या विशिष्ट धोरणात्मक उपायांचा निर्णय घेण्याचा अधिकार स्वतंत्र मध्यवर्ती बँकेकडे असतो.

२.२.२ ध्येय स्वातंत्र्य :

मध्यवर्ती बँकेचे ध्येय स्वातंत्र्य म्हणजे सरकारसह बाह्य अधिकाऱ्यांच्या हस्तक्षेपाशिवाय तिचे प्राथमिक धोरण निश्चित करण्याची आणि त्याचा पाठपुरावा करण्याची क्षमता होय. मध्यवर्ती बँक व्यवसायाच्या संदर्भात, प्राथमिक धोरणाचे उद्दिष्ट बहुतेकदा किंमत स्थिरता राखणे आणि महागाई नियंत्रित करण्यावर केंद्रित असते. ध्येय स्वातंत्र्य हे सुनिश्चित करते की मध्यवर्ती बँक अल्प-मुदतीच्या राजकीय विचारांनी प्रभावित न होता किंवा इतर उद्दिष्टांना प्राधान्य देण्यासाठी दबाव न आणता आपले नमूद केलेले उद्दिष्ट प्रभावी आणि सातत्यपूर्ण रीतीने साध्य करण्यावर लक्ष केंद्रित करू शकते. मध्यवर्ती बँकेच्या ध्येय स्वातंत्र्याच्या प्रमुख पैलूंमध्ये पुढील घटक समाविष्ट आहेत :

१) महागाई लक्ष्यीकरण :

स्वायत्त मध्यवर्ती बँक सामान्यत: तीचे प्राथमिक धोरण उद्दिष्ट म्हणून महागाई लक्ष्यीकरण हे स्वीकारते. याद्वारे चलनवाढीच्या दरासाठी एक विशिष्ट लक्ष्य निश्चित केले जाते आणि मध्यम ते दीर्घ मुदतीसाठी ते लक्ष्य साध्य करण्यासाठी आणि राखण्यासाठी चलनविषयक धोरण साधनांचा वापर केला जातो.

२) **सार्वजनिकरित्या घोषित उद्दिष्टे :**
मध्यवर्ती बँकेचे धोरण उद्दिष्ट, जसे की चलनवाढ लक्ष्य हे सार्वजनिकपणे जाहीर केले जाते आणि सार्वजनिक तसेच बाजारातील सहभागींना कळवले जाते. ही पारदर्शकता मध्यवर्ती बँकेची जबाबदारी आणि विश्वासार्हता वाढवते.

३) **धोरण स्वायत्तता :**
ध्येय स्वातंत्र्य मध्यवर्ती बँकेला आर्थिक परिस्थिती आणि चलनवाढीच्या अपेक्षांचे मूल्यांकन यावर आधारित, व्याज दर आणि राखीव आवश्यकता यासारखी आर्थिक धोरण साधने निश्चित आणि समायोजित करण्याचा अधिकार देते.

४) **दीर्घकालीन दृष्टीकोन :**
एक स्वायत्त मध्यवर्ती बँक अल्प-मुदतीचे निराकरण किंवा राजकीय विचारांनी चालविलेल्या धोरणांचा पाठपुरावा करण्यास भाग पडण्याऐवजी आपल्या धोरणात्मक निर्णयांच्या दीर्घकालीन परिणामांवर लक्ष केंद्रित करू शकते.

५) **राजकीय दबावापासून संरक्षण :**
ध्येय स्वातंत्र्य मध्यवर्ती बँकेला किमतीच्या स्थिरतेव्यतिरिक्त इतर उद्दिष्टांना प्राधान्य देण्यासाठी राजकीय दबावापासून संरक्षण देते. ध्येय स्वातंत्र्य मध्यवर्ती बँकेला महागाई नियंत्रित करण्यासाठी आवश्यक असेल तेव्हा व्याजदर वाढवण्यासारखे कठोर निर्णय घेण्यास अनुमती देते.

६) **वित्तीय वर्चस्व टाळणे :**
ध्येय स्वातंत्र्य वित्तीय वर्चस्वाचा धोका टाळण्यास मदत करते. याअभावी मध्यवर्ती बँकेवर सरकारी तूट वित्तपुरवठा करण्यासाठी दबाव आणला जाऊ शकतो, ज्यामुळे चलनवाढीचा दबाव आणि चलनविषयक धोरणाची प्रभावीता कमी होते.

७) **धोरण चौकटीमध्ये सातत्य :**
ध्येय स्वातंत्र्य असलेल्या मध्यवर्ती बँका एक सुसंगत धोरण चौकट राखून ठेवतात, अनिश्चितता कमी करतात आणि व्यवसाय व घरगुती उद्योगांना स्पष्टता देतात.

८) **विश्वासार्हता आणि विश्वास :**
एक स्वायत्त मध्यवर्ती बँक तिच्या नमूद केलेल्या उद्दिष्टाचा पाठपुरावा करत असल्याने तिची विश्वासार्हता वाढते; ज्यामुळे गुंतवणूकदार, वित्तीय बाजार आणि जनतेमध्ये तिच्या धोरणांच्या परिणामकारकतेवर विश्वास आणि आत्मविश्वास वाढतो.

९) **मूलभूत आर्थिक गोष्टींवर लक्ष :**
ध्येय स्वातंत्र्य मध्यवर्ती बँकेला राजकीय मागण्या किंवा अल्पकालीन चढउतारांवर प्रतिक्रिया देण्याऐवजी धोरणात्मक निर्णयांमध्ये आर्थिक मूलभूत गोष्टी आणि माहितीला प्राधान्य देण्याची परवानगी देते.

२.२.३ कार्यात्मक स्वातंत्र्य :

मध्यवर्ती बँकेचे कार्यात्मक स्वातंत्र्य म्हणजे बाह्य संस्था, विशेषत: सरकार किंवा इतर राजकीय कर्त्यांच्या अवाजवी प्रभाव किंवा हस्तक्षेपाशिवाय चलनविषयक धोरण निर्णय तयार करण्याची आणि अंमलात आणण्याची क्षमता होय. चलनविषयक धोरणाची प्रभावी अंमलबजावणी सुनिश्चित करण्यासाठी आणि मध्यवर्ती बँकेची विश्वासार्हता टिकवून ठेवण्यासाठी मध्यवर्ती बँकेच्या स्वायत्ततेचा हा पैलू आवश्यक आहे. कार्यात्मक स्वातंत्र्याच्या मुख्य पैलूंमध्ये पुढील घटक समाविष्ट आहेत :

१) चलनविषयक धोरण तयार करणे :

कार्यात्मकदृष्ट्या स्वतंत्र मध्यवर्ती बँकेला तीची चलनविषयक उद्दिष्टे आणि धोरणे स्वतंत्रपणे तयार करण्याचा अधिकार असतो. आर्थिक परिस्थिती आणि दीर्घकालीन उद्दिष्टांच्या विश्लेषणावर आधारित महागाई, पैशांचा पुरवठा आणि इतर समष्टि आर्थिक निर्देशकांसाठी ती लक्ष्य निर्धारित करू शकते.

२) धोरण अंमलबजावणी :

व्याजदर समायोजित करणे, खुल्या बाजारातील कामकाज चालवणे आणि बँकांसाठी राखीव आवश्यकता निश्चित करणे यासारख्या विविध साधनांचा वापर करून चलनविषयक धोरण उपायांची अंमलबजावणी करण्याची स्वायत्तता मध्यवर्ती बँकेकडे असते.

३) निर्णय घेण्याची स्वायत्तता :

आर्थिक धोरणाबाबत निर्णय घेण्याची प्रक्रिया थेट राजकीय हस्तक्षेपापासून संरक्षित आहे. मध्यवर्ती बँकेची चलनविषयक धोरण समिती किंवा प्रशासकीय मंडळ हे तज्ञ आणि व्यावसायिकांनी बनलेले असते जे राजकीय विचारांऐवजी आर्थिक तथ्य आणि विश्लेषणावर आधारित धोरणात्मक निर्णय घेतात.

४) महागाई लक्ष्यीकरण :

एक कार्यात्मकदृष्ट्या स्वतंत्र मध्यवर्ती बँक बहुतेकदा तीचे प्राथमिक धोरण उद्दिष्ट म्हणून महागाई लक्ष्यीकरण स्वीकारते. हे विशिष्ट चलनवाढीचे लक्ष्य निर्धारित करते आणि मध्यम ते दीर्घ कालावधीसाठी किंमत स्थिरता प्राप्त करणे आणि राखणे हे उद्दिष्ट ठेवते.

५) संप्रेषण पारदर्शकता :

मध्यवर्ती बँक आपले धोरणात्मक निर्णय, उद्दिष्टे आणि धोरणे पारदर्शकपणे जनता, वित्तीय बाजारपेठा आणि इतर भागधारकांना कळवते. स्पष्ट संवाद मध्यवर्ती बँकेची जबाबदारी आणि विश्वासार्हता वाढवतो.

६) वित्तीय वर्चस्वापासून संरक्षण :

कार्यात्मक स्वातंत्र्य मध्यवर्ती बँकेला सरकारी तुटीसाठी थेट वित्तपुरवठा करण्याच्या दबावापासून संरक्षण प्रदान करते. अन्यथा चलनवाढीद्वारे वित्तपुरवठा होऊ शकतो आणि चलनविषयक धोरणाच्या परिणामकारकतेमध्ये तडजोड होऊ शकते.

७) धोरण लवचिकता :

कार्यात्मक स्वातंत्र्यामुळे कार्यक्षमपणे स्वतंत्र मध्यवर्ती बँक बदलत्या आर्थिक परिस्थितींना आणि उदयोन्मुख आव्हानांना अल्पकालीन राजकीय विचारांमुळे विवश न होता त्वरित प्रतिसाद देऊ शकते.

८) दीर्घकालीन दृष्टीकोन :

कार्यात्मक स्वातंत्र्यामुळे, मध्यवर्ती बँक आपल्या धोरणात्मक निर्णयांच्या दीर्घकालीन परिणामांवर लक्ष केंद्रित करू शकते, राजकीय परिस्थितींद्वारे चालवलेले प्रतिक्रियात्मक आणि अदूरदर्शी उपाय टाळू शकते.

९) विश्वासार्हता आणि विश्वास :

आपल्या कार्यात स्वतंत्र राहून, मध्यवर्ती बँक आपली विश्वासार्हता वाढवते तसेच बाजारातील सहभागी, गुंतवणूकदार आणि जनतेमध्ये विश्वास वाढवते, ज्यामुळे धोरण अधिक प्रभावी प्रसारित होते.

२.२.४ कार्यपद्धतीविषयक स्वातंत्र्य :

मध्यवर्ती बँकेचे कार्यपद्धतीविषयक स्वातंत्र्य म्हणजे दैनंदिन प्रशासकीय कार्ये आणि बाह्य संस्थांकडून, विशेषत: सरकार किंवा इतर राजकीय कर्त्यांच्या अवाजवी हस्तक्षेप किंवा नियंत्रणाशिवाय अंतर्गत व्यवहार व्यवस्थापित करण्याची

क्षमता होय. मध्यवर्ती बँकेच्या स्वायत्ततेचा हा पैलू संस्थेचे कार्य कार्यक्षमपणे सुनिश्चित करण्यासाठी आणि तिचे धोरणात्मक उद्दिष्टे पार पाडण्यासाठी तिची विश्वासार्हता आणि परिणामकारकता टिकवून ठेवण्यासाठी महत्त्वपूर्ण आहे. कार्यपद्धतीविषयक स्वातंत्र्याच्या मुख्य पैलूंमध्ये पुढील घटक समाविष्ट आहेत :

१) मानव संसाधन व्यवस्थापन :

कार्यपद्धतीविषयक स्वातंत्र्य मध्यवर्ती बँकेला योग्यता, पात्रता आणि कौशल्याच्या आधारावर कर्मचारी भरतीस राखून ठेवण्याचा आणि प्रोत्साहन देण्याचा अधिकार आहे. हे स्वातंत्र्य सुनिश्चित करते की मध्यवर्ती बँक आपली कार्ये प्रभावीपणे पार पाडण्यासाठी एक कुशल आणि सक्षम कर्मचारी वर्ग ठेवू शकते.

२) अर्थसंकल्पीय स्वायत्तता :

मध्यवर्ती बँकेचे अंदाजपत्रक आणि आर्थिक संसाधनांवर नियंत्रण असते. मध्यवर्ती बँक स्वैर अर्थसंकल्पीय कपात किंवा सरकारद्वारे लादलेल्या आर्थिक मर्यादांच्या अधीन न राहता त्याच्या कार्यपद्धती आणि क्रियाकलापांना निधी देण्याची परवानगी देऊन स्वतंत्रपणे अंदाजपत्रकाचे नियोजन आणि वाटप करू शकते.

३) पायाभूत सुविधांचे निर्णय :

कार्यपद्धतीविषयक स्वातंत्र्य मध्यवर्ती बँकेला तिच्या भौतिक पायाभूत सुविधा, तांत्रिक प्रगती आणि इतर कार्यात्मक आवश्यकतांबाबत निर्णय घेण्यास परवानगी देते. आपली कार्यक्षमता आणि परिणामकारकता वाढवण्यासाठी मध्यवर्ती बँक आधुनिक तंत्रज्ञान आणि साधनांमध्ये गुंतवणूक करू शकते.

४) अंतर्गत धोरणे आणि प्रक्रिया :

मध्यवर्ती बँक बाह्य हस्तक्षेपाशिवाय आपली अंतर्गत धोरणे आणि कार्यपद्धती स्थापित करू शकते आणि अंमलात आणू शकते. यामध्ये कार्यात्मक जोखीम व्यवस्थापन, अनुपालन आणि अंतर्गत अंकेक्षणासाठी मार्गदर्शक तत्त्वे निश्चित करणे समाविष्ट आहे.

५) तथ्य संकलन आणि विश्लेषण :

कार्यपद्धतीविषयक स्वातंत्र्य मध्यवर्ती बँकेला आर्थिक तथ्य आणि वित्तीय बाजारविषयक माहिती स्वतंत्रपणे गोळा करण्याचे आणि विश्लेषण करण्याचे स्वातंत्र्य प्रदान करते. हे मध्यवर्ती बँकेला वस्तुनिष्ठ विश्लेषणावर आधारित माहितीपूर्ण धोरणात्मक निर्णय घेण्यास सक्षम करते.

६) चलनविषयक धोरणाची अंमलबजावणी :

मध्यवर्ती बँक बाह्य मर्यादांशिवाय आपले चलनविषयक धोरण निर्णय स्वायत्तपणे अंमलात आणू शकते. ती आपली धोरण उद्दिष्टे साध्य करण्यासाठी विविध धोरण साधनांचा वापर करू शकते, जसे की खुल्या बाजारातील कार्यपद्धती आणि राखीव आवश्यकता इ.

७) आर्थिक व्यवहार आणि गुंतवणूक :

कार्यपद्धतीविषयक स्वातंत्र्य मध्यवर्ती बँकेला आर्थिक व्यवहार करण्यास आणि तिच्या आर्थिक धोरणाच्या उद्दिष्टांशी आणि जोखीम व्यवस्थापन धोरणांशी संरेखित अशा पद्धतीने त्यांची गुंतवणूक व्यवस्थापित करण्यास परवानगी देते.

८) निर्णय घेण्याची प्रक्रिया :

मध्यवर्ती बँकेच्या अंतर्गत निर्णय प्रक्रिया, धोरण तयार करणे आणि कार्यात्मक बाबींशी संबंधित प्रक्रिया स्वतंत्रपणे आणि पारदर्शकपणे केल्या जातात.

९) अरिष्ठ व्यवस्थापन :

वित्तीय अरिष्ठ किंवा इतर आणीबाणीच्या काळात, कार्यपद्धतीविषयक स्वातंत्र्य मध्यवर्ती बँकेला बाह्य हस्तक्षेपाशिवाय अर्थव्यवस्था आणि वित्तीय प्रणाली स्थिर करण्यासाठी त्वरित आणि प्रभावीपणे कार्य करण्यास सक्षम करते.

२.२.५ वैयक्तिक स्वातंत्र्य :

मध्यवर्ती बँकेचे वैयक्तिक स्वातंत्र्य म्हणजे मध्यवर्ती बँकेतील प्रमुख कर्मचाऱ्यांना, जसे की केंद्रीय बँकेचे गव्हर्नर, चलनविषयक धोरण समितीचे सदस्य आणि इतर उच्चपदस्थ अधिकारी यांना त्यांची कर्तव्ये न घाबरता पार पाडण्यासाठी दिलेले स्वातंत्र्य आणि संरक्षण होय. वैयक्तिक स्वातंत्र्य हे मध्यवर्ती बँकेच्या स्वायत्ततेचा एक महत्त्वाचा पैलू आहे, कारण हे सुनिश्चित करते की गंभीर धोरणात्मक निर्णय घेण्यासाठी जबाबदार असलेल्या व्यक्ती बाह्य दबाव किंवा धोक्यांपासून मुक्त होऊन वस्तुनिष्ठपणे आणि अर्थव्यवस्थेच्या सर्वोत्तम हितासाठी कार्य करू शकतात. मध्यवर्ती बँकेच्या अधिकाऱ्यांच्या वैयक्तिक स्वातंत्र्याच्या मुख्य पैलूंमध्ये पुढील घटक समाविष्ट आहेत :

१) नियुक्ती प्रक्रिया :

मध्यवर्ती बँकेच्या गव्हर्नरसारख्या महत्त्वाच्या अधिकाऱ्यांची नियुक्ती प्रक्रिया पारदर्शक, गुणवत्तेवर आधारित आणि राजकीय विचारांपासून मुक्त असावी. हे स्वातंत्र्य सुनिश्चित करते की या पदांसाठी पात्र आणि सक्षम व्यक्तींची निवड केली जाते.

२) निश्चित कार्यकाल :

मध्यवर्ती बँकेच्या अधिकार्यांसाठी, विशेषत: मध्यवर्ती बँकेच्या गव्हर्नरसाठी पदाचा निश्चित कार्यकाल प्रदान केल्याने त्यांना अल्पकालीन राजकीय चक्रांपासून दूर ठेवण्यास मदत होते. निश्चित कार्यकाल अधिकाऱ्यांना राजकीय प्रतिशोधाची चिंता न करता त्यांच्या आदेशावर लक्ष केंद्रित करू देतात.

३) बडतर्फीपासून संरक्षण :

मध्यवर्ती बँकेच्या अधिकार्यांना राजकीय कारणास्तव अनियंत्रितपणे काढून टाकण्यापासून किंवा बडतर्फ करण्यापासून संरक्षण दिले जाते. अशा कृती रोखण्यासाठी विशिष्ट कायदेशीर तरतुदी असू शकतात.

४) गैर–पक्षपात :

मध्यवर्ती बँकेच्या अधिकाऱ्यांनी पक्षपाती नसणे आणि राजकीय संबंध किंवा हितसंबंधांपासून स्वतंत्रपणे कार्य करणे अपेक्षित आहे. हे स्वातंत्र्य सुनिश्चित करते की धोरणात्मक निर्णय हे राजकीय विचारधारेपेक्षा आर्थिक विश्लेषणावर आणि मध्यवर्ती बँकेच्या आदेशावर आधारित आहेत.

५) वैयक्तिक दायित्व संरक्षण :

मध्यवर्ती बँकेच्या अधिकाऱ्यांना त्यांच्या धोरणात्मक निर्णयांसाठी वैयक्तिक दायित्वापासून वाचवण्यासाठी कायदेशीर संरक्षण दिले जाऊ शकते. हे संरक्षण अधिकाऱ्यांना वैयक्तिक परिणामांची भीती न बाळगता कठोर निर्णय घेण्यास प्रोत्साहित करते.

६) व्यावसायिक कौशल्य :

मध्यवर्ती बँकेचे अधिकारी विशेषत: त्यांच्या व्यावसायिक कौशल्य, अनुभव आणि अर्थशास्त्र, वित्त आणि संबंधित क्षेत्रातील पात्रतेच्या आधारावर नियुक्त केले जातात. हे धोरणात्मक निर्णय आर्थिक तत्त्वांची भक्कम समज असलेल्या व्यक्तींकडून घेतले जातात.

७) धोरण सुसंगतता :

वैयक्तिक स्वातंत्र्यामुळे मध्यवर्ती बँकेच्या अधिकाऱ्यांना धोरणात सातत्य राखता येते, अनिश्चितता कमी होते आणि मध्यवर्ती बँकेची विश्वासार्हता वाढते.

८) संप्रेषण स्वातंत्र्य :

मध्यवर्ती बँकेच्या अधिकाऱ्यांना बाह्य संस्थांद्वारे प्रतिबंधित न करता, सार्वजनिक आणि वित्तीय बाजारांशी खुलेपणाने आणि पारदर्शकपणे संवाद साधण्याचे स्वातंत्र्य असले पाहिजे.

२.२.६ वित्तीय स्वातंत्र्य :

मध्यवर्ती बँकेचे वित्तीय स्वातंत्र्य बाह्य हस्तक्षेपाशिवाय, विशेषत: सरकार किंवा इतर राजकीय संस्थांकडून तिची आर्थिक संसाधने आणि निधी व्यवस्थापित करण्याची क्षमता दर्शवते. मध्यवर्ती बँकेच्या स्वायत्ततेचा हा पैलू मध्यवर्ती बँक अनियंत्रित अर्थसंकल्पीय मर्यादा किंवा दबावांना बळी न पडता आपली कार्ये आणि धोरणात्मक उद्दिष्टे प्रभावीपणे पार पाडू शकेल याची खात्री करण्यासाठी महत्त्वपूर्ण आहे. मध्यवर्ती बँकेच्या आर्थिक स्वातंत्र्याच्या मुख्य पैलूंमध्ये पुढील घटक समाविष्ट आहेत :

१) स्व–निधी :

आर्थिकदृष्ट्या स्वतंत्र मध्यवर्ती बँक तिच्या परकीय चलनाच्या राखीव ठेवीतून मिळणारे व्याज उत्पन्न, खुल्या बाजारातील कामकाजातून मिळणारा नफा आणि वित्तीय संस्थांना पुरवत असलेल्या सेवांमधून मिळणारे शुल्क यासारख्या विविध स्त्रोतांमधून महसूल मिळवते.

२) अंदाजपत्रकावर नियंत्रण :

मध्यवर्ती बँकेचे तिच्या अंदाजपत्रकावर नियंत्रण असते आणि ती आर्थिक संसाधनांचे वाटप तिच्या धोरणात्मक उद्दिष्टे, प्रशासकीय गरजा आणि कार्यात्मक आवश्यकतांशी सुसंगतपणे करू शकते.

३) राखीव व्यवस्थापन :

मध्यवर्ती बँक आपल्या परकीय चलनाचा साठा आणि गुंतवणूक पोर्टफोलिओ स्वायत्तपणे व्यवस्थापित करते, योग्य गुंतवणूक तत्त्वे आणि जोखीम व्यवस्थापन पद्धतींचे पालन करते.

४) अंदाजपत्रक कपातीपासून संरक्षण :

आर्थिक स्वातंत्र्य मध्यवर्ती बँकेला अनियंत्रित अर्थसंकल्पातील कपात किंवा निधीमध्ये कपात करण्यापासून संरक्षण प्रदान करते. जेणे करून तिच्या कार्ये प्रभावीपणे पार पाडण्याच्या क्षमतेत अडथळे येत नाहीत.

५) कार्यात्मक निधी :

आर्थिकदृष्ट्या स्वतंत्र मध्यवर्ती बँक बाह्य निधी किंवा सरकारी विनियोगांवर अवलंबून न राहता, कर्मचारी पगार, तंत्रज्ञान, पायाभूत सुविधा आणि संशोधन क्रियाकलापांसह दैनंदिन कामकाज यासाठी निधी देऊ शकते.

६) भांडवल पर्याप्तता :

मध्यवर्ती बँक हे सुनिश्चित करते की ती पुरेशे भांडवल आणि राखीव निधी बाजूला ठेवते आणि तिच्या कामकाजास प्रोत्साहन देते, आर्थिक अरिष्ट सहन करते आणि आर्थिकदृष्ट्या स्थिर राहते.

७) पारदर्शक लेखापालन :

आर्थिक स्वातंत्र्य हे पारदर्शक लेखांकन पद्धती, नियमित आर्थिक अहवाल आणि जबाबदारी तसेच सार्वजनिक छाननी सुनिश्चित करण्यासाठी स्वतंत्र अंकेक्षण या घटकांशी संबंधित आहे.

८) लाभांश धोरण :

मध्यवर्ती बँकेने नफा कमावल्यास, सरकारला नफ्याचे वितरण करणे किंवा राखीव रकमेचा भाग म्हणून राखून ठेवणे यासह आपले लाभांश धोरण ठरवण्याचा हक्क तिच्याकडे असू शकतो.

९) आरिष्टकाळात वित्तीय स्वायत्तता :

वित्तीय आरिष्ठाच्या काळात, आर्थिकदृष्ट्या स्वतंत्र मध्यवर्ती बँक आर्थिक व्यवस्थेतील तरलता आणि स्थिरता समस्यांचे निराकरण करण्यासाठी स्वतंत्रपणे आपली संसाधने एकत्रित करू शकते.

आर्थिक स्वातंत्र्य मध्यवर्ती बँकेच्या स्वायत्ततेच्या इतर पैलूंना पूरक आहे, जसे की कार्यात्मक स्वातंत्र्य आणि कार्यपद्धतीविषयक स्वातंत्र्य. हे मध्यवर्ती बँकेला आपल्या धोरणात्मक उद्दिष्टांचा प्रभावीपणे पाठपुरावा करण्यास, वेळेवर धोरणात्मक निर्णय घेण्यास आणि अल्पकालीन आर्थिक मर्यादा किंवा राजकीय विचारांचा प्रभाव न पडता आर्थिक धोरणे अंमलात आणण्यास सक्षम करते.

२.२.७ कायदेशीर स्वातंत्र्य :

मध्यवर्ती बँकेचे कायदेशीर स्वातंत्र्य म्हणजे मध्यवर्ती बँकेला कायदेशीर तरतुदी, कायदे किंवा देशाच्या राज्यघटनेद्वारे प्रदान केलेल्या स्वायत्ततेची तरतूद होय. हे कायदेशीर चौकट स्थापित करते जे मध्यवर्ती बँकेला अनुचित राजकीय हस्तक्षेपापासून संरक्षण प्रदान करते. हे स्वातंत्र्य सुनिश्चित करते की बँक आपली कार्ये पार पाडू शकते आणि तिचे धोरण उद्दिष्टे स्वतंत्रपणे आणि प्रभावीपणे पूर्ण करू शकते. कायदेशीर स्वातंत्र्य हे मध्यवर्ती बँकेच्या स्वायत्ततेचा एक मूलभूत पैलू आहे आणि विश्वासार्हता, स्थिरता व चलनविषयक धोरणाची प्रभावीता राखण्यासाठी महत्त्वपूर्ण आहे. मध्यवर्ती बँकेच्या कायदेशीर स्वातंत्र्याच्या मुख्य पैलूंमध्ये पुढील घटक समाविष्ट आहेत :

१) स्पष्ट आदेश आणि उद्दिष्टे :

कायदेशीर चौकट मध्यवर्ती बँकेचे आदेश आणि प्राथमिक धोरण उद्दिष्टे परिभाषित करते, विशेषत: किंमत स्थिरता, महागाई नियंत्रित करणे आणि आर्थिक स्थिरता राखणे यावर लक्ष केंद्रित करते. ही स्पष्टता सुनिश्चित करते की मध्यवर्ती बँकेचे ध्येय सुसंगत राहते आणि तिच्या मुख्य जबाबदाऱ्यांवर लक्ष केंद्रित करते.

२) आर्थिक वित्तपुरवठा प्रतिबंध :

कायदेशीर तरतुदी अनेकदा मध्यवर्ती बँकेला सरकारी अंदाजपत्रक तूटसाठी थेट वित्तपुरवठा करण्यापासून प्रतिबंधित करतात. हे प्रतिबंध, ज्याला चलन वित्तपुरवठा म्हणून ओळखले जाते, मध्यवर्ती बँकेला चलनवाढीच्या वित्तपुरवठ्याचा अवलंब करण्यापासून प्रतिबंधित करते आणि वित्तीय धोरणापासून तिचे स्वातंत्र्य मजबूत करते.

३) निर्णय घेणारे प्राधिकरण :

कायदेशीर आराखडा मध्यवर्ती बँकेच्या संचालक मंडळाच्या किंवा चलनविषयक धोरण समितीसारख्या तिच्या प्रशासकीय संस्थांच्या भूमिका आणि अधिकारांसह मध्यवर्ती बँकेच्या निर्णय घेण्याच्या अधिकाराची व्याख्या करते.

४) नियुक्ती आणि बडतर्फ करण्याची प्रक्रिया :

कायदेशीर चौकट मध्यवर्ती बँकेतील मुख्य कर्मचाऱ्यांची जसे की मध्यवर्ती बँकेचे गव्हर्नर आणि चलनविषयक धोरण समितीचे सदस्य यांची नियुक्ती आणि बडतर्फ करण्यासाठी विशिष्ट नियम आणि प्रक्रिया स्थापित करू शकते. या तरतुदी हे सुनिश्चित करतात की नियुक्त्या राजकीय हस्तक्षेपा ऐवजी गुणवत्ता आणि कौशल्याच्या आधारावर केल्या जातात.

५) कार्यकालाची निश्चिती :

कायदेशीर तरतुदी मध्यवर्ती बँकेच्या अधिकार्यांसाठी कार्यकाळाच्या अटी निश्चित करू शकतात, ज्यामुळे त्यांना राजकीय चक्रांपासून स्थिरता आणि स्वातंत्र्य मिळते.

६) आर्थिक स्वायत्तता :

कायदेशीर चौकट मध्यवर्ती बँकेला आर्थिक स्वातंत्र्य देते. सरकारद्वारे लादलेल्या अनियंत्रित अर्थसंकल्पीय निर्बंधांच्या अधीन न राहता तिच्या कार्यप्रणाली आणि क्रियाकलापांना निधी देण्यासाठी अंदाजपत्रक आणि आर्थिक संसाधनांवर नियंत्रण सुनिश्चित करू शकते.

७) कायदेशीर संरक्षण :

कायदेशीर तरतुदी मध्यवर्ती बँकेच्या अधिकाऱ्यांना कायदेशीर संरक्षण प्रदान करतात. सद्भावनेने घेतलेल्या धोरणात्मक निर्णयांच्या वैयक्तिक दायित्वापासून त्यांचे संरक्षण करतात.

८) जबाबदारीची यंत्रणा :

कायदेशीर चौकट उत्तरदायित्व यंत्रणा स्थापन करते, ज्यासाठी मध्यवर्ती बँकेने त्यांच्या धोरणात्मक निर्णय, कृती आणि आर्थिक घडामोडींवर सरकार आणि जनतेला नियमितपणे अहवाल देणे आवश्यक असते.

९) न्यायिक स्वातंत्र्य :

न्यायव्यवस्था मध्यवर्ती बँकेच्या स्वातंत्र्याचे समर्थन करते आणि तिच्या निर्णयांचा व कृतींचा आदर करते, हे सुनिश्चित करणे देखील कायदेशीर स्वातंत्र्याचा भाग आहे.

मध्यवर्ती बँकेचे कायदेशीर स्वातंत्र्य स्थिर आणि अंदाज करण्यायोग्य वातावरण प्रदान करण्यास मदत करते. गुंतवणूकदार, वित्तीय बाजारपेठा आणि जनतेमध्ये आत्मविश्वास वाढवते. हे मध्यवर्ती बँकेला त्यांच्या प्राथमिक उद्दिष्टांवर लक्ष केंद्रित करण्यास आणि राजकीय विचारांऐवजी आर्थिक मूलभूत गोष्टींवर आधारित धोरणात्मक निर्णय घेण्यास प्रोत्साहन देते. तथापि, कायदेशीर स्वातंत्र्य महत्त्वाचे असताना, मध्यवर्ती बँक सरकार आणि ती सेवा देत असलेल्या जनतेला जबाबदार राहते याची खात्री करण्यासाठी योग्य पारदर्शकता आणि उत्तरदायित्वाच्या उपाययोजना असणे आवश्यक आहे. आर्थिक स्थिरता आणि आर्थिक अखंडतेचे संरक्षक म्हणून मध्यवर्ती बँकेची विश्वासार्हता आणि कायदेशीरपणा टिकवून ठेवण्यासाठी कायदेशीर स्वातंत्र्य आणि जबाबदारी यांच्यातील योग्य संतुलन राखणे आवश्यक आहे.

२.३ मध्यवर्ती बँकेच्या स्वायत्ततेचे निर्देशांक :

मध्यवर्ती बँकेच्या स्वायत्ततेच्या निर्देशांकांचा वापर देशाच्या मध्यवर्ती बँकेला राजकीय प्रभाव आणि सरकारी हस्तक्षेपातून मिळालेल्या स्वातंत्र्याच्या पातळीचे मूल्यांकन करण्यासाठी केला जातो. उच्च मध्यवर्ती बँकेच्या स्वायत्ततेचे निर्देशांक गुण अधिक स्वायत्तता दर्शवतात आणि मध्यवर्ती बँकांना राजकीय दबावापासून मुक्त करतात. ज्यामुळे अधिक प्रभावी चलनविषयक धोरण अंमलबजावणी आणि एकूणच आर्थिक स्थिरता येते. पुढील मुद्यांच्या आधारे त्याचा आढावा घेता येईल :

१) अर्थ :

मध्यवर्ती बँकेच्या स्वायत्ततेचे निर्देशांक म्हणजे सरकार किंवा इतर बाह्य संस्थांच्या अवाजवी हस्तक्षेपाशिवाय मध्यवर्ती बँक स्वायत्तपणे चलनविषयक धोरण निर्णय किती प्रमाणात घेऊ शकते याचे प्रमाण होय. मध्यवर्ती बँक स्वायत्तता निर्देशांकांचा उद्देश जागतिक स्तरावर वेगवेगळ्या मध्यवर्ती बँकांमधील स्वातंत्र्याची पातळी मोजणे आणि त्यांची तुलना करणे हा आहे. हे निर्देशांक महत्त्वपूर्ण आहेत कारण एक स्वतंत्र मध्यवर्ती बँक अल्पकालीन राजकीय प्रभावाशिवाय दीर्घकालीन आर्थिक उद्दिष्टांचा पाठपुरावा करू शकते, ज्यामुळे किंमत स्थिरता आणि आर्थिक वृद्धी राखण्यास मदत होते.

२) मध्यवर्ती बँक स्वायत्तता निर्देशांकांचे घटक :

मध्यवर्ती बँक स्वायत्तता निर्देशांकांमध्ये सामान्यत: अनेक घटक असतात जे मध्यवर्ती बँकेच्या स्वातंत्र्याचे विविध पैलू अधोरेखित करतात. या घटकांमध्ये मध्यवर्ती बँकेच्या अधिकार्यांची नियुक्ती प्रक्रिया आणि अटी, मध्यवर्ती बँकेच्या स्वायत्ततेचे संरक्षण करणाऱ्या कायदेशीर तरतुदी, मध्यवर्ती बँकेची ध्येय निश्चित करणारी स्वायत्तता आणि तिचे कार्यात्मक स्वातंत्र्य यासारख्या घटकांचा समावेश असतो.

३) नियुक्ती प्रक्रिया आणि अटी :

हा घटक मध्यवर्ती बँकेचे अधिकारी, विशेषत: गव्हर्नर आणि बोर्ड सदस्य कसे नियुक्त केले जातात याचे अवलोकन करतो आणि त्यांच्या पदाच्या अटींचे मूल्यांकन करतो. उच्च निर्देशांक राजकीय हस्तक्षेपापासून संरक्षण करण्यासाठी पुरेशा दीर्घ अटींसह पारदर्शक आणि गुणवत्तेवर आधारित नियुक्ती प्रक्रिया दर्शवतो.

४) कायदेशीर तरतुदी :

मध्यवर्ती बँक स्वायत्तता निर्देशांक मध्यवर्ती बँकेच्या स्वातंत्र्याचे संरक्षण करणाऱ्या कायदेशीर तरतुदींचे अस्तित्व आणि सामर्थ्य यांचे मूल्यांकन करतात. या तरतुदींमध्ये संवैधानिक कलमे, विशिष्ट कायदे किंवा सनद यांचा समावेश असतो. ज्याद्वारे मध्यवर्ती बँकेचे आदेश, उद्दिष्टे आणि सरकारी हस्तक्षेपापासून पृथक्करण केले जाते.

५) ध्येय निश्चित करणारी स्वायत्तता :

हा पैलू मध्यवर्ती बँकेला चलनवाढ लक्ष्यीकरण किंवा किंमत स्थिरता यासारख्या मौद्रिक धोरणांची उद्दिष्टे निश्चित करण्याचा आणि त्यांचा पाठपुरावा करण्याचा अधिकार किती प्रमाणात आहे याचे परीक्षण करतो. उच्च निर्देशांक सूचित करतो की मध्यवर्ती बँकेकडे राजकीय प्रभावाशिवाय स्वतंत्रपणे आपली उद्दिष्टे निश्चित करण्याचा अधिकार आहे.

६) कार्यात्मक स्वातंत्र्य :

कार्यात्मक स्वातंत्र्य हे चलनविषयक धोरण निर्णय प्रभावीपणे आणि हस्तक्षेपाशिवाय लागू करण्याच्या मध्यवर्ती बँकेच्या क्षमतेशी संबंधित आहे. चलनविषयक धोरण टूलकिटवरील नियंत्रण, परकीय चलन व्यवहारातील स्वातंत्र्य आणि आर्थिक स्वातंत्र्य यासारख्या घटकांचा येथे विचार केला जातो.

७) जबाबदारी आणि पारदर्शकता :

स्वातंत्र्य आवश्यक असले तरी जबाबदारी आणि पारदर्शकता ही तितकीच महत्त्वाची असते. मध्यवर्ती बँक स्वायत्तता निर्देशांक मध्यवर्ती बँकेला तिच्या धोरणात्मक निर्णयांसाठी जबाबदार धरणारी यंत्रणा देखील विचारात घेतात आणि नियमित अहवाल देणे, संप्रेषण आणि निर्णय प्रक्रियेतील कामकाजात पारदर्शकता सुनिश्चित करतात.

८) राजकीय हस्तक्षेपाचे प्रमाण :

मध्यवर्ती बँकेच्या कारभारात राजकीय प्रभाव आणि हस्तक्षेपाची व्याप्ती हा आणखी एक महत्त्वाचा मुद्दा आहे. उच्च निर्देशांक सूचित करतो की मध्यवर्ती बँक राजकीय दबावापासून संरक्षित आहे, ज्यामुळे चलनविषयक धोरण निर्णयांवर परिणाम करणाऱ्या राजकीय चक्रांचा धोका कमी होतो.

९) आंतरराष्ट्रीय सर्वोत्तम पद्धती :

मध्यवर्ती बँक स्वायत्तता निर्देशांक देशाच्या मध्यवर्ती बँकेच्या स्वातंत्र्याची आंतरराष्ट्रीय सर्वोत्तम पद्धती आणि मध्यवर्ती बँकेच्या स्वायत्ततेसाठी स्थापित मानकांशी तुलना करू शकतात. ही तुलना मध्यवर्ती बँकेचे स्वातंत्र्य आणखी वाढवण्यासाठी सुधारित करता येईल अशी क्षेत्रे ओळखण्यास मदत करते.

१०) आर्थिक स्थिरतेवर प्रभाव :

मध्यवर्ती बँक स्वायत्तता निर्देशांक मध्यवर्ती बँकेचे स्वातंत्र्य आणि देशाची आर्थिक स्थिरता आणि कामगिरी यांच्यातील परस्परसंबंध मोजतात. अभ्यासातून असे दिसून आले आहे की अधिक स्वतंत्र मध्यवर्ती बँका असलेले देश कमी महागाई दर आणि अधिक स्थिर आर्थिक परिस्थिती अनुभवतात.

११) जागतिक भिन्नता :

मध्यवर्ती बँक स्वायत्तता निर्देशांक विविध देश आणि प्रदेशांमध्ये मध्यवर्ती बँकेच्या स्वातंत्र्यामध्ये व्यापक फरक निर्देशित करतात. प्रस्थापित संस्थात्मक आराखड्यांमुळे आणि स्वातंत्र्याच्या परंपरांमुळे विकसित अर्थव्यवस्था

सामान्यत: या निर्देशांकांवर उच्च गुण मिळवतात, तर संभाव्य राजकीय आव्हानांमुळे उदयोन्मुख बाजारपेठांना कमी गुण मिळतात.

१२) विकसित संकल्पना :

मध्यवर्ती बँकेचे स्वातंत्र्य ही स्थिर संकल्पना नाही; राजकीय भूदृश्य किंवा आर्थिक परिस्थितीतील बदलांमुळे ते कालांतराने विकसित होऊ शकते. मध्यवर्ती बँक स्वायत्तता निर्देशांक मध्यवर्ती बँकेच्या स्वातंत्र्याच्या गतिमान स्वरूपाचा विचार करतात आणि वेगवेगळ्या कालावधीत स्वातंत्र्याच्या पातळीतील बदलांचा मागोवा घेऊ शकतात.

१३) धोरण परिणाम :

मध्यवर्ती बँकेच्या स्वातंत्र्याचा व्यापक आर्थिक स्थिरता आणि दीर्घकालीन आर्थिक वाढीवर होणारा संभाव्य परिणाम समजून घेण्यासाठी धोरणनिर्माते आणि अर्थतज्ज्ञ मध्यवर्ती बँक स्वायत्तता निर्देशांक वापरतात. उच्च मध्यवर्ती बँक स्वायत्तता निर्देशांक चांगले आर्थिक परिणाम साध्य करण्यासाठी मध्यवर्ती बँकेची स्वायत्तता मजबूत करण्यावर धोरणात्मक प्रभाव पाडू शकतात.

२.४ भारतीय रिझर्व्ह बँकेची स्वायत्तता :

भारतीय रिझर्व्ह बँकेची (RBI) स्वायत्तता ही देशाच्या आर्थिक प्रशासनाचा एक महत्त्वाचा पैलू आहे. भारताची मध्यवर्ती बँक म्हणून, आरबीआय मौद्रिक धोरण तयार करणे आणि त्याची अंमलबजावणी करणे, वित्तीय प्रणालीचे नियमन करणे तसेच चलन आणि परकीय चलन साठा व्यवस्थापित करणे यादृष्टीने महत्त्वपूर्ण भूमिका बजावते. भारतीय रिझर्व्ह बँकेची स्वायत्तता पुढील मुद्यांच्या आधारे जाणून घेता येईल :

१) ओळख आणि ऐतिहासिक उत्क्रांती :

भारतीय रिझर्व्ह बँकेची स्थापना १ एप्रिल १९३५ रोजी रिझर्व्ह बँक ऑफ इंडिया कायदा, १९३४ अंतर्गत करण्यात आली. सुरुवातीला तिची रचना आणि कार्यपद्धती यावर वसाहती प्रशासनाचा प्रभाव होता. तथापि, गेल्या काही वर्षांत आरबीआयची स्वायत्तता लक्षणीयरीत्या विकसित झाली आहे. स्वातंत्र्यानंतर, त्याचे स्वातंत्र्य मजबूत करण्यासाठी प्रयत्न केले गेले आणि स्वायत्तता वाढविण्यासाठी आरबीआय कायद्यात अनेक वेळा सुधारणा करण्यात आल्या.

२) कायदेशीर चौकट :

आरबीआयची स्वायत्तता रिझर्व्ह बँक ऑफ इंडिया कायदा, १९३४ द्वारे आधारलेली आहे, जी मध्यवर्ती बँकेची उद्दिष्टे, कार्ये आणि अधिकार परिभाषित करते. हा कायदा एक मजबूत कायदेशीर चौकट प्रदान करतो जो आरबीआयची स्वायत्तता आणि जबाबदाऱ्यांची रूपरेषा देतो आणि सरकारी हस्तक्षेपापासून संरक्षण करतो.

३) केंद्रीय संचालक मंडळ :

आरबीआयची स्वायत्तता समजून घेण्यासाठी तीची प्रशासन रचना जाणून घेणे आवश्यक आहे. आरबीआयचे नियंत्रण केंद्रीय संचालक मंडळाद्वारे केले जाते, ज्यात विविध क्षेत्रातील प्रतिनिधी असतात. यामध्ये सरकार-नियुक्त अधिकारी, सरकारी नामनिर्देशित व्यक्ती आणि प्रतिष्ठित व्यावसायिकांचा समावेश असतो. मध्यवर्ती बँकेची धोरणे ठरवण्यात आणि त्यांना आकार देण्यात मंडळाची भूमिका महत्त्वाची आहे.

४) उच्च पदस्थ अधिकाऱ्यांची नियुक्ती आणि कार्यकाळ :

मुख्य अधिकार्यांची नियुक्ती आणि कार्यकाळ, विशेषत: आरबीआय गव्हर्नर आणि डेप्युटी गव्हर्नर, हे तिच्या स्वायत्ततेचे महत्त्वाचे पैलू आहेत. पारंपारिकपणे, गव्हर्नरची नियुक्ती सरकारद्वारे केली जाते परंतु सामान्यत: राजकीय प्रभावापासून मुक्तता सुनिश्चित करण्यासाठी एका निश्चित कालावधीसाठी ही नियुक्ती केली जाते.

५) आर्थिक धोरणाचे स्वातंत्र्य :

आरबीआयच्या मुख्य कार्यांपैकी एक म्हणजे चलनविषयक धोरण तयार करणे आणि त्याची अंमलबजावणी करणे. किमतीची स्थिरता आणि महागाई नियंत्रणात ठेवण्यासाठी चलनविषयक धोरण आखण्यासाठी मध्यवर्ती बँकेचे स्वातंत्र्य आवश्यक आहे. आरबीआयची चलनविषयक धोरण समिती (MPC) जी धोरणात्मक व्याजदर ठरवते, ती स्वातंत्र्याच्या दिशेने एक महत्त्वपूर्ण पाऊल आहे.

६) महागाई लक्ष्यीकरण चौकट :

अलिकडच्या वर्षांत, आरबीआयने चलनवाढ लक्ष्यीकरण चौकट स्वीकारली आहे, जेथे ती महागाईचे लक्ष्य निश्चित करते आणि ते लक्ष्य साध्य करण्यासाठी चलनविषयक धोरण तयार करते. हा दृष्टिकोन मौद्रिक धोरण स्वायत्ततेच्या महत्त्वावर भर देतो आणि धोरण अंमलबजावणीसाठी स्पष्ट चौकट प्रदान करतो.

७) आर्थिक नियमन आणि पर्यवेक्षण :

आरबीआयचे आणखी एक महत्त्वाचे कार्य म्हणजे आर्थिक नियमन आणि पर्यवेक्षण होय. या क्षेत्रांतील आरबीआयची स्वायत्तता बाह्य हस्तक्षेपाशिवाय बँका आणि वित्तीय संस्थांचे प्रभावी नियमन आणि देखरेख सुनिश्चित करते.

८) चलन व्यवस्थापन :

भारतात चलनी नोटा आणि नाणी जारी करण्याचा एकमेव अधिकार आरबीआयला आहे. भारतीय रुपयाची स्थिरता राखण्यासाठी आणि देशाच्या परकीय चलनाच्या साठ्याचे व्यवस्थापन करण्यासाठी चलन व्यवस्थापनात त्याची स्वायत्तता आवश्यक आहे.

९) परकीय चलन साठा :

देशाच्या परकीय चलनाच्या साठ्याचा संरक्षक या नात्याने, अर्थव्यवस्थेच्या बाह्य स्थिरतेचे रक्षण करण्यासाठी या साठ्याचे व्यवस्थापन करण्यासाठी आरबीआयची स्वायत्तता महत्त्वपूर्ण आहे.

१०) सार्वजनिक कर्ज व्यवस्थापन :

सरकारच्या सार्वजनिक कर्जाचे व्यवस्थापन करण्यात आरबीआय महत्त्वपूर्ण भूमिका बजावते. या क्षेत्रातील तिची स्वायत्तता हे सुनिश्चित करते की सरकारच्या कर्जाच्या गरजा वित्तीय बाजारात व्यत्यय आणल्याशिवाय पूर्ण केल्या जातात.

११) संशोधन आणि धोरण विश्लेषण :

प्रभावी धोरणे तयार करण्यासाठी आरबीआय व्यापक संशोधन आणि विश्लेषण करते. संशोधनातील त्याची स्वायत्तता आर्थिक आव्हानांना तोंड देण्यासाठी निःपक्षपाती आणि पुराव्यावर आधारित धोरण शिफारशी सादर करण्यास अनुमती देते.

१२) स्वायत्तता विरुद्ध उत्तरदायित्व :

स्वायत्तता अत्यावश्यक असली तरी ती जबाबदारीसह संतुलित असली पाहिजे. आरबीआय तिच्या कृती आणि धोरणांसाठी सरकार, संसद आणि जनतेला उत्तरदायी आहे. नियमित अहवाल आणि संप्रेषण वाहिन्या पारदर्शकता आणि जबाबदारी सुनिश्चित करतात.

१३) शासनाशी समन्वय :

आरबीआय स्वतंत्रपणे काम करत असताना, ती विविध आर्थिक आणि वित्तीय बाबींवर सरकारशी सहकार्य करते. एकूणच आर्थिक स्थैर्यासाठी आरबीआय आणि सरकार यांच्यातील प्रभावी आणि सामंजस्यपूर्ण संबंध महत्त्वाचे आहेत.

१४) स्वायत्ततेसमोरील आव्हाने :

आरबीआयच्या स्वायत्ततेला अनेक वर्षांपासून आव्हानांचा सामना करावा लागत आहे. राजकीय दबाव, सरकार आणि मध्यवर्ती बँक यांच्यातील संघर्ष आणि भिन्न धोरण प्राधान्ये यांनी आरबीआयच्या स्वातंत्र्याची सतत परीक्षा घेतली आहे.

१५) आरिष्टकाळात भूमिका :

वित्तीय आरिष्टच्या काळात, आरबीआयची स्वायत्तता आणखी गंभीर बनते. बाह्य हस्तक्षेपाशिवाय जलद आणि निर्णायक कृती करण्याची तीची क्षमता अर्थव्यवस्था स्थिर करण्यासाठी आणि आत्मविश्वास पुनर्संचयित करण्यासाठी आवश्यक आहे.

१६) आंतरराष्ट्रीय सर्वोत्तम पद्धती :

आरबीआयच्या स्वायत्ततेची जागतिक सर्वोत्तम पद्धती आणि मानकांशी तुलना केल्याने भारताला सुधारणेची क्षेत्रे ओळखता येतात आणि मध्यवर्ती बँकेचे स्वातंत्र्य अधिक मजबूत होते.

१७) सार्वजनिक धारणा आणि आत्मविश्वास :

आरबीआयच्या स्वायत्ततेबद्दल लोकांच्या धारणा देशाच्या आर्थिक आणि वित्तीय व्यवस्थेवरील विश्वासावर प्रभाव पाडतात. एक विश्वासार्ह आणि स्वतंत्र मध्यवर्ती बँक लोकांचा आत्मविश्वास वाढवते आणि आर्थिक स्थिरता वाढवते.

१८) भविष्यातील संभावना :

पुढील काळात आरबीआयची स्वायत्तता राखणे आणि वाढवणे हे प्राधान्य राहील. मध्यवर्ती बँकेच्या स्वातंत्र्याला बळ देण्यासाठी कायदेशीर आणि संस्थात्मक चौकटीत सतत सुधारणा आणि बदल आवश्यक असतील.

भारतीय रिझर्व्ह बँकेची स्वायत्तता हा देशाच्या आर्थिक प्रशासनाचा महत्त्वाचा आधारस्तंभ आहे. चलनविषयक धोरण तयार करणे आणि त्याची अंमलबजावणी करणे, वित्तीय प्रणालीचे नियमन करणे आणि चलन व परकीय चलन साठा व्यवस्थापित करणे यामधील आरबीआयचे स्वातंत्र्य प्रभावी आणि स्थिर आर्थिक व्यवस्थापन सुनिश्चित करते. आरबीआय स्वतंत्रपणे कार्य करत असताना, एकूणच आर्थिक उद्दिष्टे साध्य करण्यासाठी सरकारशी सहकार्य देखील करते. उत्तरदायित्वासह स्वायत्ततेचा समतोल राखणे हे लोकांचा मध्यवर्ती बँकेवर विश्वास आणि आत्मविश्वास वाढवण्यासाठी आवश्यक आहे. भारत आर्थिकदृष्ट्या विकसित होत असताना आणि नवीन आव्हानांना तोंड देत असताना, शाश्वत आणि सर्वसमावेशक आर्थिक वृद्धीसाठी आरबीआयची स्वायत्तता सुरक्षित आणि मजबूत करणे आवश्यक आहे.

बहुविकल्पी प्रश्न

१) ---------- हे मध्यवर्ती बँकेच्या सरकारच्या स्वतंत्रपणे निर्णय घेण्याच्या क्षमतेचा संदर्भ देते.

अ) मध्यवर्ती बँकेची स्वायत्तता ब) स्वायत्ततेचे पैलू

क) मध्यवर्ती बँक स्वायत्तता निर्देशांक ड) आरबीआयची स्वायत्तता

२) मौद्रिक धोरण तयार करणे आणि त्याची अंमलबजावणी करण्यासाठी मध्यवर्ती बँकेची निर्णयक्षमता ही ---------- महत्त्वाची आहे.

अ) मध्यवर्ती बँकेची स्वायत्तता ब) स्वायत्ततेचे पैलू

क) मध्यवर्ती बँक स्वायत्तता निर्देशांक ड) आरबीआयची स्वायत्तता

३) ---------- मध्ये अनेकदा मध्यवर्ती बँकेच्या अधिकाऱ्यांची नियुक्ती आणि काढून टाकण्याच्या प्रक्रियेसारख्या घटकांचा समावेश होतो.

अ) मध्यवर्ती बँकेची स्वायत्तता ब) स्वायत्ततेचे पैलू

क) मध्यवर्ती बँक स्वायत्तता निर्देशांक ड) आरबीआयची स्वायत्तता

४) मध्यवर्ती बँकांच्या स्वातंत्र्याचे मूल्यांकन करण्यासाठी अनेक ---------- विकसित केले गेले आहेत.

अ) मध्यवर्ती बँकेची स्वायत्तता ब) स्वायत्ततेचे पैलू

क) मध्यवर्ती बँक स्वायत्तता निर्देशांक ड) आरबीआयची स्वायत्तता

५) ---------- मध्यवर्ती बँकेच्या स्वायत्ततेच्या विविध संस्थात्मक आणि कायदेशीर बाबी मोजतात.

अ) मध्यवर्ती बँकेची स्वायत्तता ब) स्वायत्ततेचे पैलू

क) मध्यवर्ती बँक स्वायत्तता निर्देशांक ड) आरबीआयची स्वायत्तता

६) स्वायत्ततेच्या पैलूंपैकी एक म्हणजे मध्यवर्ती बँकेला राजकीय हस्तक्षेपाशिवाय ---------- ठरवण्याचे स्वातंत्र्य.

अ) मध्यवर्ती बँकेची स्वायत्तता ब) स्वायत्ततेचे पैलू

क) मध्यवर्ती बँक स्वायत्तता निर्देशांक ड) आरबीआयची स्वायत्तता

७) ---------- मध्ये चलनविषयक धोरणाच्या कृतींचा प्रकार आणि वेळेवर निर्णय घेण्याची मध्यवर्ती बँकेची क्षमता समाविष्ट आहे.

अ) मध्यवर्ती बँकेची स्वायत्तता ब) स्वायत्ततेचे पैलू

क) मध्यवर्ती बँक स्वायत्तता निर्देशांक ड) आरबीआयची स्वायत्तता

८) ---------- मध्यवर्ती बँकेच्या उद्दिष्टांचा प्रभावीपणे पाठपुरावा करण्याच्या क्षमतेवर प्रभाव टाकू शकतो.

अ) मध्यवर्ती बँकेची स्वायत्तता ब) स्वायत्ततेचे पैलू

क) मध्यवर्ती बँक स्वायत्तता निर्देशांक ड) आरबीआयची स्वायत्तता

९) मध्यवर्ती बँकेचे स्वातंत्र्य हे सहसा ---------- राखण्यासाठी आणि राजकीय दबाव टाळण्यासाठी महत्त्वाचे मानले जाते.

अ) मध्यवर्ती बँकेची स्वायत्तता ब) स्वायत्ततेचे पैलू

क) मध्यवर्ती बँक स्वायत्तता निर्देशांक ड) आरबीआयची स्वायत्तता

१०) मध्यवर्ती बँक अल्पकालीन राजकीय प्रभावांपासून किती प्रमाणात संरक्षित आहे हे ---------- प्रतिबिंबित करते.

अ) मध्यवर्ती बँकेची स्वायत्तता
ब) स्वायत्ततेचे पैलू
क) मध्यवर्ती बँक स्वायत्तता निर्देशांक
ड) आरबीआयची स्वायत्तता

११) ---------- व्याज दर, पैशांचा पुरवठा आणि विनिमय दरांशी संबंधित निर्णयांचा समावेश असू शकतो.

अ) मध्यवर्ती बँकेची स्वायत्तता
ब) स्वायत्ततेचे पैलू
क) मध्यवर्ती बँक स्वायत्तता निर्देशांक
ड) आरबीआयची स्वायत्तता

१२) स्वायत्ततेच्या पैलूंपैकी एक म्हणजे ---------- चे नियमन आणि देखरेख करण्यासाठी मध्यवर्ती बँकेचा अधिकार.

अ) मध्यवर्ती बँकेची स्वायत्तता
ब) स्वायत्ततेचे पैलू
क) मध्यवर्ती बँक स्वायत्तता निर्देशांक
ड) आरबीआयची स्वायत्तता

१३) ---------- आर्थिक आव्हानांना स्वतंत्रपणे सामोरे जाण्याच्या मध्यवर्ती बँकेच्या क्षमतेवर परिणाम करू शकते.

अ) मध्यवर्ती बँकेची स्वायत्तता
ब) स्वायत्ततेचे पैलू
क) मध्यवर्ती बँक स्वायत्तता निर्देशांक
ड) आरबीआयची स्वायत्तता

१४) ---------- राजकीय, कायदेशीर आणि आर्थिक घटकांनी प्रभावित होऊ शकतो.

अ) मध्यवर्ती बँकेची स्वायत्तता
ब) स्वायत्ततेचे पैलू
क) मध्यवर्ती बँक स्वायत्तता निर्देशांक
ड) आरबीआयची स्वायत्तता

१५) किमतीची स्थिरता राखण्यासाठी आणि ---------- उद्दिष्टे साध्य करण्यासाठी मध्यवर्ती बँकेची स्वायत्तता महत्त्वाची मानली जाते.

अ) मध्यवर्ती बँकेची स्वायत्तता
ब) स्वायत्ततेचे पैलू
क) मध्यवर्ती बँक स्वायत्तता निर्देशांक
ड) आरबीआयची स्वायत्तता

१६) ---------- मध्यवर्ती बँकेच्या स्वातंत्र्य आणि जबाबदारीच्या विविध आयामांचे मूल्यांकन करतात.

अ) मध्यवर्ती बँकेची स्वायत्तता
ब) स्वायत्ततेचे पैलू
क) मध्यवर्ती बँक स्वायत्तता निर्देशांक
ड) आरबीआयची स्वायत्तता

१७) स्वायत्ततेच्या पैलूंपैकी एक म्हणजे मध्यवर्ती बँकेची ---------- समकक्षांशी मुक्तपणे संवाद साधण्याची क्षमता होय.

अ) मध्यवर्ती बँकेची स्वायत्तता
ब) स्वायत्ततेचे पैलू
क) मध्यवर्ती बँक स्वायत्तता निर्देशांक
ड) आरबीआयची स्वायत्तता

१८) ---------- मध्यवर्ती बँकेची विश्वासार्हता आणि तिची उद्दिष्टे पूर्ण करण्याच्या परिणामकारकतेवर परिणाम करू शकते.

अ) मध्यवर्ती बँकेची स्वायत्तता
ब) स्वायत्ततेचे पैलू
क) मध्यवर्ती बँक स्वायत्तता निर्देशांक
ड) आरबीआयची स्वायत्तता

१९) मध्यवर्ती बँकेच्या निर्णय प्रक्रियेला दिलेल्या कायदेशीर संरक्षणाची पातळी ---------- प्रतिबिंबित करते.

अ) मध्यवर्ती बँकेची स्वायत्तता
ब) स्वायत्ततेचे पैलू
क) मध्यवर्ती बँक स्वायत्तता निर्देशांक
ड) आरबीआयची स्वायत्तता

२०) मध्यवर्ती बँक ज्या राजकीय आणि आर्थिक वातावरणात ---------- चा प्रभाव पडतो.

अ) मध्यवर्ती बँकेची स्वायत्तता **ब)** स्वायत्ततेचे पैलू

क) मध्यवर्ती बँक स्वायत्तता निर्देशांक **ड)** आरबीआयची स्वायत्तता

उत्तरे : १) अ, २) ब, ३) क, ४) क, ५) क, ६) ड, ७) अ, ८) ब, ९) अ, १०) क, ११) अ, १२) अ, १३) अ, १४) ब, १५) अ, १६) क, १७) ब, १८) अ, १९) क, २०) ड.

सरावासाठी प्रश्न

प्र. १. मध्यवर्ती बँकेच्या स्वायत्ततेचा अर्थ आणि प्रकार स्पष्ट करा.

प्र. २. मध्यवर्ती बँकेच्या स्वायत्ततेचे फायदे आणि मर्यादा सांगा.

प्र. ३. मध्यवर्ती बँक स्वायत्ततेचे विविध आयाम स्पष्ट करा.

प्र. ४. मध्यवर्ती बँकेचे संस्थात्मक स्वातंत्र्य स्पष्ट करा.

प्र. ५. मध्यवर्ती बँकेचे ध्येय स्वातंत्र्य सांगा.

प्र. ६. मध्यवर्ती बँकेच्या कार्यात्मक आणि कार्यपद्धतीविषयक स्वातंत्र्याबद्दल माहिती सांगा.

प्र. ७. मध्यवर्ती बँकेचे वैयक्तिक स्वातंत्र्य स्पष्ट करा.

प्र. ८. मध्यवर्ती बँकेचे आर्थिक स्वातंत्र्य सांगा.

प्र. ९. मध्यवर्ती बँकेच्या कायदेशीर स्वातंत्र्याबद्दल माहिती सांगा.

प्र. १०. मध्यवर्ती बँक स्वायत्तता निर्देशांक स्पष्ट करा.

प्र. ११. आरबीआयच्या स्वायत्ततेबद्दल तपशीलवार माहिती सांगा.

प्र. १२. **खालील विषयांवर टिपा लिहा:**

अ) स्वायत्ततेचे प्रकार.

ब) स्वायत्ततेचे फायदे.

क) स्वायत्ततेच्या मर्यादा.

ड) कार्यात्मक स्वातंत्र्य.

इ) कार्यपद्धतीविषयक स्वातंत्र्य.

ई) आरबीआयची स्वायत्तता.

प्रकरण ३

मध्यवर्ती बँक डिजिटल चलन (CBDC) किंवा ई-चलन

प्रस्तावना :

मध्यवर्ती बँक डिजिटल चलन (CBDC) किंवा ई-चलन हे देशाच्या मध्यवर्ती बँकेद्वारे जारी केलेल्या आणि नियंत्रित केलेल्या अधिकृत चलनाचे डिजिटल स्वरूप आहे. बिटकॉइन सारख्या क्रिप्टोकरन्सींच्या विपरीत, हे विकेंद्रित आहेत आणि कोणत्याही केंद्रीय प्राधिकरणापासून स्वतंत्रपणे कार्यरत आहेत. मध्यवर्ती बँक डिजिटल चलन हे सरकारच्या आर्थिक प्राधिकरणाद्वारे समर्थित एक केंद्रीकृत डिजिटल चलन आहे. मध्यवर्ती बँक डिजिटल चलनाची रचना भौतिक रोख आणि पारंपारिक प्रकारच्या डिजिटल पेमेंट्सना पूरक करण्यासाठी केली गेली आहे, ज्यामुळे व्यक्ती आणि व्यवसायांसाठी एक सुरक्षित आणि कार्यक्षम माध्यम प्रदान करण्यात आले आहे. मध्यवर्ती बँक डिजिटल चलन दोन मुख्य स्वरूपात जारी केले जाऊ शकते: किरकोळ मध्यवर्ती बँक डिजिटल चलन आणि घाऊक मध्यवर्ती बँक डिजिटल चलन. किरकोळ मध्यवर्ती बँक डिजिटल चलन सामान्य लोकांसाठी प्रवेशयोग्य आहे, ज्यामुळे व्यक्ती आणि व्यवसायांना थेट मध्यवर्ती बँकेकडे असलेल्या खात्यांद्वारे डिजिटल चलन ठेवण्याची आणि व्यवहार करण्याची परवानगी मिळते. दुसरीकडे, घाऊक मध्यवर्ती बँक डिजिटल चलन हे वित्तीय संस्थांच्या वापरासाठी आहे आणि आंतरबँक समझोता आणि इतर मोठ्या प्रमाणात आर्थिक व्यवहार सुलभ करते.

३.१ पैशाचे भविष्य :

पैशाचे भविष्य डिजिटल चलने, विकेंद्रित वित्तपुरवठा (DeFi), प्रगत तंत्रज्ञान आणि शाश्वत पद्धतींद्वारे चालविलेल्या क्रांतिकारक आर्थिक परिदृश्याची ग्वाही देते. सुरक्षितता, गोपनीयता आणि नियामक आव्हानांना सामोरे जाताना हे बदल स्वीकारणे विकसित होत असलेल्या आर्थिक परिसंस्थेची पूर्ण क्षमता खुली करण्यासाठी महत्त्वपूर्ण ठरेल. तांत्रिक प्रगती आणि विकसित होत असलेल्या सामाजिक मागण्यांमुळे पैशाचे भविष्य नाट्यमय परिवर्तन घडवून आणण्यासाठी तयार आहे. आपण या नवीन युगात प्रवेश करत असताना, अनेक प्रमुख प्रवाह आणि घडामोडी वित्तीय क्षेत्राला आकार देतील आणि चलन व व्यवहारांच्या संकल्पनेला पुन्हा परिभाषित करतील. पैशाच्या भविष्याचा आढावा पुढी मुद्यांच्या आधारे घेता येईल :

१) डिजिटल चलन क्रांती :

येत्या काही वर्षांत, कॅशलेस सोसायटीच्या दिशेने होणाऱ्या संक्रमणाला गती मिळाली असून, यामध्ये डिजिटल चलने केंद्रस्थानी आहेत. बिटकॉइन, इथरियम आणि इतर क्रिप्टोकरन्सी आर्थिक परिदृश्याला पुन्हा आकार देण्यासाठी निर्णायक भूमिका बजावत आहेत. मध्यवर्ती बँका त्यांची डिजिटल चलने (CBDCs) प्रक्षेपित करू शकतात, ज्यामुळे सरकारांना चलनविषयक धोरणांवर अधिक नियंत्रण मिळेल आणि आर्थिक समावेश वाढेल. ब्लॉकचेन तंत्रज्ञानाची कार्यक्षमता आणि पारदर्शकता आर्थिक व्यवहारांमध्ये क्रांती घडवून आणत आहे, मध्यस्थांची गरज कमी होत असून सुरक्षित क्रॉस-बॉर्डर पेमेंटला प्रोत्साहन मिळाले आहे.

२) विकेंद्रित वित्तपुरवठा (DeFi) वर्चस्व :

ब्लॉकचेन तंत्रज्ञानाद्वारे सक्षम केलेला विकेंद्रित वित्तपुरवठा (DeFi), आर्थिक क्षेत्रातील एक शक्तिशाली व्यवधानकर्ता म्हणून उदयास येईल. स्मार्ट कॉन्ट्रॅक्ट्स आणि विकेंद्रित ॲप्लिकेशन्स (DApps) व्यक्तींना पारंपारिक संस्थांवर अवलंबून न राहता विविध आर्थिक क्रियाकलापांमध्ये सहभागी होण्यास सक्षम करतील. विकेंद्रित कर्ज देणे, कर्ज घेणे, स्टॅक करणे आणि उत्पन्नाची शेती अधिक सुलभ होईल, ज्यामुळे वापरकर्त्यांना त्यांच्या निधीवर अधिक नियंत्रण मिळेल आणि संभाव्यत: उच्च परतावा मिळेल. तथापि, विकेंद्रित वित्तपुरवठा (DeFi) प्लॅटफॉर्मच्या वेगाने विकसित होत असलेल्या आणि कधीकधी अनियंत्रित स्वरूपामुळे नियामक आव्हाने उद्भवू शकतात.

३) स्टेबलकॉइन्सचा उदय :

स्टेबलकॉइन्स हे मूर्त मालमत्तेद्वारे समर्थित किंवा अधिकृत चलनांसाठी तरतूद केलेले, दैनंदिन व्यवहार आणि गुंतवणुकीसाठी एक प्रमुख पर्याय बनतील. त्यांची स्थिरता आणि कमी अस्थिरता त्यांना क्रिप्टोकरन्सीसाठी आकर्षक पर्याय बनवेल तसेच किंमतीतील चढ-उतारांबद्दलच्या चिंता दूर होतील. डिजिटल व्यवहार सुलभ करण्यासाठी आणि सीमापार व्यापार सुव्यवस्थित करण्यासाठी सरकार आणि कॉर्पोरेशन स्वतःचे स्टेबलकॉइन देखील जारी करू शकतात.

४) तंत्रज्ञानाद्वारे आर्थिक समावेश :

वित्तीय तंत्रज्ञानातील प्रगती अधिक आर्थिक समावेशनाला चालना देईल आणि बँक सुविधांपासून दूर असलेल्या लोकसंख्येला सक्षम बनवेल. मोबाईल बँकिंग, डिजिटल वॉलेट्स आणि बायोमेट्रिक प्रमाणीकरणामुळे दुर्गम भागातील व्यक्तींना वित्तीय सेवा सहज उपलब्ध होतील. याव्यतिरिक्त मायक्रोलोन्स आणि क्राउडफंडिंग प्लॅटफॉर्म उद्योजक व लहान व्यवसायांना अधिक सक्षम बनवतील, आर्थिक वृद्धीस चालना मिळेल आणि गरिबी कमी होईल.

५) कृत्रिम बुद्धिमत्ता आणि वैयक्तिकृत वित्तपुरवठा :

कृत्रिम बुद्धिमत्ता वित्तीय सेवा देण्याच्या आणि वापरण्याच्या पद्धतीमध्ये क्रांती घडवून आणेल. रोबो-सल्लागार व्यक्तीची जोखीम सहनशीलता, आर्थिक उद्दिष्टे आणि खर्चाच्या पद्धतींवर आधारित वैयक्तिक गुंतवणूक शिफारसी देतील. कृत्रिम बुद्धिमत्ताचालित क्रेडिट स्कोअरिंग मॉडेल क्रेडिट पात्रतेचे अधिक अचूकपणे मूल्यांकन करतील आणि पात्र व्यक्ती व व्यवसायांसाठी क्रेडिटचा प्रवेश वाढवतील. याव्यतिरिक्त, कृत्रिम बुद्धिमत्ताचालित चॅटबॉट्स ग्राहक समर्थन वाढवतील, प्रश्नांना त्वरित आणि कार्यक्षम प्रतिसाद प्रदान करतील.

६) सुरक्षा आणि गोपनीयतेची समस्या :

आर्थिक व्यवहार अधिकाधिक डिजिटल प्लॅटफॉर्मवर वळत असताना, सुरक्षा आणि गोपनीयतेची समस्या सर्वो परि होईल. अत्याधुनिक धोक्यांचा सामना करण्यासाठी आणि वापरकर्त्यांच्या डेटाचे रक्षण करण्यासाठी सायबर

सुरक्षा उपाय विकसित होतील. संवेदनशील आर्थिक माहितीचे संरक्षण करण्यासाठी प्रगत एनक्रिप्शन आणि विकेंद्रित व्यवस्थेचा वापर महत्त्वपूर्ण असेल. तथापि डेटाचे उल्लंघन आणि हॅकिंगच्या प्रयत्नांचा धोका कायम राहील, यासाठी वापरकर्ते आणि सेवा प्रदाते या दोघांकडून सतत दक्षता घेणे आवश्यक आहे.

७) इंटरनेट ऑफ थिंग्ज (IoT) आणि पेमेंट इंटिग्रेशन :

इंटरनेट ऑफ थिंग्ज (IoT) आपल्या व्यवहाराच्या पद्धतीत बदल करेल. जोडलेली उपकरणे पेमेंट क्षमतेसह सुसज्ज असतील, ज्यामुळे विविध सेवांसाठी अखंड आणि स्वयंचलित पेमेंट करता येईल. स्मार्ट घरे, स्वायत्त वाहने आणि वापरण्यायोग्य उपकरणे एकमेकांशी संवाद साधतील, व्यवहार सुरू करतील आणि व्यवसायांसाठी नवीन महसूल प्रवाह तयार करतील.

८) वित्तपुरवठा क्षेत्रातील हरित क्रांती :

पर्यावरणाच्या समस्येचा पैशाच्या भविष्यावर प्रभाव पडेल, कारण शाश्वत वित्तपुरवठ्याला महत्त्व प्राप्त होईल. हरित रोखे आणि अक्षय ऊर्जा प्रकल्पांमधील गुंतवणूक गुंतवणूकदारांचे अधिक लक्ष वेधून घेतील. कार्बन फ ूटप्रिंट ट्रॅकिंग आणि कार्बन क्रेडिट सिस्टम आर्थिक उत्पादनांमध्ये एकत्रित केले जातील, पर्यावरणास जबाबदार पद्धतींना प्रोत्साहन देतील. आर्थिक संस्थांना पर्यावरणपूरक धोरणे स्वीकारण्यासाठी आणि पर्यावरणास हानिकारक उद्योगांपासून दूर जाण्यासाठी वाढत्या दबावाचा सामना करावा लागेल.

९) सीमेपलीकडील व्यवहार आणि विप्रेषण कार्यक्षमता :

पारंपारिक सीमेपलीकडील व्यवहार आणि पैसे पाठवणे हे सहसा संथ आणि महाग असतात. ब्लॉकचेन आणि डिजिटल चलनांचा अवलंब केल्याने आंतरराष्ट्रीय मनी ट्रान्सफर सुव्यवस्थित होईल तसेच ते जलद, स्वस्त आणि अधिक पारदर्शक असेल. वित्तीय मध्यस्थांना व्यत्ययाचा सामना करावा लागेल, परंतु ग्राहक आणि व्यवसायांना कमी शुल्क व जागतिक व्यवहारांमध्ये सुधारित कार्यक्षमतेचा फायदा होईल.

१०) नियमनाची भूमिका :

नवीन आर्थिक तंत्रज्ञान उदयास येत असताना, नियामक संस्थांना नवकल्पना आणि ग्राहक संरक्षण यांच्यातील समतोल साधण्याची आवश्यकता असेल. क्रिप्टोकरन्सी, विकेंद्रित वित्तपुरवठा (DeFi) प्लॅटफॉर्म आणिमध्यवर्ती बँक डिजिटल चलनासाठी स्पष्ट मार्गदर्शक तत्त्वे आर्थिक इकोसिस्टममध्ये विश्वास आणि स्थिरता वाढवण्यासाठी आवश्यक असतील. डिजिटल वित्तपुरवठ्याच्या जागतिक स्वरूपामुळे उद्भवलेल्या नियामक आव्हानांना तोंड देण्यासाठी आंतरराष्ट्रीय सहकार्य देखील महत्त्वपूर्ण असेल.

११) गुंतवणुकीचे लोकशाहीकरण :

अंशात्मक मालकी आणि टोकनायझेशन सारख्या नवकल्पनांमुळे रिअल इस्टेट, ललित कला आणि संग्रहणीय यांसारख्या पूर्वीच्या तरल मालमत्तेमधील प्रवेशाचे लोकशाहीकरण होईल. किरकोळ गुंतवणूकदारांना त्यांच्या पोर्टफोलिओमध्ये विविधता आणण्यासाठी आणि विशेषत: संस्थात्मक कर्त्यापर्यंत मर्यादित असलेल्या उपक्रमांमध्ये सहभागी होण्याच्या अधिक संधी असतील. तथापि, किरकोळ गुंतवणूकदारांचे संभाव्य जोखमीपासून संरक्षण करण्यासाठी या नवीन गुंतवणुकीच्या मार्गांभोवती नियामक चौकट काळजीपूर्वक तयार करणे आवश्यक आहे.

१२) वित्तीय शिक्षण आणि डिजिटल साक्षरता :

पैशाचे भविष्य सर्व वयोगटातील व्यक्तींसाठी वर्धित वित्तीय शिक्षण आणि डिजिटल साक्षरतेची मागणी करेल. जबाबदार आर्थिक निर्णय घेण्यासाठी डिजिटल वॉलेट, ब्लॉकचेन तंत्रज्ञान आणि विविध आर्थिक उत्पादनांशी संबंधित जोखीम समजून घेणे आवश्यक आहे. सरकार, शैक्षणिक संस्था आणि खाजगी संस्थांनी वित्तीय साक्षरतेला चालना देण्यासाठी आणि डिजिटल फूट कमी करण्यासाठी सहकार्य करणे आवश्यक आहे.

३.२ डिजिटल चलन :

डिजिटल चलन हे असे चलन आहे जे केवळ इलेक्ट्रॉनिक स्वरूपात उपलब्ध असते. चलनाच्या इलेक्ट्रॉनिक आवृत्त्या आधीपासूनच बहुतेक देशांच्या वित्तीय प्रणालींवर वर्चस्व गाजवत आहेत. आधीच बँक खात्यांमध्ये असलेल्या इलेक्ट्रॉनिक चलनापेक्षा डिजिटल चलन वेगळे आहे कारण डिजिटल चलन कधीही भौतिक स्वरूप धारण करत नाही. डिजिटल चलनामध्ये पैशाबद्दल समाजाचा विचार पूर्णपणे बदलण्याची क्षमता आहे. केवळ इलेक्ट्रॉनिक स्वरूपात अस्तित्वात असणाऱ्या बिटकॉइन (BTC), इथरियम (ETH) आणि इतर हजारो क्रिप्टोकरन्सींच्या उदयामुळे जागतिक मध्यवर्ती बँकांना राष्ट्रीय डिजिटल चलन कसे कार्य करू शकते यावर संशोधन करण्यास प्रवृत्त केले आहे.

३.२.१ अर्थ :

डिजिटल चलन म्हणजे चलनाचा असा एक प्रकार जो पूर्णपणे डिजिटल किंवा इलेक्ट्रॉनिक स्वरूपात अस्तित्वात आहे. नाणी आणि नोटा यासारख्या पारंपारिक भौतिक चलनांच्या विपरीत, डिजिटल चलने अमूर्त असतात आणि केवळ इलेक्ट्रॉनिक पद्धतीने संग्रहित डेटा म्हणून अस्तित्वात असतात. ते इंटरनेट किंवा इलेक्ट्रॉनिक उपकरणांद्वारे व्यवहार, खरेदी आणि गुंतवणूक करण्यासाठी वापरले जातात. डिजिटल चलने सामान्यत: क्रिप्टोग्राफिक तंत्रज्ञानावर आधारित असतात. अनेकदा सुरक्षित आणि पारदर्शक व्यवहार सुनिश्चित करण्यासाठी ब्लॉकचेन किंवा तत्सम वितरित खातेवही प्रणाली वापरतात. डिजिटल चलनांचे मुख्य वैशिष्ट्य म्हणजे विकेंद्रीकरण, याचा अर्थ ते सरकार किंवा वित्तीय संस्थेसारख्या कोणत्याही केंद्रीय प्राधिकरणाद्वारे नियंत्रित केले जात नाहीत. त्याऐवजी, व्यवहार आणि नवीन युनिट्सची निर्मिती पूर्वनिर्धारित अल्गोरिदम आणि प्रोटोकॉलद्वारे नियंत्रित केली जाते. क्रिप्टोकरन्सी, जसे की बिटकॉइन, इथरियम आणि रिपल ही डिजिटल चलनांची सर्वात प्रसिद्ध उदाहरणे आहेत. बँकांसारख्या मध्यस्थांशिवाय पीअर-टू-पीअर व्यवहार सुलभ करण्याच्या त्यांच्या क्षमतेमुळे त्यांना लोकप्रियता प्राप्त झाली आहे.

३.२.२ व्याख्या :

डिजिटल चलनाच्या व्याख्या खालीलप्रमाणे आहेत :

१) **डॉन टॅपस्कॉट आणि अलेक्स टॅपस्कॉट :**

"डिजिटल चलन हे क्रिप्टोग्राफिकदृष्ट्या सुरक्षित, विकेंद्रित चलन आहे जे मध्यस्थांशिवाय सुरक्षित आणि थेट पीअर-टू-पीअर व्यवहार सक्षम करण्यासाठी ब्लॉकचेन तंत्रज्ञान वापरतात."

२) **आंद्रियास एम. अँटोनोपोलोस :**

"डिजिटल चलन हे पैशाचे एक रूप आहे जे इंटरनेटचे मूळ आहे आणि इलेक्ट्रॉनिक स्वरूपात अस्तित्वात आहे. ते व्यवहार सुरक्षित करण्यासाठी आणि नवीन युनिट्सच्या निर्मितीवर नियंत्रण ठेवण्यासाठी क्रिप्टोग्राफिक तंत्र वापरते."

३) **नेहा नरुला :**

"डिजिटल चलन असे चलन आहे जे पूर्णपणे इलेक्ट्रॉनिक आहे आणि सुरक्षितता व पडताळणीसाठी क्रिप्टोग्राफीवर अवलंबून आहे. हे केंद्रीय प्राधिकरणापासून स्वतंत्रपणे कार्य करते आणि इंटरनेटवर सुरक्षित आणि सत्यापित व्यवहार सक्षम करते."

४) **लॉरेन्स एच. समर्स :**

"डिजिटल चलन हे देवाणघेवाणीचे एक साधन आहे जे इलेक्ट्रॉनिक आहे आणि डिजिटल स्वरूपात अस्तित्वात आहे. ते मूल्याचे प्रतिनिधित्व करते आणि भौतिक रोख न वापरता व्यवहार सुलभ करते."

३.२.३ डिजिटल चलनाची गरज :

जसजसे जग डिजिटल युगाचा स्वीकार करत आहे, तसतशी डिजिटल चलनाची गरज अधिकाधिक स्पष्ट होत आहे. डिजिटल चलन, जसे की क्रिप्टोकरन्सी, सेंट्रल बँक डिजिटल करन्सी (सीबीडीसी) आणि इलेक्ट्रॉनिक पैशाचे इतर प्रकार हे पारंपारिक अधिकृत चलने आणि वित्तीय प्रणालींसमोरील आव्हानांना सामोरे जाण्यासाठी असंख्य फायदे आणि संभाव्य उपाय देतात. पुढील मुद्यांच्या आधारे डिजिटल चलनाची गरज जाणून घेता येईल :

१) व्यवहारांची कार्यक्षमता आणि गती :

डिजिटल चलनाची गरज असण्याचे एक प्राथमिक कारण म्हणजे आर्थिक व्यवहारांना मिळणारी कार्यक्षमता आणि गती. पारंपारिक बँकिंग प्रणालींमध्ये मध्यस्थांचा समावेश असतो, जसे की बँका आणि क्लिअरिंगहाऊस, ज्यामुळे विलंब आणि जास्त व्यवहार खर्च होऊ शकतो. याउलट, डिजीटल चलन व्यवहार थेट पक्षांमध्ये होऊ शकतात, मध्यस्थांची गरज कमी करतात आणि तात्काळ सेटलमेंट करतात. हा वेग विशेषतः जागतिक व्यवहारांमध्ये महत्त्वपूर्ण आहे, जेथे पारंपारिक बँकिंग प्रक्रिया पूर्ण होण्यासाठी काही दिवस लागू शकतात.

२) आर्थिक समावेशन :

डिजिटल चलनांमध्ये आर्थिक बहिष्काराच्या समस्येचे निराकरण करण्याची क्षमता आहे, जेथे लाखो लोकांना औपचारिक बँकिंग सेवांमध्ये प्रवेश नाही. डिजिटल चलनांद्वारे सेवा नसलेल्या प्रदेशातील व्यक्ती केवळ स्मार्टफोन आणि इंटरनेट कनेक्शन वापरून आर्थिक सेवांमध्ये प्रवेश करू शकतात. हे समावेशन बँक आणि बँकिंग सुविधा नसलेल्या लोकसंख्येला सक्षम बनवते, त्यांना जागतिक अर्थव्यवस्थेत सहभागी होण्यास आणि ऑनलाइन व्यापारात सहभागी होण्यास सक्षम करते.

३) कमी व्यवहार खर्च :

डिजिटल चलन व्यवहारांमध्ये पारंपारिक वित्तीय प्रणालींच्या तुलनेत कमी शुल्क असते. सीमेपलीकडील व्यवहार हे विशेषतः, मध्यस्थ बँका आणि चलन विनिमय शुल्कामुळे महाग असू शकतात. डिजिटल चलने, विशेषत: क्रिप्टोकरन्सी, हे खर्च लक्षणीयरीत्या कमी करू शकतात, ज्यामुळे आंतरराष्ट्रीय व्यापार हे व्यवसाय आणि व्यक्तींसाठी अधिक सुलभ आणि परवडण्यायोग्य बनतात.

४) वित्तीय सार्वभौमत्व आणि नियंत्रण :

डिजिटल चलने वापरकर्त्यांना त्यांच्या निधीवर अधिक वित्तीय सार्वभौमत्व आणि नियंत्रण देतात. पारंपारिक बँक खाती निर्बंधांच्या अधीन असू शकतात, खाते गोठवले जाऊ शकतात किंवा सरकार किंवा वित्तीय संस्थांनी लादलेली भांडवली नियंत्रणे असू शकतात. याउलट डिजिटल चलने, विशेषतः विकेंद्रित क्रिप्टोकरन्सी अशा मर्यादांच्या अधीन नाहीत. वापरकर्ते त्यांच्या डिजिटल वॉलेटवर पूर्ण नियंत्रण ठेवतात आणि त्यांच्या व्यवहारांमध्ये हस्तक्षेप न करता कोणत्याही मध्यस्थाशिवाय निधी पाठवू आणि प्राप्त करू शकतात.

५) सुरक्षा आणि फसवणूक कमी करणे :

व्यवहार सुरक्षित करण्यासाठी आणि वापरकर्त्यांच्या माहितीचे संरक्षण करण्यासाठी डिजिटल चलने प्रगत क्रिप्टोग्राफिक तंत्रांचा वापर करतात. पारंपारिक पेमेंट पद्धतींच्या विपरीत ज्यांना संवेदनशील आर्थिक माहिती उघड करणे आवश्यक असते, डिजिटल चलन व्यवहार अनेकदा सार्वजनिक आणि खाजगी संकेत (ज्ञशूी) वापरतात, ज्यामुळे ते अधिक सुरक्षित होतात. याव्यतिरिक्त ब्लॉकचेन तंत्रज्ञान, अनेक डिजिटल चलनांची अपरिवर्तनीय खातेवही प्रदान करते ज्यामुळे फसवणूक आणि अफरातफर होण्याचा धोका कमी होतो.

६) जागतिक सुलभता :

डिजिटल चलने भौगोलिक सीमा किंवा राष्ट्रीय अधिकार क्षेत्राद्वारे बांधील नाहीत. ते जागतिक स्तरावर वापरले जाऊ शकतात. ते सीमेपलीकडील व्यवहार अविरतपणे सक्षम करतात आणि आंतरराष्ट्रीय व्यापार सुलभ करतात. ही जागतिक सुलभता वित्तीय एकात्मता वाढवते, कारण व्यवसाय आणि ग्राहक चलने रूपांतरित न करता किंवा जटिल वित्तीय प्रणालींमध्ये संचालित न करता एकमेकांशी व्यवहार करू शकतात.

७) तांत्रिक नवकल्पना आणि प्रगती :

डिजिटल चलनांच्या वाढीमुळे वित्तीय क्षेत्रात महत्त्वपूर्ण तांत्रिक नवकल्पना उदयास आली आहे. ब्लॉकचेन हे अनेक डिजिटल चलनांमागील तंत्रज्ञान परिवर्तनकारी असल्याचे सिद्ध झाले आहे. ते पुरवठा साखळी व्यवस्थापन, स्मार्ट करार आणि विकेंद्रित वित्तपुरवठा (DeFi) यासारख्या वित्तीय व्यवहारांच्या पलीकडे संभाव्य अनुप्रयोग सक्षम करते. डिजिटल करन्सी सोल्यूशन्सचा पाठपुरावा केल्याने विविध क्षेत्रात संशोधन आणि विकासाला गती मिळाली आहे, ज्यामुळे वित्तीय पायाभूत सुविधा आणि सेवांमध्ये संभाव्य सुधारणा झाल्या आहेत.

८) आर्थिक बचत आणि गुंतवणुकीला प्रोत्साहन :

डिजिटल चलने व्यक्तींमध्ये आर्थिक बचत आणि गुंतवणुकीला प्रोत्साहन देऊ शकतात. उदाहरणार्थ, क्रिप्टोकरन्सीजमध्ये ठराविक पुरवठा असतो, जो अधिकृत चलनांच्या चलनवाढीच्या स्वरूपाशी विपरित असतो. ही टंचाई लोकांना त्यांच्या डिजिटल मालमत्तेची संभाव्य दीर्घकालीन मूल्यवृद्धीसाठी बचत आणि गुंतवणूक करण्यास प्रोत्साहन देऊ शकते.

९) आर्थिक वृद्धी आणि नवकल्पना :

डिजिटल चलनांचा अवलंब केल्याने आर्थिक विकासाला चालना मिळू शकते आणि नवकल्पना वाढू शकते. वाणिज्य आणि वित्तीय सेवांचे नवीन प्रकार सक्षम करून, डिजिटल चलने उद्योजक, स्टार्टअप्स आणि प्रस्थापित व्यवसायांसाठी नाविन्यपूर्ण उत्पादने आणि सेवा विकसित करण्यासाठी संधी निर्माण करतात. या कार्यामुळे रोजगार निर्मिती आणि आर्थिक विकास होऊ शकतो.

१०) लवचिकता आणि आपत्ती पुनर्प्राप्ती :

संकटाच्या वेळी किंवा नैसर्गिक आपत्तींच्या वेळी डिजिटल चलने अधिक लवचिक आणि कार्यक्षम स्वरूपाचे पैसे म्हणून काम करू शकतात. भौतिक पायाभूत सुविधांना हानी पोहोचलेल्या परिस्थितीत, पारंपारिक बँकिंग सेवा अनुपलब्ध होऊ शकतात. डिजिटल चलने, जी इंटरनेट आणि विकेंद्रित नेटवर्कवर अवलंबून असतात, प्रतिकूल परिस्थितीतही कार्य करणे सुरू ठेवू शकतात, ज्यामुळे व्यक्तींना निधीमध्ये प्रवेश करता येतो आणि व्यवहार करता येतात.

३.२.४ डिजिटल चलनाचे फायदे :

डिजिटल चलनाचे फायदे खालीलप्रमाणे आहेत :

१) जलद हस्तांतरण आणि व्यवहार वेळ :

डिजिटल चलने सामान्यत: समान नेटवर्कमध्ये अस्तित्वात असल्यामुळे मध्यस्थांशिवाय हस्तांतरण पूर्ण करतात. डिजिटल चलनांचा समावेश असलेल्या हस्तांतरणासाठी लागणारा वेळ अत्यंत जलद आहे. डिजीटल चलनातील पेमेंट व्यवहार करणाऱ्या पक्षांमध्ये कोणत्याही मध्यस्थांची गरज नसल्याने, व्यवहार सहसा तात्काळ आणि कमी किमतीचे असतात. हे पारंपारिक पेमेंट पद्धतींच्या तुलनेत चांगले आहे ज्यात बँका किंवा क्लिअरिंगहाऊसचा समावेश असतो. डिजिटल-चलन-आधारित इलेक्ट्रॉनिक व्यवहार देखील आवश्यक नोंद ठेवतात आणि व्यवहारात पारदर्शकता आणतात.

२) **भौतिक उत्पादनाची आवश्यकता नाही :**

भौतिक चलनांसाठी भौतिकदृष्टया उत्पादन सुविधांची स्थापना करावी लागते मात्र, डिजिटल चलनांसाठी त्याची आवश्यकता नसते. त्यामुळे भौतिक चलनात उपस्थित असलेले दोष किंवा उणीवा डिजिटल चलनांमध्ये आढळून येत नाही.

३) **आर्थिक आणि वित्तीय धोरणाची अंमलबजावणी :**

सध्याच्या चलन व्यवस्थेच्या अंतर्गत, अर्थव्यवस्थेत पैसे प्रसारित करण्यासाठी व्यवस्था मध्यस्थ बँका आणि वित्तीय संस्थांच्या मालिकेद्वारे कार्य करते. मध्यवर्ती बँक डिजिटल चलन (CBDCs) ही यंत्रणा टाळण्यात मदत करू शकतात आणि सरकारी यंत्रणा नागरिकांना थेट पैसे वितरित करण्यास सक्षम करू शकतात. चलनी नोटांचे भौतिक उत्पादन आणि एका ठिकाणाहून दुस–या ठिकाणी वाहतूक करण्याची गरज दूर करून ते उत्पादन आणि वितरण पद्धती सुलभ करतात.

४) **स्वस्त व्यवहार खर्च :**

डिजिटल चलने नेटवर्कमध्ये थेट परस्परसंवाद सक्षम करतात. उदाहरणार्थ, ग्राहक एकाच नेटवर्कमध्ये असेपर्यंत दुकानदाराला थेट पैसे देऊ शकतो. वेगवेगळ्या नेटवर्क्समधील डिजिटल चलन व्यवहारांचा समावेश असलेला खर्च देखील भौतिक चलनांच्या तुलनेत कमी आहे. व्यवहारावर प्रक्रिया करण्यापासून वित्तीय भाडे मागणाऱ्या मध्यस्थांना कमी करून, डिजिटल चलने व्यवहाराची एकूण किंमत स्वस्त करू शकतात.

५) **विकेंद्रित :**

डिजिटल चलने विकेंद्रित असतात; याचा अर्थ त्यांच्यावर कोणत्याही सरकारी किंवा वित्तीय संस्थेचे नियंत्रण नसते. विकेंद्रित केलेली डिजिटल चलने त्यांना सरकारी हस्तक्षेप, सेन्सॉरशिप आणि हाताळणीसाठी अधिक प्रतिरोधक बनवतात. विकेंद्रीकरण म्हणजे डिजिटल चलनावरील खरे नियंत्रण मालक किंवा वापरकर्त्यांच्या विस्तृत श्रेणीवर पसरलेले असणे होय.

६) **गोपनीयता :**

डिजिटल चलनांद्वारे व्यवहार वैयक्तिक डेटाशी जोडलेले नसल्यामुळे, वापरकर्त्यांना उच्च पातळीची गोपनीयता आणि निनावीपणा दिला जातो. त्यामुळे ज्यांना त्यांच्या वित्तीय व्यवहाराची गोपनीयता जपायची आहे त्यांच्यासाठी ते खूप उपयुक्त आहेत.

७) **जगभरात प्रवेशयोग्य :**

इंटरनेट कनेक्शन असलेली कोणतीही व्यक्ती जगभरातील कोठूनही डिजिटल चलने वापरू शकते. या सेवा अशा लोकांसाठी विशेषतः उपयुक्त आहेत ज्यांना पारंपारिक बँकिंग संस्थांमध्ये प्रवेश नाही. याव्यतिरिक्त भक्कम वित्तीय पायाभूत सुविधांसह विकसित नसलेल्या भौगोलिक क्षेत्रांसाठी, डिजिटल चलने अधिक मजबूत पर्याय असू शकतात.

३.२.५ डिजिटल चलनाचे धोके :

डिजिटल चलन अनेक फायदे देत असताना, त्यात काही धोके आणि जोखीम देखील आहेत. डिजिटल चलनाचे मुख्य धोके पुढीलप्रमाणे आहेत:

१) **किंमत अस्थिरता :**

अनेक क्रिप्टोकरन्सी त्यांच्या किमतीतील अस्थिरतेसाठी ओळखल्या जातात. डिजिटल चलनांच्या मूल्यात अल्प कालावधीत लक्षणीय चढउतार होऊ शकतात, ज्यामुळे गुंतवणूकदार आणि वापरकर्त्यांचे संभाव्य नुकसान होऊ

शकते. उच्च अस्थिरता ही विनिमय आणि मूल्याच्या संचयनाचे स्थिर माध्यम म्हणून डिजिटल चलनांचा व्यापक अवलंब करण्यास अडथळा आणू शकते.

२) नियमनाचा अभाव :

डिजिटल चलनांच्या विकसनशील स्वरूपामुळे अनेक अधिकारक्षेत्रांमध्ये व्यापक नियामक चौकटीचा अभाव आहे. स्पष्ट नियमांची अनुपस्थिती वापरकर्ते आणि गुंतवणूकदारांना संभाव्य फसवणूक, घोटाळे आणि बाजारातील हेराफेरीसाठी उघड करू शकते. नियामक अनिश्चितता संस्थात्मक गुंतवणूकदारांना डिजिटल चलन बाजारात प्रवेश करण्यापासून रोखू शकते.

३) सुरक्षा भेद्यता :

व्यवहार सुरक्षित करण्यासाठी आणि वापरकर्त्यांच्या माहितीचे संरक्षण करण्यासाठी डिजिटल चलने क्रिप्टोग्राफिक तंत्रज्ञानावर अवलंबून असतात. तथापि, अंतर्निहित कोड, स्मार्ट कॉन्ट्रॅक्ट्स किंवा डिजिटल वॉलेटमधील भेद्यतेमुळे सुरक्षा उल्लंघन आणि हॅकिंग यासारखे प्रकार घडू शकतात. सायबर गुन्हेगारांनी डिजिटल मालमत्तेची चोरी करण्यासाठी एक्सचेंजेस आणि वॉलेटला लक्ष्य केले आहे, ज्यामुळे व्यक्ती आणि व्यवसायांचे वित्तीय नुकसान झाले आहे.

४) फसवणूक आणि घोटाळ्यांचा धोका :

डिजिटल चलनांचे विकेंद्रित स्वरूप फसवणूक किंवा घोटाळे झाल्यास निधी शोधणे आणि पुनर्प्राप्त करणे आव्हानात्मक बनवते. पॉन्झी योजना, बनावट इनिशियल कॉइन ऑफरिंग्ज (ICOs) आणि फिशिंग हल्ले डिजिटल चलन क्षेत्रात प्रचलित आहेत, जे संशयास्पद वापरकर्ते आणि गुंतवणूकदारांना लक्ष्य करतात.

५) ग्राहक संरक्षणाचा अभाव :

पारंपारिक वित्तीय प्रणाली अनेकदा ग्राहक संरक्षण देतात, जसे की चार्जबॅक आणि फसवणूक निराकरण प्रक्रिया इ. याउलट, डिजिटल चलन व्यवहार सहसा अपरिवर्तनीय असतात, ज्यामुळे वापरकर्ते फसव्या किंवा चुकीच्या व्यवहारांसाठी असुरक्षित राहतात.

६) मनी लाँडरिंग आणि बेकायदेशीर क्रियाकलापांचा संभव :

काही डिजिटल चलनांचा वापर मनी लॉन्ड्रिंग, दहशतवादी वित्तपुरवठा आणि इतर बेकायदेशीर क्रियाकलापांसाठी केला जाऊ शकतो. जरी ब्लॉकचेन तंत्रज्ञान पारदर्शकता प्रदान करत असले, तरीही त्यांच्या वास्तविक-जगातील ओळखींमध्ये अवैध व्यवहार शोधणे आव्हानात्मक असू शकते.

७) पर्यावरणविषयक समस्या :

काही डिजीटल चलने, विशेषत: जे कामाचा पुरावा यंत्रणा वापरतात, खाण प्रक्रियेदरम्यान मोठ्या प्रमाणात ऊर्जा वापरतात. ही ऊर्जा-केंद्रित निसर्ग पर्यावरणाची चिंता वाढवते आणि कार्बन उत्सर्जनात योगदान देते.

८) केंद्रीकरण जोखीम :

काही डिजिटल चलने आणि प्लॅटफॉर्म नियंत्रण आणि प्रभावाच्या दृष्टीने केंद्रीकरण निर्माण करू शकतात. केंद्रीकरणामुळे व्यक्ती किंवा संस्थांच्या एका लहान गटाद्वारे अपयशाचे एकल बिंदू आणि शक्तीचा संभाव्य गैरवापर होण्याचा धोका असतो.

९) तांत्रिक गुंतागुंत :

डिजिटल चलने आणि ब्लॉकचेन तंत्रज्ञान गैर-तांत्रिक वापरकर्त्यांना समजून घेणे आणि व्यवस्थापित करणे जटिल असू शकते. खाजगी की, सीड फ्रॅसेस आणि इतर सुरक्षा-संबंधित घटकांच्या अयोग्य हाताळणीमुळे निधीचे नुकसान होऊ शकते.

१०) स्वीकृतीचा अभाव :

डिजिटल चलनांना अजूनही प्रतिकाराचा सामना करावा लागतो आणि जगाच्या अनेक भागांमध्ये त्याचा अवलंब होत नाही. व्यापक स्वीकृतीशिवाय त्यांचे संभाव्य फायदे, जसे की आर्थिक समावेशन आणि खर्च बचत पूर्णपणे प्राप्त होऊ शकत नाहीत.

११) नियामक कारवाई आणि अनिश्चितता :

डिजिटल चलने पारंपारिक वित्तीय प्रणालींमध्ये व्यत्यय आणत असल्याने, काही सरकारे आणि नियामक संस्था त्यांच्यावर प्रतिबंधात्मक उपाय किंवा पूर्णपणे बंदी लागू करू शकतात, ज्यामुळे वापरकर्ते आणि गुंतवणूकदारांसाठी अनिश्चितता निर्माण होते.

३.३ मध्यवर्ती बँक डिजिटल चलनाची प्रारूपे :

मध्यवर्ती बँक डिजिटल चलने (CBDCs) विविध प्रारूपे वापरून अंमलात आणली जाऊ शकतात, प्रत्येक प्रारूपाची स्वतःची वैशिष्ट्ये आणि परिणाम आहेत. प्रारूपाची निवड ही मध्यवर्ती बँकेची उद्दिष्टे, धोरणात्मक उद्दिष्टे आणि मध्यवर्ती बँक डिजिटल चलन परिसंस्थेवरील नियंत्रणाची इच्छित पातळी यावर अवलंबून असते.

३.३.१ प्रत्यक्ष प्रारूप :

मध्यवर्ती बँक डिजिटल चलनाचे प्रत्यक्ष प्रारूप हे एक चौकट आहे ज्यामध्ये मध्यवर्ती बँक थेट डिजिटल चलन जारी करते आणि व्यवस्थापित करते तसेच खाजगी क्षेत्रातील मध्यस्थांच्या सहभागाशिवाय सामान्य लोक आणि व्यवसायांना किरकोळ प्रवेश प्रदान करते. या प्रारूपामध्ये, मध्यवर्ती बँक डिजिटल चलन परिसंस्थेवर संपूर्ण नियंत्रण राखून मध्यवर्ती बँक डिजिटल चलनाची एकमेव जारीकर्ता, संरक्षक आणि नियामक म्हणून काम करते. प्रत्यक्ष प्रारूप सहसा टोकन-आधारित मध्यवर्ती बँक डिजिटल चलनाशी संबंधित असते, जिथे डिजिटल टोकन जारी केले जातात आणि ब्लॉकचेन नेटवर्कवरील वापरकर्त्यांदरम्यान किंवा सेंट्रल बँकेद्वारे व्यवस्थापित केंद्रीकृत लेजरमध्ये थेट हस्तांतरित केले जाते.

अ) प्रत्यक्ष प्रारूपाची वैशिष्ट्ये :

मध्यवर्ती बँक डिजिटल चलनाच्या प्रत्यक्ष प्रारूपाची मुख्य वैशिष्ट्ये पुढीलप्रमाणे आहेत :

१) सेंट्रल बँकेद्वारे जारी करणे आणि ताब्यात घेणे :

प्रत्यक्ष प्रारूपामध्ये, मध्यवर्ती बँक डिजिटल चलन जारी करणे आणि व्यवस्थापित करण्यासाठी जबाबदार आहे. हे डिजिटल टोकन किंवा खाते-आधारित शिल्लक तयार करते, जे केंद्रीय बँकेकडे व्यक्ती आणि व्यवसायांद्वारे थेट ठेवले जाते.

२) लोकांसाठी किरकोळ प्रवेश :

प्रत्यक्ष प्रारूपा अंतर्गत, सामान्य लोक आणि व्यवसाय मध्यवर्ती बँक डिजिटल चलनामध्ये प्रवेश करण्यासाठी थेट मध्यवर्ती बँकेत डिजिटल वॉलेट किंवा खाती उघडू शकतात. ते पेमेंट, रेमिटन्स आणि बचत यासारख्या विविध व्यवहारांसाठी मध्यवर्ती बँक डिजिटल चलन ठेवू शकतात, हस्तांतरित करू शकतात आणि वापरू शकतात.

३) चलनविषयक धोरणाची अंमलबजावणी :

मध्यवर्ती बँक डिजिटल चलनाची एकमेव जारीकर्ता म्हणून, मध्यवर्ती बँक थेट चलनविषयक धोरण उपाय लागू करू शकते आणि समायोजित करू शकते. हे स्थूल आर्थिक उद्दिष्टे साध्य करण्यासाठी पैशाचा पुरवठा, व्याजदर आणि इतर आर्थिक साधने नियंत्रित करू शकते.

४) संपूर्ण नियामक नियंत्रण आणि देखरेख :

मध्यवर्ती बँक डिजिटल चलन व्यवस्थेवर संपूर्ण नियामक नियंत्रण राखून ठेवते, वित्तीय नियमांचे पालन सुनिश्चित करते तसेच मनी लाँडरिंग विरोधी (AML) आणि दहशतवाद विरोधी वित्तपुरवठा (CTF) उपाय आणि ग्राहक संरक्षण सुनिश्चित करते.

५) गोपनीयता आणि सुरक्षिततेचा विचार :

प्रत्यक्ष प्रारूप मध्यवर्ती बँकेला वापरकर्त्याची गोपनीयता आणि पारदर्शकता यांच्यातील समतोल साधण्याची परवानगी देते. मध्यवर्ती बँक डिजिटल चलन व्यवहारांना अनामिक म्हणून आरेखित करू शकते तसेच ती नियामक हेतूंसाठी व्यवहार माहिती देखील राखून ठेवू शकते.

६) कार्यक्षमता आणि कमी झालेले व्यवहार खर्च :

मध्यवर्ती बँक डिजिटल चलनामध्ये थेट प्रवेश केल्याने पारंपारिक बँकिंग प्रणालींच्या तुलनेत अधिक कार्यक्षम आणि जलद व्यवहार होऊ शकतात. हे मध्यस्थ आणि संबंधित शुल्क काढून टाकते आणि अंतिम वापरकर्त्यांसाठी व्यवहार खर्च कमी करते.

७) आर्थिक समावेशन आणि प्रवेश :

प्रत्यक्ष प्रारूप व्यक्ती आणि व्यवसायांना डिजिटल वॉलेट किंवा मध्यवर्ती बँकेतील खात्यांद्वारे थेट मध्यवर्ती बँक डिजिटल चलन सेवांमध्ये प्रवेश करण्याची परवानगी देऊन आर्थिक समावेशनाला प्रोत्साहन देते. याचा फायदा बँक आणि बँक सुविधा नसलेल्या लोकसंख्येला होऊ शकतो, त्यांना सुरक्षित आणि प्रवेशयोग्य वित्तीय सेवा प्राप्त होते.

८) प्रणालीगत स्थिरतेवर नियंत्रण :

मध्यवर्ती बँक डिजिटल चलन थेट जारी आणि व्यवस्थापनासह, मध्यवर्ती बँक डिजिटल चलन व्यवस्थेचे बारकाईने निरीक्षण करू शकते आणि वित्तीय स्थिरतेसाठी कोणत्याही संभाव्य जोखमींना वेळेवर प्रतिसाद देऊ शकते.

९) मध्यस्थांच्या अपयशाचा कमी धोका :

खाजगी क्षेत्रातील मध्यस्थांना कमी करून, प्रत्यक्ष प्रारूप पेमेंट प्रणालीमध्ये मध्यस्थ व्यत्यय येण्याचा धोका कमी करते.

१०) तांत्रिक विकास आणि नाविन्य :

प्रत्यक्ष प्रारूप मध्यवर्ती बँकेला डिजिटल चलन सुरक्षितपणे आणि कार्यक्षमतेने कार्यान्वित करण्यासाठी ब्लॉकचेन सारख्या नाविन्यपूर्ण तंत्रज्ञानाचा शोध आणि प्रयोग करण्यास अनुमती देते.

ब) प्रत्यक्ष प्रारूपाचे फायदे :

प्रत्यक्ष प्रारूपाचे मुख्य फायदे येथे आहेत :

१) थेट नियंत्रण आणि देखरेख :

प्रत्यक्ष प्रारूपामध्ये, मध्यवर्ती बँक डिजिटल चलन जारी करणे, व्यवस्थापन आणि नियमन यावर मध्यवर्ती बँकेचे पूर्ण नियंत्रण असते. नियंत्रणाची ही पातळी मध्यवर्ती बँकेला चलनविषयक धोरण अधिक प्रभावीपणे अंमलात आणू देते, पैशाच्या पुरवठ्यावर लक्ष ठेवते आणि वित्तीय परिस्थितीला त्वरित प्रतिसाद देते.

२) वर्धित आर्थिक समावेशन :

प्रत्यक्ष प्रारूप सामान्य लोकांसाठी आणि व्यवसायांसाठी मध्यवर्ती बँक डिजिटल चलनामध्ये थेट प्रवेश प्रदान करून आर्थिक समावेशनाला प्रोत्साहन देऊ शकते. व्यक्ती आणि व्यवसाय मध्यवर्ती बँकेत डिजिटल वॉलेट्स

किंवा खाती उघडू शकतात, ज्यामुळे बँकिंग सुविधा नसलेल्या लोकसंख्येला डिजिटल अर्थव्यवस्थेत सहभागी होण्याची परवानगी मिळते.

३) व्यवहार खर्च कमी :

मध्यस्थांना दूर करून, प्रत्यक्ष प्रारूप वापरकर्त्यांसाठी व्यवहार खर्च कमी करते. मध्यवर्ती बँक डिजिटल चलन व्यवहार जलद आणि अधिक कार्यक्षम असू शकतात, ज्यामुळे खर्चात बचत होते, विशेषत: सीमापार व्यवहारांसाठी.

४) पद्धतशीर स्थिरता :

मध्यवर्ती बँकेचे थेट निरीक्षण वित्तीय व्यवस्थेच्या स्थिरतेसाठी योगदान देऊ शकते. हे मध्यवर्ती बँक डिजिटल चलन व्यवस्थेमधील संभाव्य जोखीम आणि असुरक्षिततेचे निरीक्षण आणि निराकरण करू शकते, वित्तीय आरिष्ठांचा धोका कमी करते.

५) नवकल्पना आणि तांत्रिक प्रगती :

प्रत्यक्ष प्रारूप मध्यवर्ती बँकांना डिजिटल चलन सुरक्षितपणे आणि कार्यक्षमतेने कार्यान्वित करण्यासाठी ब्लॉकचेन सारख्या नाविन्यपूर्ण तंत्रज्ञानाचा शोध घेण्यास आणि अवलंब करण्यास प्रोत्साहित करते. हे आर्थिक क्षेत्रातील तांत्रिक प्रगतीला चालना देते.

६) गोपनीयतेचा विचार :

प्रत्यक्ष प्रारूप मध्यवर्ती बँकांना नियामक हेतूंसाठी पारदर्शकता आणि वापरकर्त्यांसाठी गोपनीयता यांच्यात संतुलन राखून मध्यवर्ती बँक डिजिटल चलन व्यवहार आरेखित करण्याची परवानगी देते. अनामिक व्यवहार वापरकर्त्यांना एक विशिष्ट स्तराची गोपनीयता प्रदान करू शकतात.

क) प्रत्यक्ष प्रारूपाचे तोटे :

प्रत्यक्ष प्रारूपाचे मुख्य तोटे खालीलप्रमाणे आहेत :

१) कार्यात्मक गुंतागुंत :

प्रत्यक्ष प्रारूपामध्ये मध्यवर्ती बँकांना डिजिटल चलन प्रणालीची अंमलबजावणी आणि व्यवस्थापन करणे हे कार्यात्मकदृष्ट्या जटिल असू शकते. कारण यासाठी तंत्रज्ञान, पायाभूत सुविधा आणि सायबर सुरक्षा उपायांमध्ये महत्त्वपूर्ण गुंतवणूक आवश्यक आहे. मध्यवर्ती बँक डिजिटल चलन कार्यप्रणालीची गुंतागुंत हाताळण्यासाठी मध्यवर्ती बँकांकडे विशिष्ट कौशल्य आणि संसाधने असणे आवश्यक आहे.

२) वापरकर्ता अनुभव आणि समर्थन :

मध्यवर्ती बँकेने डिजिटल चलन वापरकर्त्यांसाठी वापरकर्ता-अनुकूल आणि कार्यक्षम ग्राहक समर्थन प्रणाली सुनिश्चित करणे आवश्यक आहे. चौकशी हाताळण्यासाठी, खाते व्यवस्थापन आणि विवाद निराकरण करण्यासाठी मजबूत ग्राहक सेवा क्षमता आवश्यक आहे.

३) प्रमाणता समस्या :

संपूर्ण लोकसंख्येसाठी सीबीडीसी थेट जारी करण्यासाठी मध्यवर्ती बँकेच्या पायाभूत सुविधा आणि नेटवर्कमध्ये मोठ्या प्रमाणात प्रमाणता आवश्यक असू शकते. उच्च प्रमाणातील व्यवहारांची निर्बाध प्रक्रिया सुनिश्चित करणे कार्यक्षमता राखण्यासाठी महत्त्वपूर्ण आहे.

४) सीमापार व्यवहार :

प्रत्यक्ष प्रारूप इतर मध्यवर्ती बँकांसह सीमापार व्यवहार आणि नियामक समन्वयासाठी आव्हाने निर्माण करू शकते. सुरळीत सीमापार मध्यवर्ती बँक डिजिटल चलन व्यवहारांसाठी आंतरकार्यक्षमता आणि आंतरराष्ट्रीय सहकार्य आवश्यक बनले आहे.

५) नियामक अनुकूलन :

प्रत्यक्ष प्रारूपाला मध्यवर्ती बँक डिजिटल चलनाच्या अनन्य समस्यांचे निराकरण करण्यासाठी आणि वित्तीय स्थिरता व ग्राहक संरक्षण राखण्यासाठी नवीन नियामक चौकट आणि मार्गदर्शक तत्त्वांची आवश्यकता असते. मजबूत नियामक वातावरण सुनिश्चित करण्यासाठी नियामक आव्हाने काळजीपूर्वक हाताळणे आवश्यक आहे.

६) गोपनीयता आणि सुरक्षिततेची समस्या :

प्रत्यक्ष प्रारूप काही गोपनीयतेचे फायदे प्रदान करू करते, परंतु ते माहितीची गोपनीयता आणि सुरक्षिततेबद्दल समस्या निर्माण करू शकते, कारण मध्यवर्ती बँक थेट व्यवहार माहिती ठेवते. विश्वास राखण्यासाठी वापरकर्त्याच्या माहितीचे रक्षण करणे महत्त्वाचे ठरते.

७) संभाव्य व्यत्यय :

प्रत्यक्ष प्रारूपाद्वारे मध्यवर्ती बँक डिजिटल चलनाची ओळख पारंपारिक बँकिंग आणि पेमेंट प्रणालीमध्ये व्यत्यय आणू शकते, ज्यामुळे संक्रमण व्यवस्थापित करण्यात आणि वित्तीय स्थिरता राखण्यात संभाव्य आव्हाने निर्माण होऊ शकतात.

३.३.२ अप्रत्यक्ष प्रारूप :

मध्यवर्ती बँक डिजिटल चलनाचे (CBDC) अप्रत्यक्ष प्रारूप ही एक अशी चौकट आहे ज्यामध्ये मध्यवर्ती बँक डिजिटल चलनाचे वितरण आणि व्यवस्थापन करण्यासाठी मध्यवर्ती बँक खाजगी क्षेत्रातील मध्यस्थ, जसे की व्यावसायिक बँका किंवा पेमेंट सेवा प्रदात्यांसोबत सहयोग करते. या प्रारूपामध्ये, मध्यवर्ती बँक सामान्य जनतेला किंवा व्यवसायांना थेट डिजिटल चलन जारी करत नाही तर त्याऐवजी मध्यवर्ती बँक आणि अंतिम वापरकर्ते यांच्यातील दुवा म्हणून काम करण्यासाठी मध्यस्थांवर अवलंबून असते. अप्रत्यक्ष प्रारूपा अंतर्गत, मध्यवर्ती बँक एक डिजिटल चलन तयार करते आणि त्याची देखरेख करते, जी खाजगी क्षेत्रातील मध्यस्थांद्वारे राखीव ठेवली जातात. हे मध्यस्थ नंतर त्यांच्या ग्राहकांना मध्यवर्ती बँक डिजिटल चलनासंबंधित सेवा देऊ करतात, जसे की डिजिटल वॉलेट, मोबाइल ॲप्स आणि पेमेंट सोल्यूशन्स इ. खाजगी क्षेत्रातील स्पर्धकांच्या कौशल्याचा आणि विद्यमान पायाभूत सुविधांचा लाभ घेताना मध्यवर्ती बँक डिजिटल चलन व्यवस्थेवर देखरेख आणि नियंत्रण ठेवते.

अ) अप्रत्यक्ष प्रारूपाची वैशिष्ट्ये :

मध्यवर्ती बँक डिजिटल चलनाच्या अप्रत्यक्ष प्रारूपाची मुख्य वैशिष्ट्ये खालीलप्रमाणे आहेत :

१) सहयोगी वितरण :

अप्रत्यक्ष प्रत्यक्ष प्रारूपामध्ये, मध्यवर्ती बँक डिजिटल चलनाचे वितरण आणि व्यवस्थापन करण्यासाठी खाजगी क्षेत्रातील मध्यस्थांशी सहयोग करते. हे सहकार्य मध्यवर्ती बँक डिजिटल चलन व्यवस्थेमध्ये नावीन्य, कार्यक्षमता आणि स्पर्धा वाढवते, कारण खाजगी संस्था मध्यवर्ती बँक डिजिटल चलनावर आधारित वापरकर्ता-अनुकूल अनुप्रयोग आणि सेवा विकसित करू शकतात.

२) वित्तीय स्थिरता राखणे :

मध्यवर्ती बँक मौद्रिक धोरण आणि वित्तीय स्थैर्यासाठी जबाबदारी राखून ठेवते आणि डिजिटल चलन जारी करणे आणि त्याचा वापर धोरणात्मक उद्दिष्टांशी सुसंगत असल्याचे सुनिश्चित करते. अप्रत्यक्ष प्रत्यक्ष मध्यवर्ती बँकेला पैशाच्या पुरवठ्यावर नियंत्रण ठेवण्यास आणि मौद्रिक धोरण उपाय प्रभावीपणे अंमलात आणण्याची परवानगी देते.

३) विद्यमान पायाभूत सुविधांचा लाभ घेणे :

खाजगी क्षेत्रातील मध्यस्थांवर विसंबून राहून मध्यवर्ती बँक ग्राहक ऑनबोर्डिंग, ओळख पडताळणी आणि अँटी-मनी लाँडरिंग (AML) तसेच दहशतवादविरोधी वित्तपुरवठा (CTF) नियमांचे पालन करण्यासाठी त्यांच्या स्थापित पायाभूत सुविधांचा लाभ घेऊ शकते.

४) ग्राहक दुवा :

खाजगी क्षेत्रातील मध्यस्थ अंत-वापरकर्त्यांसाठी दुवा बनतात व त्यांना मध्यवर्ती बँक डिजिटल चलन सेवांमध्ये प्रवेश आणि समर्थन देतात. हा दृष्टिकोन ग्राहकांना पारंपारिक बँकिंग सेवा वापरण्याप्रमाणेच मध्यवर्ती बँक डिजिटल चलन व्यवहारांसाठी परिचित आणि सोयीस्कर माध्यम असल्याची खात्री करतो.

५) जोखीम व्यवस्थापन :

अप्रत्यक्ष प्रत्यक्ष मध्यवर्ती बँकेला सामान्य लोकांसाठी डिजिटल चलन थेट जारी करण्याशी संबंधित काही जोखीम कमी करण्यास अनुमती देते. मध्यस्थांसोबत काम करून, मध्यवर्ती बँक काही कार्यात्मक आणि सायबरसुरक्षा जोखीम सोपवू शकते आणि तरीही देखरेख आणि नियामक नियंत्रण राखून ठेवते.

६) नियामक अनुपालन :

खाजगी क्षेत्रातील मध्यस्थ विद्यमान वित्तीय नियमांच्या अधीन आहेत आणि अँटी-मनी लाँडरिंग (ML) व दहशतवादविरोधी वित्तपुरवठा (CTF) आवश्यकतांचे पालन सुनिश्चित करण्यासाठी जबाबदार आहेत. हे मध्यवर्ती बँक डिजिटल चलन व्यवस्थेची अखंडता राखण्यास मदत करते आणि बेकायदेशीर क्रियाकलापांशी संबंधित संभाव्य जोखीम कमी करते.

७) ग्राहक गोपनीयता :

अप्रत्यक्ष प्रत्यक्ष हे मध्यवर्ती बँक डिजिटल चलन वापरकर्त्यांना गोपनीयतेची हमी देऊ शकते, कारण खाजगी क्षेत्रातील मध्यस्थ वापरकर्त्यांची माहिती आणि व्यवहार हाताळतात. तथापि, बेकायदेशीर हेतूंसाठी मध्यवर्ती बँक डिजिटल चलनाचा गैरवापर टाळण्यासाठी गोपनीयतेचा विचार नियामक आवश्यकतांसह संतुलित असावा.

८) वित्तीय समावेशन :

अप्रत्यक्ष प्रत्यक्ष खाजगी क्षेत्रातील मध्यस्थांच्या व्यापक पोहोच निर्माण करण्याचा फायदा घेऊन वित्तीय समावेशन वाढवू शकते. हे मध्यस्थ व्यक्ती आणि व्यवसायांना मध्यवर्ती बँक डिजिटल चलन सेवा प्रदान करू शकतात, विशेषतः दुर्गम किंवा कमी सेवा असलेल्या भागात. अशा प्रकारे हे प्रारूप मध्यवर्ती बँक डिजिटल चलनाचा व्यापक अवलंब करण्यास प्रोत्साहन देते.

ब) अप्रत्यक्ष प्रारूपाचे फायदे :

अप्रत्यक्ष प्रारूपाचे मुख्य फायदे खालीलप्रमाणे आहेत :

१) खाजगी क्षेत्रातील कौशल्याचा लाभ :

खाजगी क्षेत्रातील मध्यस्थांशी सहयोग करून, मध्यवर्ती बँका या संस्थांचे विद्यमान कौशल्य, तंत्रज्ञान आणि पायाभूत सुविधांचा वापर करू शकतात. ही भागीदारी मध्यवर्ती बँक डिजिटल चलन-संबंधित सेवा आणि उपायांचा विकास आणि उपयोजन जलद करू शकते, ज्यामुळे डिजिटल चलन व्यवस्थेमध्ये जलद अवलंब आणि नवकल्पना निर्माण होऊ शकते.

२) कार्यक्षम वितरण आणि प्रवेशयोग्यता :

खाजगी क्षेत्रातील मध्यस्थांकडे व्यापक नेटवर्क आणि ग्राहकांची पोहोच आहे, ज्यामुळे मध्यवर्ती बँक डिजिटल चलन सेवा मोठ्या लोकसंख्येसाठी अधिक सुलभ बनतात. हे वर्धित वित्तीय समावेशामध्ये योगदान देऊ शकते,

कारण मध्यवर्ती बँक डिजिटल चलन विद्यमान बँकिंग माध्यम आणि पेमेंट प्रणालीद्वारे व्यक्ती आणि व्यवसायांसाठी सहज उपलब्ध होते.

३) खर्च बचत :

अप्रत्यक्ष प्रारूप मध्यवर्ती बँकांसाठी किफायतशीर ठरू शकते, कारण त्यांना ग्राहकाभिमुख डिजिटल पायाभूत सुविधा निर्माण आणि देखरेखीसाठी जास्त गुंतवणूक करण्याची आवश्यकता नाही. त्याऐवजी ते मध्यवर्ती बँक डिजिटल चलन विकसित आणि नियमन करण्यावर लक्ष केंद्रित करू शकतात, तर मध्यस्थ ग्राहक सेवा हाताळतात.

४) नियामक अनुपालन :

खाजगी क्षेत्रातील मध्यस्थ आधीच विद्यमान आर्थिक नियमांच्या अधीन आहेत, ज्यामध्ये मनी लाँडरिंग विरोधी (AML) आणि दहशतवाद विरोधी वित्तपुरवठा (CTF) आवश्यकता समाविष्ट आहेत. या नियमन केलेल्या संस्थांसोबत काम करून, मध्यवर्ती बँक खात्री करू शकते की डिजिटल चलन व्यवहार आवश्यक नियमांचे पालन करतात आणि बेकायदेशीर क्रियाकलापांचा धोका कमी करतात.

५) जोखीम व्यवस्थापन :

खाजगी क्षेत्रातील मध्यस्थांना काही कार्यात्मक आणि सायबरसुरक्षा जोखीम सोपविण्यामुळे मध्यवर्ती बँकेला जोखीम प्रभावीपणे व्यवस्थापित आणि वितरित करण्यास मदत होऊ शकते. हे नियामक निरीक्षण राखून मध्यवर्ती बँक डिजिटल चलन व्यवस्थेची एकूण लवचिकता सुधारू शकते.

६) ग्राहक दुवा आणि समर्थन :

विद्यमान बँकिंग आणि पेमेंट माध्यम वापरल्याने वापरकर्त्यांना मध्यवर्ती बँक डिजिटल चलन व्यवहारांसाठी परिचित आणि वापरकर्ता-अनुकूल सेवा मिळतात. ग्राहक मध्यस्थांद्वारे प्रदान केलेले कौशल्य आणि समर्थन यावर अवलंबून राहू शकतात, वापरकर्ता अनुभव वाढवू शकतात आणि मध्यवर्ती बँक डिजिटल चलन घेताना मतभेद कमी करू शकतात.

क) अप्रत्यक्ष प्रारूपाचे तोटे :

अप्रत्यक्ष प्रारूपाचे मुख्य तोटे खालीलप्रमाणे आहेत :

१) खाजगी क्षेत्रातील घटकांवर अवलंबित्व :

अप्रत्यक्ष प्रारूप खाजगी क्षेत्रातील मध्यस्थांच्या सहभागावर आणि सहकार्यावर जास्त अवलंबून आहे. जर या संस्था मध्यवर्ती बँक डिजिटल चलन उपक्रमांना पाठिंबा देण्यास इच्छुक नसतील किंवा असमर्थ असतील तर त्यामध्यवर्ती बँक डिजिटल चलन च्या यशस्वी अंमलबजावणीमध्ये अडथळा आणू शकतात आणि त्याचा अवलंब करण्यास विलंब करू शकतात.

२) पूर्ण नियंत्रण गमावणे :

खाजगी क्षेत्रातील कर्त्यांसोबत सहकार्य करून, मध्यवर्ती बँक मध्यवर्ती बँक डिजिटल चलन कार्यप्रणाली आणि ग्राहक समर्थनाच्या पैलूंवर काही प्रमाणात नियंत्रण गमावू शकते. नियंत्रणाचे हे नुकसान मध्यवर्ती बँकेच्या धोरणात्मक उद्दिष्टांचे पालन आणि समानता सुनिश्चित करण्याच्या क्षमतेवर परिणाम करू शकते.

३) गोपनीयता आणि माहिती सुरक्षिततेची समस्या :

ग्राहक माहिती आणि व्यवहारांना खाजगी मध्यस्थांकडे सोपविणे गोपनीयता आणि माहिती सुरक्षिततेची समस्या वाढवते. मध्यवर्ती बँकांनी हे सुनिश्चित केले पाहिजे की वापरकर्त्यांच्या माहितीचे रक्षण करण्यासाठी आणि संभाव्य उल्लंघनास प्रतिबंध करण्यासाठी योग्य डेटा संरक्षण उपाय सुनिश्चित केलेले आहेत.

४) एकीकरण सुनिश्चित करण्याबाबत आव्हाने :

एकाधिक खाजगी क्षेत्रातील मध्यस्थांच्या सहभागामुळे इंटरऑपरेबिलिटी आव्हाने येऊ शकतात. विशेषत: जर भिन्न संस्था विविध तंत्रज्ञान मानके किंवा कार्यात्मक प्रक्रिया वापरत असतील तर ही आव्हाने मोठ्या प्रमाणात निर्माण होतात. विविध मध्यवर्ती बँक डिजिटल चलन प्रणालींमध्ये अखंड एकीकरण सुनिश्चित करणे जटिल असू शकते.

५) स्पर्धात्मक रचना आणि मक्तेदारी जोखीम :

विशिष्ट प्रकरणांमध्ये काही प्रबळ खाजगी मध्यस्थ मध्यवर्ती बँक डिजिटल चलन वितरणाबाबत मक्तेदारी निर्माण करू शकतात, संभाव्यतः स्पर्धा आणि बाजारातील विविधता मर्यादित करू शकतात. सत्तेच्या या एकाग्रतेमुळे मध्यवर्ती बँक डिजिटल चलन सेवांमध्ये वाजवी प्रवेशाबद्दल समस्या निर्माण होऊ शकतात.

६) नियामक समन्वय :

मध्यवर्ती बँक डिजिटल चलन-संबंधित क्रियाकलापांचे सातत्यपूर्ण आणि प्रभावी पर्यवेक्षण सुनिश्चित करण्यासाठी खाजगी क्षेत्रातील संस्थांच्या सहभागामुळे मध्यवर्ती बँक आणि वित्तीय नियामक यांच्यात समन्वय वाढवणे आवश्यक आहे.

३.३.३ मिश्रीत प्रारूप :

मध्यवर्ती बँक डिजिटल चलनाचे (CBDC) मिश्रीत प्रारूप ही एक अशी चौकट आहे जी प्रत्यक्ष आणि अप्रत्यक्ष प्रारूपांचे घटक एकत्र करते. मिश्रीत प्रारूपामध्ये, मध्यवर्ती बँक वित्तीय संस्था आणि सामान्य जनता या दोघांनाही डिजिटल चलन जारी करते, ज्यामुळे प्रणालीगत स्थिरता आणि चलनविषयक धोरणावर नियंत्रण राखून डिजिटल चलनामध्ये व्यापक प्रवेश मिळतो. या प्रारूपाचे उद्दिष्ट प्रत्यक्ष आणि अप्रत्यक्ष प्रारूपांच्या फायद्यांमध्ये संतुलन राखणे, अर्थव्यवस्थेतील विविध भागधारकांच्या गरजा पूर्ण करणे हे आहे.

अ) मिश्रीत प्रारूपाची वैशिष्ट्ये :

मध्यवर्ती बँक डिजिटल चलनाच्या मिश्रीत प्रारूपाची मुख्य वैशिष्ट्ये पुढीलप्रमाणे आहेत :

१) लोकांसाठी मर्यादित प्रवेश :

मिश्रित प्रारूपा अंतर्गत, मध्यवर्ती बँक सामान्य लोक आणि व्यवसायांसाठी डिजिटल चलनामध्ये किरकोळ प्रवेश प्रदान करते. व्यक्ती मध्यवर्ती बँक डिजिटल चलन हे डिजिटल वॉलेटमध्ये किंवा थेट मध्यवर्ती बँकेच्या खात्यांमध्ये ठेवू शकतात, ज्यामुळे त्यांना पीअर-टू-पीअर व्यवहार करणे, पेमेंट करणे आणि साठवणूक करणे शक्य होते.

२) वित्तीय संस्थांसाठी विस्तृत प्रवेश :

व्यावसायिक बँका आणि पेमेंट सेवा प्रदात्यांसह वित्तीय संस्थांना मध्यवर्ती बँक डिजिटल चलनामध्ये विस्तृत प्रवेश दिला जातो. हा प्रवेश त्यांना आंतरबँक तडजोड, देयक प्रणाली आणि इतर मोठ्या प्रमाणात आर्थिक व्यवहारांसाठी मध्यवर्ती बँक डिजिटल चलन वापरण्याची परवानगी देतो.

३) चलनविषयक धोरणाची अंमलबजावणी :

मिश्रीत प्रारूप मध्यवर्ती बँकेला डिजिटल चलन जारी करणे आणि ते नियंत्रित करून आर्थिक धोरण प्रभावीपणे अंमलात आणण्याची परवानगी देते. हे स्थूल आर्थिक उद्दिष्टे आणि आर्थिक परिस्थितींवर आधारित अर्थव्यवस्थेतील पैशाचा पुरवठा, व्याजदर आणि तरलता व्यवस्थापित करू शकते.

४) वित्तीय समावेशन आणि देयक कार्यक्षमता :

मध्यवर्ती बँक डिजिटल चलनाला मर्यादित प्रवेश प्रदान करून, मिश्रीत प्रारूप वित्तीय समावेशनाला प्रोत्साहन देते, ज्यामुळे व्यक्ती आणि व्यवसायांना पारंपारिक बँकिंग संबंधांची आवश्यकता न ठेवता डिजिटल चलन सेवांमध्ये प्रवेश करण्याची परवानगी मिळते. हे देयक कार्यक्षमता वाढवते आणि अंतिम वापरकर्त्यांसाठी व्यवहार खर्च कमी करते.

५) नाविन्यपूर्ण देयक समर्थन :

मिश्रीत प्रारूप वित्तीय संस्थांना त्यांच्या देयक प्रणालीमध्ये मध्यवर्ती बँक डिजिटल चलन समाकलित करण्याची परवानगी देऊन नाविन्यपूर्ण देयकाला प्रोत्साहन देते. या एकत्रीकरणामुळे व्यवसाय आणि ग्राहकांसाठी जलद, अधिक सुरक्षित आणि किफायतशीर देयक पर्याय मिळू शकतात.

६) नियामक निरीक्षण आणि अनुपालन :

मध्यवर्ती बँक डिजिटल चलन व्यवस्थेव र नियामक देखरेख ठेवते, वित्तीय नियमांचे पालन सुनिश्चित करते. याद्वारे मनी लाँडरिंग विरोधी (AML) आणि दहशतवादविरोधी वित्तपुरवठा (CTF) उपाय आणि ग्राहक संरक्षण साध्य होते. हे निरीक्षण किरकोळ आणि विस्तृत मध्यवर्ती बँक डिजिटल चलन क्रियाकलापांना लागू होते.

७) आंतरकार्यात्मकता :

मिश्रीत प्रारूप हे प्रत्यक्ष आणि अप्रत्यक्ष प्रारूपांदरम्यान परस्पर कार्यक्षमतेला प्रोत्साहन देते, विविध मध्यवर्ती बँक डिजिटल चलन सहभागींमधील अखंड व्यवहार आणि तडजोड सक्षम करते. ही आंतरकार्यात्मकता सीमापार व्यवहारांना समर्थन देते आणि वीतिय एकात्मता सुलभ करते.

८) जोखीम व्यवस्थापन आणि स्थिरता :

प्रारूप प्रत्यक्ष आणि अप्रत्यक्ष प्रारूपांचे घटक एकत्र करून, मिश्रीत प्रारूप मध्यवर्ती बँकेला वित्तीय प्रणाली स्थिरता सुनिश्चित करताना जोखीम प्रभावीपणे व्यवस्थापित करण्यास प्रोत्साहन देते. ते बदलत्या बाजार परिस्थिती आणि प्रणालीगत जोखमींना अधिक सक्रियपणे प्रतिसाद देऊ शकते.

९) ग्राहक समर्थन आणि सुरक्षा :

मर्यादित मध्यवर्ती बँक डिजिटल चलन वापरकर्त्यांना मध्यवर्ती बँकेद्वारे प्रदान केलेल्या थेट समर्थन आणि सुरक्षिततेचा फायदा होतो, ज्यामुळे डिजिटल चलन परिसंस्थेवर विश्वास वाढतो. मध्यवर्ती बँक मजबूत सायबर सुरक्षा उपाय आणि ग्राहक संरक्षण यंत्रणांना प्राधान्य देते.

१०) नवोपक्रम आणि स्पर्धा :

मिश्रीत प्रारूप ग्राहकांना मूल्यवर्धित मध्यवर्ती बँक डिजिटल चलन सेवा आणि उपाय प्रदान करण्यासाठी वित्तीय संस्था आणि देयके सेवा प्रदात्यांमध्ये नवकल्पना आणि स्पर्धेला प्रोत्साहन देते.

ब) मिश्रीत प्रारूपाचे फायदे :

मिश्रीत प्रारूपाचे मुख्य फायदे खालीलप्रमाणे आहेत :

१) वाढीव वित्तीय समावेशन :

एक मिश्रीत प्रारूप केंद्रीकृत संस्था आणि विकेंद्रीकृत नेटवर्क या दोन्हींद्वारे डिजिटल चलनात प्रवेश प्रदान करून सेवा न मिळालेल्या लोकसंख्येसाठी आर्थिक सेवा वाढवू शकते. हे डिजिटल विभाजन कमी करण्यास आणि वित्तीय समावेशनाला चालना देण्यास मदत करू शकते.

२) सुरक्षा :

मिश्रीत प्रारूपाचे केंद्रीकृत घटक ओळख पडताळणी आणि फसवणूक शोध यासारखे मजबूत सुरक्षा उपाय प्रदान करू शकतात, तर विकेंद्रित घटक एकाधिक नोड्समध्ये व्यवहार डेटा वितरित करून सायबर हल्ल्यांविरूद्ध लवचिकता वाढवू शकतात.

३) कार्यक्षमता :

केंद्रीकृत आणि विकेंद्रित प्रणालींचे संयोजन अधिक व्यवहार कार्यक्षमता देऊ शकते. केंद्रीकृत माध्यमांद्वारे नियमित व्यवहारांवर त्वरीत प्रक्रिया केली जाऊ शकते, तर अधिक जटिल किंवा गोपनीयता-संवेदनशील व्यवहार विकेंद्रित नेटवर्कचा वापर करू शकतात.

४) गोपनीयता :

विकेंद्रित घटक वापरकर्त्यांसाठी वर्धित गोपनीयता देऊ शकतात जे त्यांच्या वित्तीय व्यवहारांमध्ये निनावीपणाला महत्त्व देतात. वापरकर्ते त्यांची आर्थिक गोपनीयता राखू इच्छितात अशा परिस्थितीत हे महत्वाचे असू शकते.

५) नावीन्यपूर्णता :

एक मिश्रीत प्रारूप केंद्रीकृत संस्था आणि विकेंद्रित विकासकांना मध्यवर्ती बँक डिजिटल चलन पायाभूत सुविधांचा लाभ घेणारे अनुप्रयोग आणि सेवा तयार करण्यास प्रोत्साहन देऊन नावीन्यपूर्णतेला चालना देते. यामुळे वित्तीय उत्पादने आणि सेवांची वैविध्यपूर्ण प्रणाली निर्माण होऊ शकते.

६) लवचिकता :

विकेंद्रित घटक मध्यवर्ती बँक डिजिटल चलन प्रणालीला सक्षमता आणि लवचिकता प्रदान करू शकतात. प्रणालीच्या एका भागामध्ये तांत्रिक बिघाड किंवा व्यत्यय आल्यास, दुसरा भाग कार्य करणे सुरू ठेवू शकतो, ज्यामुळे संपूर्ण प्रणाली बंद होण्याचा धोका कमी होतो.

७) सीमापार व्यवहार :

मिश्रीत प्रारूप वेगवेगळ्या मध्यवर्ती बँक डिजिटल चलन प्रणाली आणि ब्लॉकचेन नेटवर्क्समध्ये आंतरकार्यात्मकता प्रदान करून सीमापार व्यवहार सुलभ करू शकतात. यामुळे आंतरराष्ट्रीय व्यापार आणि वित्तीय व्यवहार सुलभ होऊ शकतात.

८) चलनविषयक धोरण नियंत्रण :

मध्यवर्ती बँक डिजिटल चलनाच्या केंद्रीकृत घटकाद्वारे चलनविषयक धोरणावर नियंत्रण ठेवू शकतात आणि तरीही विकेंद्रित घटकाच्या कार्यक्षमतेचा आणि नावीन्यपूर्ण क्षमतेचा लाभ घेतात.

९) वापरकर्ता निवड :

वापरकर्ते त्यांच्या आर्थिक परस्परसंवादांना लवचिकता आणि नियंत्रण देऊन केंद्रीकृत किंवा विकेंद्रित मध्यमाद्वारे व्यवहार करणे निवडू शकतात.

१०) अनुकूलता :

मिश्रीत प्रारूप बदलत्या तांत्रिक आणि नियामक परिस्थितीशी जुळवून घेण्यासाठी आरेखित केले जाऊ शकतात. फिनटेक आणि ब्लॉकचेन उद्योग जसजसे विकसित होतात, तसतसे एक मिश्रीत मध्यवर्ती बँक डिजिटल चलन त्यांच्यासोबत विकसित होऊ शकते, याची खात्री करून ते संबंधित आणि प्रभावी राहतील.

क) मिश्रीत प्रारूपाचे तोटे :

मिश्रीत प्रारूपाचे मुख्य तोटे खालीलप्रमाणे आहेत :

१) अंमलबजावणीची जटिलता :

मध्यवर्ती बँक डिजिटल चलनाच्या एकल प्रारूपाच्या तुलनेत हायब्रिड मॉडेल अंमलबजावणी आणि नियमन करण्यासाठी अधिक जटिल असू शकते. प्रत्यक्ष आणि अप्रत्यक्ष प्रारूप प्रवेशाचे समन्वय साधण्यासाठी आणि आंतरकार्यात्मकता सुनिश्चित करण्यासाठी मध्यवर्ती बँक आणि खाजगी क्षेत्रातील संस्थांमध्ये काळजीपूर्वक नियोजन आणि सहकार्य आवश्यक असते.

२) मध्यस्थांवर अवलंबित्व :

मिश्रीत प्रारूपाअंतर्गत मध्यवर्ती बँक डिजिटल चलन सेवा प्रदान करण्यासाठी खाजगी क्षेत्रातील मध्यस्थांवर अवलंबून आहे. मध्यवर्ती बँकेने हे सुनिश्चित केले पाहिजे की हे मध्यस्थ विश्वसनीय आहेत, नियमांचे पालन करतात आणि सुरक्षित आणि वापरकर्ता-अनुकूल मध्यवर्ती बँक डिजिटल चलन उपाय प्रदान करण्यास सक्षम आहेत.

३) गोपनीयतेची समस्या :

किरकोळ मध्यवर्ती बँक डिजिटल चलन व्यवहारांमध्ये मध्यवर्ती बँकेशी थेट संवाद समाविष्ट असतो, वापरकर्त्याच्या डेटाच्या संकलित आणि परीक्षणाच्या पातळीबद्दल गोपनीयतेची चिंता वाढवते. लोकांचा विश्वास संपादन करण्यासाठी वापरकर्त्याच्या गोपनीयता आणि पारदर्शकता संतुलित करणे आवश्यक आहे.

४) मध्यस्थ एकाग्रता :

मर्यादित संख्येने खाजगी क्षेत्रातील मध्यस्थांच्या सहभागामुळे एकाग्रतेचे धोके निर्माण होऊ शकतात आणि मध्यवर्ती बँक डिजिटल चलन व्यवस्थेमधील स्पर्धा कमी होऊ शकते. वाजवी प्रवेश सुनिश्चित करणे आणि मक्तेदारीचे वर्तन रोखणे महत्वाचे आहे.

५) नियामक समन्वय :

मध्यवर्ती बँक डिजिटल चलन संबंधित क्रियाकलापांचे सातत्यपूर्ण आणि प्रभावी पर्यवेक्षण सुनिश्चित करण्यासाठी खाजगी क्षेत्रातील संस्थांच्या सहभागामुळे मध्यवर्ती बँक आणि वित्तीय नियामक यांच्यात समन्वय वाढवणे आवश्यक आहे.

६) व्यत्यय येण्याची शक्यता :

विद्यमान वित्तीय प्रणालींसोबत मध्यवर्ती बँक डिजिटल चलन सादर केल्याने पारंपारिक बँकिंग आणि देयक प्रणालीमध्ये व्यत्यय येऊ शकतो, ज्यामुळे संक्रमण व्यवस्थापित करण्यात आणि स्थिरता राखण्यात संभाव्य आव्हाने निर्माण होऊ शकतात.

७) अनुपालन खर्च :

खाजगी क्षेत्रातील मध्यस्थांना मध्यवर्ती बँक डिजिटल चलन सेवा प्रदान करण्याशी संबंधित अतिरिक्त अनुपालन खर्चाचा सामना करावा लागू शकतो. मध्यवर्ती बँकेने नियामक आवश्यकता आणि मध्यस्थांवर लादलेले ओझे यांच्यात संतुलन राखणे आवश्यक आहे.

बहुविकल्पी प्रश्न

१) तंत्रज्ञान जसजसे प्रगती करत आहे तसतसे बिटकॉइन सारखी क्रिप्टो चलने ---------- ला आकार देण्यात महत्त्वपूर्ण भूमिका बजावू शकतात.

अ) पारंपारिक बँकिंग **ब)** जागतिक राजकारण

क) आरोग्य सेवा प्रणाली **ड)** पैशाचे भविष्य

२) डिजिटल पेमेंट आणि मोबाईल वॉलेटच्या वाढीमुळे ---------- मध्ये क्रांती घडेल अशी अपेक्षा आहे.

अ) प्राचीन सभ्यता **ब)** पाककला **क)** वाहतूक व्यवस्था **ड)** पैशाचे भविष्य

३) ब्लॉकचेन तंत्रज्ञानामध्ये ---------- मध्ये सुरक्षा आणि पारदर्शकता वाढवण्याची क्षमता आहे.

अ) अंतराळ संशोधन **ब)** सोशल मीडिया प्लॅटफॉर्म

क) पुरवठा साखळी **ड)** पैशाचे भविष्य

४) मध्यवर्ती बँक डिजिटल चलने (CBDCs) ---------- जारी करण्याच्या आणि व्यवस्थापित करण्याच्या पद्धतीत बदल करू शकतात.

अ) कला प्रदर्शने **ब)** देयक प्रणाली **क)** चलनविषयक धोरण **ड)** पैशाचे भविष्य

५) वित्तीय व्यवहारांमध्ये बायोमेट्रिक प्रमाणीकरण आणि कुत्रिम बुद्धिमत्ता यांचे एकत्रीकरण ---------- ला पुन्हा आकार देऊ शकते.

अ) हवामान अंदाज **ब)** वन्यजीव संरक्षण

क) वैयक्तिक वित्तपुरवठा **ड)** पैशाचे भविष्य

६) डिजिटल चलन हे अशा चलनाच्या स्वरूपाचा संदर्भ देते जे केवळ इलेक्ट्रॉनिक किंवा डिजिटल स्वरूपात अस्तित्वात आहे, कोणत्याही ---------- शिवाय.

अ) ऐतिहासिक महत्त्व **ब)** भौतिक समकक्ष **क)** कलात्मक मूल्य **ड)** भाषिक जटिलता

८) डिजिटल चलनाची गरज दैनंदिन व्यवहार आणि व्यापारात ---------- वर वाढत चाललेल्या अवलंबनामुळे निर्माण झाली आहे.

अ) हस्तलिखित दस्तऐवज **ब)** वस्तु विनिमय प्रणाली

क) पारंपारिक बँकिंग **ड)** डिजिटल तंत्रज्ञान

८) डिजिटल चलनाचा एक फायदा म्हणजे आंतरराष्ट्रीय सीमा ओलांडून ---------- ला सुलभ करण्याची क्षमता आहे.

अ) राजकीय वाटाघाटी **ब)** सांस्कृतिक देवाणघेवाण

क) अखंड व्यवहार **ड)** ऐतिहासिक संशोधन

९) डिजिटल चलन पारंपारिक बँकिंग सेवांशिवाय व्यक्तींना ---------- मध्ये प्रवेश प्रदान करून वित्तीय समावेशन वाढवू शकते.

अ) विंटेज कार **ब)** कला प्रदर्शने

क) गुंतवणुकीच्या संधी **ड)** अवकाश संशोधन

१०) डिजिटल चलनाशी निगडीत धोक्यांपैकी एक म्हणजे सायबर हल्ले आणि हॅकिंगमुळे ---------- होण्याचा धोका.

अ) ऐतिहासिक संरक्षण
ब) आर्थिक धोरण
क) डेटाचे उल्लंघन
ड) सांस्कृतिक एकात्मता

११) बिटकॉइन सारख्या काही डिजिटल चलनांचे विकेंद्रित स्वरूप, चलन प्रणालीवरील ---------- च्या नियंत्रणास आव्हान देते.

अ) सरकार ब) कलाकार क) कवी ड) पुरातत्वशास्त्रज्ञ

१२) डिजिटल चलने ---------- मध्यस्थांची गरज काढून टाकून संभाव्य व्यवहार खर्च कमी करू शकतात.

अ) तात्विक ब) भूवैज्ञानिक क) वित्तीय ड) खगोलशास्त्रीय

१३) डिजिटल चलनाचा एक फायदा म्हणजे कार्यक्षम व्यवहार नोंदींद्वारे वित्तीय ---------- वाढवण्याची क्षमता.

अ) अस्थिरता ब) निरक्षरता क) समावेशन ड) उदासीनता

१४) डिजिटल चलने अधिक पारदर्शक आणि शोधण्यायोग्य व्यवहार सक्षम करू शकतात, जे ---------- क्रियाकलापांना तोंड देण्यास मदत करू शकतात.

अ) शैक्षणिक ब) गुन्हेगारी क) कलात्मक ड) भाषिक

१५) विशिष्ट डिजिटल चलनांच्या चढउतार मूल्यामुळे गुंतवणूकदार आणि वापरकर्त्यांसाठी ---------- होऊ शकते.

अ) वित्तीय स्थिरता
ब) ऐतिहासिक अचूकता
क) वित्तीय लाभ
ड) वित्तीय जोखीम

१६) मध्यवर्ती बँक डिजिटल चलनाच्या ---------- प्रारूपामध्ये, मध्यवर्ती बँक जारी आणि पूर्तता करण्यासाठी थेट जनतेशी संवाद साधते.

अ) अप्रत्यक्ष ब) मिश्रित क) प्रत्यक्ष ड) परस्पर जोडलेले

१७) मध्यवर्ती बँक डिजिटल चलनाचे ---------- प्रारूप अप्रत्यक्ष आणि प्रत्यक्ष प्रारूपाचे घटक एकत्र करते.

अ) अप्रत्यक्ष ब) मिश्रित क) प्रत्यक्ष ड) परस्पर जोडलेले

१८) मध्यवर्ती बँक डिजिटल चलनाच्या ---------- प्रारूपाअंतर्गत,डिजिटल चलन वितरणात बँकांसारख्या मध्यस्थांची महत्त्वाची भूमिका आहे.

अ) अप्रत्यक्ष ब) मिश्रित क) प्रत्यक्ष ड) मध्यस्थ

१९) मध्यवर्ती बँक डिजिटल चलनाचे ---------- प्रारूप मध्यवर्ती बँकेद्वारे सुलभ पीअर-टू-पीअर हस्तांतरणास परवानगी देते.

अ) अप्रत्यक्ष ब) मिश्रित क) प्रत्यक्ष ड) परस्पर जोडलेले

२०) मध्यवर्ती बँक डिजिटल चलनाच्या ---------- प्रारूपामध्ये मध्यवर्ती बँक थेट जनतेला डिजिटल चलन जारी करते.

अ) अप्रत्यक्ष ब) मिश्रित क) प्रत्यक्ष ड) एकात्मिक

उत्तरे : १) ड, २) ड, ३) ड, ४) क, ५) क, ६) ब, ७) व, ८) क, ९) क, १०) क, ११) अ, १२) क, १३) क, १४) ब, १५) ड, १६) क, १७) ब, १८) अ, १९) अ, २०) क.

सरावासाठी प्रश्न

प्र. १. पैशाचे भविष्य अधोरेखित करा.

प्र. २. डिजिटल चलन म्हणजे काय? डिजिटल चलनाची गरज स्पष्ट करा.

प्र. ३. डिजिटल चलनाचे फायदे स्पष्ट करा.

प्र. ४. डिजिटल चलनाचे धोके स्पष्ट करा.

प्र. ५. मध्यवर्ती बँक डिजिटल चलनाचे (CBDC) प्रत्यक्ष प्रारूप विशद करा.

प्र. ६. मध्यवर्ती बँक डिजिटल चलनाचे (CBDC) अप्रत्यक्ष प्रारूप स्पष्ट करा.

प्र. ७. मध्यवर्ती बँक डिजिटल चलनाचे (CBDC) मिश्रित प्रारूप स्पष्ट करा.

प्र. ८. **खालील विषयांवर टिपा लिहा :**

अ) डिजिटल चलनाचा अर्थ.

ब) डिजिटल चलनाची गरज.

क) डिजिटल चलनाचे धोके.

ड) प्रत्यक्ष प्रारूप.

इ) अप्रत्यक्ष प्रारूप.

ई) मिश्रित प्रारूप.

प्रकरण ४

मध्यवर्ती बँकांसमोरील २०२० च्या दशकातील आव्हाने

प्रस्तावना :

२०२० च्या दशकात, मध्यवर्ती बँकांसमोर महत्त्वपूर्ण आव्हाने निर्माण झाली आहेत; ज्यात आर्थिक अनिश्चितता आणि कोविड-१९ साथीच्या आजारानंतर पुनर्प्राप्ती व्यवस्थापित करणे, मध्यवर्ती बँक डिजिटल चलनांचे (CBDCs) डिजिटल परिवर्तन आणि संभाव्य परिणाम, हवामान बदलांशी समायोजन करणे आणि शाश्वत वित्तपुरवठ्याचा प्रचार करणे यासारखी महत्त्वपूर्ण आव्हाने आहेत. भू-राजकीय तणाव आणि व्यापार युद्धे हाताळणे, उत्पन्न असमानता आणि सामाजिक प्रभाव हाताळणे, लोकसंख्याशास्त्रीय बदल आणि वृद्ध लोकसंख्येशी जुळवून घेणे तसेच आर्थिक स्थिरता आणि आर्थिक वर्तनावर सतत कमी व्याजदराचा प्रभाव संबोधित करणे यासारखी इतर आव्हाने देखील निर्माण होतांना दिसतात. मध्यवर्ती बँकांनी आर्थिक, सामाजिक आणि पर्यावरणीय घटकांचा व्यापक विचार करताना आणि या बहुआयामी आव्हानांना प्रभावीपणे सामोरे जाण्यासाठी इतर संस्थांशी सहकार्य करताना चलनविषयक धोरणासाठी सक्रिय आणि अनुकूल दृष्टिकोन स्वीकारला पाहिजे.

४.१ मध्यवर्ती बँकांसमोरील २०२० च्या दशकातील आव्हाने :

देशाचे चलनविषयक धोरण, वित्तीय स्थिरता आणि आर्थिक वृद्धी व्यवस्थापित करण्यात मध्यवर्ती बँका महत्त्वाची भूमिका बजावतात. २०२० च्या दशकात प्रवेश करताना रिझर्व्ह बँक ऑफ इंडिया (RBI) आणि इतर मध्यवर्ती बँकांसमोर अनेक आव्हाने होती. ती पुढीलप्रमाणे :

१) महामारी नंतरची आर्थिक पुनर्प्राप्ती :

कोविड-१९ महामारीचा भारतासह जागतिक स्तरावर महत्त्वपूर्ण आर्थिक परिणाम झाले. किमतीतील स्थिरता राखून आर्थिक सुधारणांना पाठिंबा देण्याचे आव्हान मध्यवर्ती बँकांसमोर होते. त्यांना पुरेशी तरलता प्रदान करणे आणि अत्याधिक चलन पुरवठ्यामुळे निर्माण होणारा चलनवाढीचा दबाव रोखणे यामधील समतोल साधणे आवश्यक होते.

२) **चलनविषयक धोरणातील दुविधा :**
मध्यवर्ती बँकांना त्यांच्या चलनविषयक धोरणाबाबत कठीण निर्णय घ्यावे लागतात. कर्ज आणि गुंतवणुकीला चालना देण्याच्या उद्देशाने कमी व्याजदर वातावरणामुळे मालमत्तेचे आणि आर्थिक असंतुलन धोक्यात येऊ शकते, तर खूप लवकर दर वाढवणे आर्थिक पुनर्प्राप्तीमध्ये अडथळा आणू शकते.

३) **वित्तीय स्थिरता आणि प्रणालीगत जोखीम :**
साथीच्या रोगाने वित्तीय स्थिरतेचे महत्त्व अधोरेखित केले कारण वित्तीय बाजारपेठेतील व्यत्ययाचे गंभीर वित्तीय परिणाम होऊ शकतात. मध्यवर्ती बँकांना प्रणालीगत जोखमींचे निरीक्षण करणे, वित्तीय संस्थांचे आरोग्य सुनिश्चित करणे आणि संभाव्य संकटांना रोखण्यासाठी उपाययोजना लागू करणे आवश्यक होते.

४) **महागाई व्यवस्थापन :**
चलनवाढीचे व्यवस्थापन हे मध्यवर्ती बँकांचे प्राधान्य राहिले. चलनवाढ नियंत्रित करणे आणि आर्थिक वृद्धीला पाठिंबा देणे यातील संतुलन राखणे आव्हानात्मक होते, विशेषत: साथीच्या रोगामुळे पुरवठा साखळीतील व्यत्यय लक्षात घेता.

५) **डिजिटल चलने आणि फिनटेक :**
डिजिटल चलनांचा उदय आणि आर्थिक तंत्रज्ञानातील प्रगतीने संधी आणि आव्हाने दोन्ही सादर केले. मध्यवर्ती बँकांना त्यांच्या चलनविषयक धोरणावर आणि आर्थिक स्थिरतेवर डिजिटल चलनांच्या संभाव्य प्रभावाचे मूल्यांकन करणे आवश्यक आहे. ग्राहकांना आणि आर्थिक व्यवस्थेला जोखीम टाळण्यासाठी वित्तीय नवकल्पना नियंत्रित केल्या गेल्या याचीही त्यांना खात्री करावी लागली.

६) **विनिमय दर अस्थिरता :**
विनिमय दरातील चढउतार व्यापार संतुलन आणि वित्तीय स्थिरतेवर परिणाम करू शकतात. मध्यवर्ती बँकांना निर्यात-केंद्रित उद्योगांना समर्थन देण्यासाठी विनिमय दर हालचाली व्यवस्थापित करणे आवश्यक आहे आणि वित्तीय बाजारपेठांमध्ये व्यत्यय आणू शकणारी अत्यधिक अस्थिरता टाळणे आवश्यक आहे.

७) **कर्ज व्यवस्थापन :**
राजकोषीय प्रोत्साहन उपायांमुळे सरकारी कर्जाची पातळी वाढल्याने व्याजदरांवर दबाव येऊ शकतो, ज्यामुळे सार्वजनिक वित्त आणि खाजगी कर्ज घेण्याच्या खर्चावर परिणाम होतो. शाश्वत कर्ज व्यवस्थापन सुनिश्चित करण्यासाठी मध्यवर्ती बँकांना वित्तीय अधिकाऱ्यांशी समन्वय साधावा लागतो.

८) **हवामान बदल आणि शाश्वतता :**
पर्यावरणीय जोखीम जी हवामान बदलाशी निगडीत आहे, त्यांना महत्त्व प्राप्त झाले आहे. मध्यवर्ती बँकांना त्यांच्या जोखीम मूल्यमापनांमध्ये हवामानातील जोखीम समाविष्ट करण्यासाठी आणि शाश्वत वित्तसंवर्धनासाठी त्यांची भूमिका विचारात घेण्याचे आवाहन झाले आहे.

९) **डिजिटल परिवर्तन आणि सायबर सुरक्षा :**
डिजिटल प्लॅटफॉर्म आणि रिमोट कार्यप्रणालींवरील वाढत्या अवलंबनामुळे मध्यवर्ती बँकांना सायबर धोक्यांचा सामना करावा लागतो. अशा परिस्थितीत वित्तीय प्रणालींची सुरक्षितता सुनिश्चित करणे आणि डिजिटल लवचिकतेचा प्रचार करणे ही महत्त्वपूर्ण कार्ये बनली आहेत.

१०) **जागतिक आर्थिक अनिश्चितता :**
जागतिक अर्थव्यवस्थेच्या परस्परसंबंधित स्वरूपाचा अर्थ असा होतो की मध्यवर्ती बँकांना भू-राजकीय घटना, व्यापार तणाव आणि प्रमुख अर्थव्यवस्थांमधील आर्थिक बदल यांचा भारताच्या आर्थिक संभावनांवर होणारा परिणाम विचारात घ्यावा लागतो.

११) संप्रेषण आव्हाने :

मध्यवर्ती बँकांना त्यांची धोरणे आणि निर्णय प्रभावीपणे जनतेपर्यंत आणि बाजारपेठेपर्यंत पोहोचवण्याची गरज होती. अपेक्षांचे मार्गदर्शन करण्यासाठी आणि आर्थिक धोरणावरील विश्वास राखण्यासाठी स्पष्ट आणि पारदर्शक संवाद महत्त्वाचा आहे.

१२) भांडवली प्रवाह व्यवस्थापित करणे :

परकीय पोर्टफोलिओ गुंतवणुकीसह मोठ्या भांडवलाचा प्रवाह वित्तीय बाजारपेठांमध्ये अस्थिरता निर्माण करू शकतो आणि विनिमय दरांवर परिणाम करू शकतो. वित्तीय बाजारातील स्थिरता सुनिश्चित करताना व्यत्यय टाळण्यासाठी मध्यवर्ती बँकांनी या प्रवाहांचे व्यवस्थापन करणे आवश्यक आहे.

४.२ धोरणविषयक संरचनेची पर्याप्तता :

धोरणविषयक संरचनेची पर्याप्तता म्हणजे आर्थिक आव्हानांना सामोरे जाण्यासाठी आणि धोरणात्मक उद्दिष्टे साध्य करण्यासाठी सरकार आणि मध्यवर्ती बँकांनी आखलेल्या धोरणांची परिणामकारकता आणि उपयुक्तता होय. मध्यवर्ती बँक व्यवसायाच्या संदर्भात, वित्तीय स्थैर्य राखण्यासाठी, शाश्वत विकासाला चालना देण्यासाठी आणि चलनविषयक धोरणाची उद्दिष्टे साध्य करण्यासाठी धोरणात्मक चौकटीची पर्याप्तता आवश्यक आहे. धोरणविषयक संरचनेची पर्याप्तता निर्धारित करणारे काही घटक पुढीलप्रमाणे आहेत :

१) धोरण उद्दिष्टांची स्पष्टता :

परिपूर्ण धोरणविषयक संरचनेमध्ये सु–परिभाषित आणि पारदर्शक धोरणात्मक उद्दिष्टे असणे आवश्यक आहे. या उद्दिष्टांमध्ये किंमत स्थिरता, पूर्ण रोजगार, आर्थिक स्थिरता आणि शाश्वत आर्थिक वृद्धी यांचा समावेश असू शकतो. स्पष्ट उद्दिष्टे धोरणकर्त्यांना मार्गदर्शन करतात आणि जबाबदारी वाढवतात.

२) लवचिकता आणि अनुकूलता :

आर्थिक परिस्थिती गतिमान आणि बदलाच्या अधीन आहे. एक पुरेशी धोरणविषयक संरचना लवचिक आणि विकसित आर्थिक परिस्थितीशी जुळवून घेणारी असावी. नवीन आव्हाने उभी राहिल्याने धोरणकर्त्यांना त्यांची रणनीती समायोजित करण्यास सक्षम असणे आवश्यक आहे.

३) समन्वय आणि सुसंगतता :

धोरणविषयक संरचनेने विविध धोरण साधनांमध्ये समन्वय आणि सुसंगतता सुनिश्चित केली पाहिजे. चलनविषयक धोरण, राजकोषीय धोरण आणि इतर स्थूल आर्थिक धोरणांनी इच्छित परिणाम साध्य करण्यासाठी आणि परस्परविरोधी उद्दिष्टे टाळण्यासाठी एकत्रितपणे कार्य करणे आवश्यक आहे.

४) प्रभावी संप्रेषण :

परिपूर्ण धोरणविषयक संरचनेसाठी वित्तीय बाजारपेठा, व्यवसाय आणि सामान्य लोकांसह भागधारकांशी प्रभावी संवाद आवश्यक आहे. स्पष्ट संप्रेषण अपेक्षा व्यवस्थापित करण्यात, अनिश्चितता कमी करण्यात आणि धोरणनिर्मितीमध्ये लोकांचा विश्वास निर्माण करण्यात मदत करते.

५) माहिती आधारित निर्णय घेणे :

धोरणकर्त्यांचे निर्णय विश्वासार्ह आणि वेळेवर आर्थिक माहितीवर आधारित असले पाहिजेत. आर्थिक प्रवाह समजून घेण्यासाठी आणि योग्य धोरण प्रतिसाद तयार करण्यासाठी मजबूत माहिती पायाभूत सुविधा आणि विश्लेषण महत्त्वपूर्ण आहेत.

६) स्वातंत्र्य आणि विश्वासार्हता :

मध्यवर्ती बँकांना अवाजवी राजकीय प्रभावाशिवाय चलनविषयक धोरण अंमलात आणण्यासाठी काही प्रमाणात स्वातंत्र्य आवश्यक आहे. एक परिपूर्ण धोरणविषयक संरचना मध्यवर्ती बँकेची विश्वासार्हता सुनिश्चित करते, जी चलनवाढीच्या अपेक्षांवर नियंत्रण ठेवण्यासाठी आणि बाजारातील आत्मविश्वास राखण्यासाठी आवश्यक आहे.

७) प्रणालीगत जोखीम व्यवस्थापन :

धोरणविषयक संरचनेमध्ये वित्तीय स्थिरतेसाठी प्रणालीगत जोखीम ओळखणे, देखरेख करणे आणि कमी करणे यासाठी उपाय समाविष्ट केले पाहिजेत. यामध्ये बँकिंग क्षेत्र, भांडवली बाजार आणि बँकेतर वित्तीय संस्थांमधून उद्भवणाऱ्या संभाव्य जोखमींचे निरीक्षण करणे समाविष्ट आहे.

८) मूल्यमापन आणि पुनरावलोकन :

धोरणविषयक संरचनेचे नियमित मूल्यमापन आणि पुनरावलोकन त्याच्या परिणामकारकतेचे मूल्यांकन करण्यासाठी आणि सुधारणेसाठी क्षेत्रे ओळखण्यासाठी महत्त्वपूर्ण आहेत. धोरणकर्त्यांनी भूतकाळातील अनुभवातून शिकण्यास आणि आवश्यकतेनुसार समायोजन करण्यास तयार असले पाहिजे.

९) आंतरराष्ट्रीय सहकार्य :

जागतिकीकृत अर्थव्यवस्थेत, परिपूर्ण धोरणविषयक संरचनेसाठी इतर देश आणि आंतरराष्ट्रीय संस्थांशी समन्वय आणि सहकार्य आवश्यक असतो. विनिमय दर धोरणे आणि सीमापार वित्तीय प्रवाह यासारख्या समस्यांसाठी आंतरराष्ट्रीय सहकार्याची आवश्यकता असते.

१०) सर्वसमावेशकता आणि टिकाऊपणा :

परिपूर्ण धोरणात्मक संरचनेने समाजातील सर्व घटकांचे हित लक्षात घेतले पाहिजे आणि शाश्वत आर्थिक विकासाला चालना दिली पाहिजे. धोरणकर्त्यांनी त्यांच्या धोरणात्मक निर्णयांमध्ये उत्पन्न असमानता, पर्यावरणविषयक समस्या आणि सामाजिक प्रभावांना संबोधित केले पाहिजे.

४.२.१ स्थूल आर्थिक स्थिरीकरणामध्ये वित्तीय धोरणासाठी विस्तारित भूमिकेच्या प्रकाशझोतात चलनविषयक धोरण संरचनेचे पुनरावलोकन :

स्थूल आर्थिक स्थिरीकरणामध्ये चलनविषयक धोरणाची भूमिका अनेक दशकांपासून आर्थिक धोरणनिर्मितीचा मध्यवर्ती स्तंभ आहे. पारंपारिकपणे, चलनविषयक धोरणाने चलनवाढ नियंत्रित करणे, उत्पादन स्थिर करणे आणि व्याजदर व पैशाच्या पुरवठ्यात फेरफार करून रोजगाराला चालना देणे यावर लक्ष केंद्रित केले आहे. तथापि, सद्यकाळात, स्थूल आर्थिक स्थिरता प्राप्त करण्यासाठी चलनविषयक धोरणाच्या मर्यादांची वाढती ओळख झाली आहे. परिणामी, वित्तीय धोरणाने स्थूल आर्थिक परिस्थितीमध्ये विशेषत: आर्थिक मंदी आणि संकटाच्या काळात अधिक महत्त्वाची भूमिका स्वीकारली आहे. या विकसित होत असलेल्या आकृतिबंधाने धोरणकर्त्यांना स्थूल आर्थिक उद्दिष्टे साध्य करण्यासाठी राजकोषीय धोरणाची मोठी भूमिका समाविष्ट करण्यासाठी पारंपारिक चलनविषयक धोरण संरचनेचे पुनरावलोकन आणि पुनर्विचार करण्यास प्रवृत्त केले आहे. पुढील मुद्यांच्या आधारे त्याचा आढावा घेता येईल :

अ) चलनविषयक धोरण संरचनेचेचे पुनरावलोकन करण्याची गरज :

चलनविषयक धोरणाच्या संरचनेचे पुनरावलोकन करण्याची गरज खालील मुद्यांद्वारे स्पष्ट करता येईल :

१) चलनविषयक धोरणाच्या मर्यादा :

स्थूल आर्थिक स्थिरीकरणाचे प्राथमिक साधन म्हणून चलनविषयक धोरणावरील पारंपारिक अवलंबनाला मर्यादा आल्या आहेत, विशेषत: दीर्घकाळापर्यंत कमी व्याजदराच्या संदर्भात आणि पुढील दर कपातीसाठी मर्यादित

संधी याबाबत. आर्थिक मंदीच्या काळात मध्यवर्ती बँकांनी शून्य खालच्या मर्यादेच्या आव्हानाचा सामना केला आहे; जिथे मागणी वाढवण्यासाठी व्याजदर आणखी कमी करता येत नाहीत.

२) राजकोषीय जागा आणि धोरण फायदा :

राजकोषीय धोरण एकूण मागणी आणि आर्थिक क्रियाकलापांवर अधिक थेट आणि त्वरित प्रभाव प्रदान करू शकते. संकटाच्या किंवा आर्थिक मंदीच्या काळात, वाढीव सरकारी खर्च, लक्ष्यित कर कपात आणि सार्वजनिक गुंतवणूक यासारख्या वित्तीय उपायांमुळे अर्थव्यवस्थेत मागणी येऊ शकते, उपभोग आणि गुंतवणुकीला समर्थन मिळते आणि विकासाला चालना मिळते.

३) चलनविषयक आणि राजकोषीय धोरणांमधील संबंध :

चलनविषयक आणि राजकोषीय धोरणे अंतर्निहितपणे एकमेकांशी जोडलेली आहेत आणि प्रभावी स्थूल आर्थिक स्थिरीकरणासाठी त्यांचा समन्वय आवश्यक आहे. जेव्हा राजकोषीय धोरण मागणी आणि वाढीला चालना देण्यासाठी मोठी भूमिका बजावते, तेव्हा आर्थिक उपायांना समर्थन देऊन आणि वित्तीय स्थिरता सुनिश्चित करून चलनविषयक धोरणाची परिणामकारकता वाढविली जाऊ शकते.

४) उत्पन्न असमानता आणि संरचनात्मक समस्यांचे निराकरण :

अर्थव्यवस्थेतील उत्पन्न असमानता आणि संरचनात्मक समस्या सोडवण्यासाठी राजकोषीय धोरण अधिक योग्य असू शकते. प्रगतीशील कर आकारणी आणि लक्ष्यित सामाजिक खर्चाद्वारे उत्पन्नाचे पुनर्वितरण गरिबी दूर करण्यास आणि संपत्तीची असमानता कमी करण्यास मदत करू शकते.

ब) चलनविषयक धोरण संरचनेचे पुनरावलोकन करण्याचे फायदे :

चलनविषयक धोरण संरचनेचे पुनरावलोकन करण्याचे फायदे खालील मुद्यांद्वारे स्पष्ट करता येतील :

१) स्थिरीकरण धोरणांची वर्धित प्रभावीता :

राजकोषीय धोरणाची पूरक भूमिका ओळखून, चलनविषयक धोरणाच्या संरचनेचा आढावा घेतल्यास स्थूल आर्थिक स्थिरीकरणासाठी अधिक समन्वित आणि प्रभावी दृष्टीकोन निर्माण होऊ शकतो. दोन्ही साधनांचा एकत्रित वापर आदाने, रोजगार आणि महागाईवरील प्रभाव वाढवू शकतो, ज्यामुळे अधिक मजबूत आणि शाश्वत आर्थिक पुनर्प्राप्ती होऊ शकते.

२) वाढीव धोरण जागा :

एक सर्वसमावेशक पुनरावलोकन अशा क्षेत्रांना ओळखू शकते जेथे चलनविषयक धोरणांनी मर्यादा गाठली आहे आणि राजकोषीय धोरणाच्या समर्थनाची आवश्यकता आहे. राजकोषीय धोरणाची भूमिका मान्य केल्याने धोरणकर्त्यांसाठी उपलब्ध धोरणाची जागा वाढू शकते, ज्यामुळे आर्थिक आव्हानांना अधिक लवचिक आणि प्रतिसादात्मक दृष्टिकोन मिळू शकतो.

३) सुधारित संप्रेषण आणि धोरण समन्वय :

चलनविषयक धोरणाच्या चौकटीचा पारदर्शक आणि सुसंवादित आढावा धोरणात्मक निर्णयांमागील तर्क आणि राजकोषीय व चलनविषयक प्राधिकरणांमधील समन्वयाची सार्वजनिक समज वाढवू शकतो. यामुळे बाजारपेठेतील आत्मविश्वास वाढू शकतो आणि अनिश्चितता कमी होऊ शकते, ज्यामुळे धोरणात्मक हस्तक्षेप अधिक प्रभावी होऊ शकतो.

४) वित्तीय स्थिरता जोखमीचे प्रभावी व्यवस्थापन :

विकसित होत असलेल्या स्थूल आर्थिक परिप्रेक्षामध्ये वित्तीय स्थिरतेच्या जोखमींचे निराकरण करण्यासाठी सर्वांगीण दृष्टीकोन आवश्यक आहे. राजकोषीय आणि चलनविषयक धोरणे एकत्रित केल्याने स्थूल आर्थिक स्थिरता सुनिश्चित करताना प्रणालीगत जोखीम व्यवस्थापित करण्यास मदत होऊ शकते.

क) चलनविषयक धोरण संरचनेचे पुनरावलोकन करण्यासंबंधी आव्हाने :

चलनविषयक धोरण संरचनेचे पुनरावलोकन करण्यासंबंधीची आव्हाने खालील मुद्द्यांद्वारे स्पष्ट करता येतील:

१) मध्यवर्ती बँकेचे स्वातंत्र्य :

चलनविषयक धोरणाच्या संरचनेचे पुनरावलोकन करताना येणाऱ्या मुख्य आव्हानांपैकी एक म्हणजे मध्यवर्ती बँकेचे स्वातंत्र्य राखणे. राजकोषीय धोरण हे प्रामुख्याने सरकारचे क्षेत्र असताना, मध्यवर्ती बँकांनी किंमत स्थिरता उद्दिष्टे पूर्ण करण्यासाठी आणि राजकोषीय धोरण उद्दिष्टांसह संभाव्य संघर्ष टाळण्यासाठी त्यांचे स्वातंत्र्य कायम ठेवले पाहिजे.

२) धोरण सुसंगतता आणि वेळ मर्यादा :

आर्थिक आणि राजकोषीय धोरणांचा समन्वय साधण्यासाठी त्यांच्या वेळेचा आणि सुसंगततेचा काळजीपूर्वक विचार करणे आवश्यक आहे. आर्थिक उपायांची वेळ, जसे की कर बदल किंवा पायाभूत सुविधा खर्च, परस्परविरोधी संकेत आणि संभाव्य प्रतिकूल परिणाम टाळण्यासाठी चलनविषयक धोरणाच्या भूमिकेशी जुळवून घेतले पाहिजे.

३) राजकीय अडथळे :

राजकोषीय धोरण निर्णय हे राजकीय विचारांच्या अधीन असतात, जे योग्य आर्थिक तत्त्वांशी जुळत नाहीत. राजकोषीय उपाय लक्ष्यित, चांगल्या प्रकारे आरेखित केलेले आणि अल्पकालीन निवडणूक प्रेरणांपासून मुक्त आहेत याची खात्री करणे त्यांच्या परिणामकारकतेसाठी महत्त्वपूर्ण असते.

४) कर्ज शाश्वतता :

राजकोषीय धोरणासाठी मोठी भूमिका कर्जाच्या स्थिरतेबद्दल चिंता वाढवू शकते. धोरणनिर्मात्यांनी अर्थव्यवस्थेला पाठिंबा देण्यासाठी वित्तीय उपायांचा वापर करणे आणि अनिश्चित कर्ज पातळी टाळण्यासाठी दीर्घकालीन राजकोषीय शिस्त राखणे यामध्ये संतुलन राखणे आवश्यक असते.

ड) प्रभावी धोरण संरचना तयार करताना धोरणकर्त्यांसाठी मार्गदर्शन :

एक प्रभावी धोरण संरचना तयार करताना धोरणकर्त्यांसाठी पुढील बाबींचा विचार करणे आवश्यक आहे:

१) धोरण समन्वय यंत्रणा :

धोरणनिर्मात्यांनी राजकोषीय आणि चलनविषयक अधिकारी यांच्यात समन्वय आणि संवाद साधण्यासाठी प्रभावी यंत्रणा स्थापन करणे आवश्यक आहे. नियमित सल्लामसलत आणि संयुक्त धोरण चर्चा हे दोन्ही घटक चलनविषयक आणि राजकोषीय हस्तक्षेपांची प्रभावीता वाढवू शकतात.

२) स्पष्ट उद्दिष्टे आणि लक्ष्ये :

चलनविषयक धोरण संरचनेच्या पुनरावलोकनामध्ये चलनविषयक आणि राजकोषीय दोन्ही धोरणांसाठी उद्दिष्टे आणि लक्ष्य स्पष्टपणे परिभाषित केले पाहिजेत. हे धोरणात्मक निर्णयांसाठी मार्गदर्शक चौकट प्रदान करू शकते आणि धोरणांच्या मिश्रणाची सार्वजनिक समज सुलभ करू शकते.

३) पारदर्शकता आणि जबाबदारी :

सार्वजनिक विश्वास आणि बाजारपेठेतील विश्वास निर्माण करण्यासाठी धोरणनिर्मितीमध्ये पारदर्शकता महत्त्वाची असते. धोरणकर्त्यांनी त्यांचे हेतू, निर्णय आणि तर्क खुलेपणाने संप्रेषित केले पाहिजे आणि त्यांच्या धोरणात्मक कृतींसाठी जबाबदार असले पाहिजे.

४) परिस्थिती विश्लेषण आणि आकस्मिक नियोजन :

विविध आर्थिक परिस्थितींमध्ये विविध राजकोषीय आणि चलनविषयक धोरणांच्या संयोजनांच्या संभाव्य प्रभावांचे मूल्यांकन करण्यासाठी धोरणकर्त्यांनी परिस्थिती विश्लेषण आणि आकस्मिक नियोजन केले पाहिजे. हे निर्णय घेण्यास सूचित करण्यासाठी आणि संकटाच्या प्रतिसादासाठी एक चौकट प्रदान करण्यास मदत करू शकते.

५) प्रभावी संप्रेषण धोरण :

धोरणकर्त्यांनी सार्वजनिक आणि वित्तीय बाजारांना समन्वित राजकोषीय आणि चलनविषयक उपाय स्पष्ट करण्यासाठी एक प्रभावी संप्रेषण धोरण विकसित केले पाहिजे. स्पष्ट संवाद अनिश्चितता कमी करू शकतो आणि अनपेक्षित परिणाम टाळू शकतो.

आर्थिक आव्हानांना प्रभावी आणि समन्वित धोरणात्मक प्रतिसाद सुनिश्चित करण्यासाठी स्थूल आर्थिक स्थिरीकरणातील राजकोषीय धोरणाच्या मोठ्या भूमिकेच्या प्रकाशात चलनविषयक धोरणाच्या चौकटीचा आढावा घेणे आवश्यक आहे. केवळ चलनविषयक धोरणाच्या मर्यादा मान्य करून आणि राजकोषीय धोरणाची पूरक भूमिका स्वीकारून, धोरणकर्ते स्थूल आर्थिक स्थिरीकरण उपायांची परिणामकारकता वाढवू शकतात, उत्पन्नातील असमानता दूर करू शकतात आणि शाश्वत आर्थिक विकासाला प्रोत्साहन देऊ शकतात. तथापि, मध्यवर्ती बँकेचे स्वातंत्र्य, धोरण सुसंगतता, आणि कर्जाच्या स्थिरतेशी संबंधित आव्हाने राजकोषीय आणि चलनविषयक धोरणांमधील योग्य संतुलन साधण्यासाठी काळजीपूर्वक संचालन करणे आवश्यक आहे. धोरणनिर्मात्यांनी पारदर्शक, सु-समन्वित आणि पुढे दिसणारी चौकट विकसित करणे आवश्यक आहे जी विकसित आर्थिक परिस्थितीशी जुळवून घेईल आणि अर्थव्यवस्था व समाजासाठी सकारात्मक परिणाम देऊ शकेल.

४.३ वित्तीय स्थिरतेस नवीन आणि उद्योन्मुख धोके :

२०२० च्या गतिमान आणि परस्परसंबंधित जागतिक अर्थव्यवस्थेमध्ये, वित्तीय स्थिरतेसाठी नवीन आणि उदयोन्मुख धोके निर्माण झाले आहेत, ज्यामुळे धोरणकर्ते आणि व्यवसायांसाठी महत्त्वपूर्ण आव्हाने उभी राहिली आहेत. हे धोके त्यांची गुंतागुंत, जलद उत्क्रांती आणि अर्थव्यवस्थेच्या विविध क्षेत्रांमध्ये व्यत्यय आणण्याची क्षमता याद्वारे वैशिष्ट्यीकृत आहेत. आर्थिक स्थैर्याचे रक्षण करण्यासाठी आणि शाश्वत विकासाला चालना देण्यासाठी या धोक्यांना समजून घेणे आणि त्यांचे निराकरण करणे आवश्यक आहे.

४.३.१ स्थूल आर्थिक आणि वित्तीय स्थिरता व सक्षम धोरणांची रचना करण्यासाठी निर्देश :

आर्थिक स्थिरतेसाठी नवीन आणि उदयोन्मुख धोक्यांचा व्यापक स्थूल आर्थिक आणि वित्तीय स्थिरता या दोन्हींवर महत्त्वपूर्ण परिणाम आहेत. या आव्हानांना तोंड देण्यासाठी मजबूत धोरणे तयार करणे आवश्यक आहे जे विकसित होत असलेल्या आर्थिक परिस्थितीशी जुळवून घेतील. स्थूल आर्थिक आणि वित्तीय स्थिरता व प्रभावी धोरणे तयार करण्यासाठी पुढील बाबी विचारात घेणे आवश्यक आहेत :

अ) स्थूलआर्थिक स्थिरतेसाठी निर्देश :

नवीन आणि उदयोन्मुख धोक्यांमुळे उद्भवणारे स्थूल आर्थिक स्थिरतेचे परिणाम महत्त्वपूर्ण आहेत आणि धोरणकर्त्यांनी काळजीपूर्वक विचार करणे आवश्यक आहे. ते पुढीलप्रमाणे आहेत:

१) **वित्तीय लवचिकता आणि अनुकूलता :**

स्थूल आर्थिक स्थिरता हे धक्के सहन करण्याच्या आणि बदलत्या परिस्थितीशी जुळवून घेण्याच्या अर्थव्यवस्थेच्या क्षमतेवर अवलंबून असते. विविध आर्थिक क्षेत्रे, मानवी भांडवलातील गुंतवणूक आणि तांत्रिक प्रगती याद्वारे वित्तीय लवचिकता निर्माण करण्याला धोरणकर्त्यांनी प्राधान्य दिले पाहिजे. यामुळे अर्थव्यवस्थांना व्यत्ययातून अधिक प्रभावीपणे सावरता येईल आणि दीर्घकालीन वृद्धी टिकवून ठेवता येईल.

२) **सर्वसमावेशक वाढ आणि सामाजिक संरक्षण :**

उत्पन्न असमानता आणि सामाजिक असमानता सामाजिक अशांतता आणि ग्राहक खर्च कमी करून स्थूल आर्थिक स्थिरता कमी करू शकतात. धोरणनिर्मात्यांनी सर्वसमावेशक वृद्धी धोरणांवर लक्ष केंद्रित करणे आवश्यक आहे जे उत्पन्नातील असमानता दूर करतात आणि असुरक्षित लोकसंख्येसाठी पुरेसे सामाजिक संरक्षण प्रदान करतात. आर्थिक लाभ अधिक समानतेने वितरित केले जातील याची खात्री करून, देश सामाजिक एकता वाढवू शकतात आणि स्थिर आर्थिक परिस्थिती टिकवून ठेवू शकतात.

३) **शाश्वत विकास आणि हवामान लवचिकता :**

हवामान बदलामुळे निर्माण होणाऱ्या वाढत्या धोक्यांचा थेट परिणाम स्थूल आर्थिक स्थिरतेवर होतो. हवामानातील जोखीम कमी करण्यासाठी, बदलत्या पर्यावरणीय परिस्थितीशी जुळवून घेण्यासाठी आणि शाश्वत विकासाला चालना देण्यासाठी आर्थिक धोरणांमध्ये पर्यावरणीय स्थिरता समाकलित करणे आवश्यक आहे. धोरण निर्मात्यांनी कमी-कार्बन अर्थव्यवस्थेकडे संक्रमणास प्रोत्साहन दिले पाहिजे आणि दीर्घकालीन आर्थिक स्थिरतेचे रक्षण करण्यासाठी हवामान-लवचिक पायाभूत सुविधांमध्ये गुंतवणूक केली पाहिजे.

४) **राजकोषीय आणि चलनविषयक धोरण समन्वय :**

स्थूल आर्थिक स्थिरीकरणामध्ये राजकोषीय धोरणाच्या वाढत्या भूमिकेसाठी चलनविषयक धोरणाशी प्रभावी समन्वय आवश्यक आहे. सुसंगत धोरण प्रतिसाद प्राप्त करण्यासाठी धोरणकर्त्यांनी संवाद साधला पाहिजे आणि त्यांचे धोरण सरेखित केले पाहिजे. चलनविषयक आणि चलनविषयक प्राधिकरणांमधील समन्वयामुळे आर्थिक स्थिरता आणि चलनवाढ लक्ष्यांना समर्थन देणारी, स्थूल आर्थिक साधनांची प्रभावीता वाढू शकते.

५) **अग्रेषित जोखीम व्यवस्थापन :**

धोरण निर्मात्यांनी शूल आर्थिक स्थिरतेसाठी संभाव्य धोके अपेक्षित आणि कमी करण्यासाठी भविष्यातील जोखीम व्यवस्थापन धोरणांचा अवलंब करणे आवश्यक आहे. तणाव चाचणी आणि परिस्थितीचे विश्लेषण असुरक्षा ओळखण्यास आणि त्यांचे निराकरण करण्यासाठी सक्रिय धोरण उपाय तयार करण्यासाठी मदत करू शकते. हा दृष्टिकोन धोरणकर्त्यांना संभाव्य धक्क्यांसाठी अधिक चांगल्या प्रकारे तयार होण्यास आणि वित्तीय स्थिरतेवर होणारा परिणाम कमी करण्यास प्रोत्साहन देतो.

६) **आंतरराष्ट्रीय सहकार्य आणि व्यापार धोरण :**

जागतिक आर्थिक परस्परावलंबनामुळे संकटाच्या काळात आंतरराष्ट्रीय सहकार्य वाढवण्याची गरज आहे. धोरणनिर्मात्यांनी व्यापार विवाद आणि भू-राजकीय तणाव यासारख्या सामान्य आव्हानांना सामोरे जाण्यासाठी इतर राष्ट्रे आणि आंतरराष्ट्रीय संस्थांसोबत सहकार्य केले पाहिजे. मुक्त व्यापार आणि सहकार्याला चालना देऊन, देश स्थूल आर्थिक स्थिरता वाढवू शकतात आणि जागतिक आर्थिक वृद्धीस चालना देऊ शकतात.

७) **तांत्रिक प्रगती आणि श्रमिक बाजार जुळवणूक :**

जलद तांत्रिक प्रगती, जसे की स्वयंचलन आणि कृत्रिम बुद्धिमत्ता, श्रमिक बाजारपेठेत व्यत्यय आणू शकते आणि संरचनात्मक बेरोजगारी निर्माण करू शकते. नवीन रोजगार संधींमध्ये सहज संक्रमण सुनिश्चित करण्यासाठी

धोरणनिर्मात्यांनी कामगारांच्या पुनर्कुशलीकरण आणि उच्च कौशल्याला समर्थन दिले पाहिजे. याव्यतिरिक्त, संशोधन आणि विकासातील गुंतवणूक ही नाविन्यपूर्णता, उत्पादकता वाढवणे आणि आर्थिक वृद्धीस चालना देऊ शकते.

ब) वित्तीय स्थिरतेसाठी निर्देश :

नवीन आणि उदयोन्मुख धोक्यांमुळे उद्भवणारे वित्तीय स्थिरतेचे परिणाम महत्त्वपूर्ण आहेत आणि धोरणकर्ते व वित्तीय संस्थांनी काळजीपूर्वक लक्ष देणे आवश्यक आहे.

१) प्रणालीगत जोखीम व्यवस्थापन :

नवीन आणि उदयोन्मुख धोके, जसे की हवामान बदल आणि सायबर धोके, वित्तीय व्यवस्थेतील प्रणालीगत जोखीम वाढवू शकतात. धोरण निर्मात्यांनी त्यांचे निरीक्षण आणि प्रणालीगत जोखमींचे मूल्यमापन वाढवणे आवश्यक आहे जेणेकरुन असुरक्षा ओळखणे आणि वित्तीय संकटे टाळण्यासाठी पूर्व कृती करणे आवश्यक आहे.

२) हवामानाशी संबंधित आर्थिक जोखीम :

हवामान बदलामुळे आर्थिक स्थिरतेसाठी भौतिक आणि संक्रमणकालीन धोके निर्माण होतात. प्रतिकूल हवामानाच्या घटना आणि संसाधनांची कमतरता मालमत्तेच्या मूल्यांकनावर आणि नफाक्षमतेवर थेट परिणाम करू शकते, तर कमी–कार्बन अर्थव्यवस्थेत संक्रमणामुळे अडकलेल्या मालमत्ता आणि कार्बन–केंद्रित उद्योगांच्या मूल्यात बदल होऊ शकतो. वित्तीय संस्थांनी त्यांच्या जोखीम व्यवस्थापन संरचनेमध्ये हवामान जोखमीचे विश्लेषण समाकलित केले पाहिजे आणि संबंधित माहिती गुंतवणूकदार आणि भागधारकांना पुरविली पाहिजे.

३) सायबर सुरक्षा आणि तंत्रज्ञान जोखीम :

तंत्रज्ञानावरील वाढत्या अवलंबनामुळे वित्तीय संस्थांना सायबर धोके आणि तंत्रज्ञान–संबंधित धोके येतात. वित्तीय संस्थांवरील सायबर हल्ल्यांमुळे माहितीचे उल्लंघन, वित्तीय नुकसान आणि प्रतिष्ठेचे नुकसान होऊ शकते. धोरणकर्ते आणि वित्तीय संस्थांनी संवेदनशील वित्तीय माहितीचे संरक्षण करण्यासाठी आणि गंभीर आर्थिक पायाभूत सुविधांची लवचिकता सुनिश्चित करण्यासाठी सायबर सुरक्षा उपायांना प्राधान्य दिले पाहिजे.

४) वित्तीय समावेशन आणि डिजिटल वित्तपुरवठा :

तांत्रिक प्रगतीमुळे डिजिटल वित्तपुरवठ्याचा विस्तार करणे शक्य झाले आहे, सेवा नसलेल्या लोकांचा वित्तीय सेवांमध्ये प्रवेश करून वित्तीय समावेशन सुधारले आहे. तथापि, धोरणकर्त्यांनी डिजिटल वित्तपुरवठ्याशी संबंधित संभाव्य धोके, जसे की डेटा गोपनीयता, ग्राहक संरक्षण आणि सायबर फसवणूक, वित्तीय समावेशन प्रयत्नांमुळे वित्तीय स्थिरतेशी तडजोड होणार नाही याची खात्री करणे आवश्यक आहे.

५) वित्तीय नियमन आणि देखरेख :

धोरणकर्त्यांनी वित्तीय व्यवस्थेतील नवीन जोखीम आणि भेद्यता दूर करण्यासाठी वित्तीय नियमांचे सतत पुनरावलोकन करून त्यांना अद्ययावत केले पाहिजे. वित्तीय क्षेत्रातील अवाजवी जोखीम टाळण्यासाठी वित्तीय नवकल्पना आणि वित्तीय स्थैर्याचे रक्षण करणे यामध्ये योग्य संतुलन राखणे महत्त्वाचे आहे.

६) तरलता आणि निधी जोखीम :

उदयोन्मुख धोके, जसे की भू–राजकीय तणाव आणि व्यापार युद्ध, तरलता परिस्थिती आणि निधी बाजारांवर परिणाम करू शकतात. वित्तीय संस्थांनी तणावग्रस्त परिस्थितीत दायित्वे पूर्ण करण्याची क्षमता सुनिश्चित करण्यासाठी तरलता आणि निधी जोखमींचे मूल्यांकन आणि व्यवस्थापन करणे आवश्यक आहे.

७) कर्ज स्थिरता आणि पत जोखीम :

सार्वजनिक आणि खाजगी कर्जाच्या वाढत्या पातळीमुळे वित्तीय संस्थांना पत धोके निर्माण होऊ शकतात आणि कर्जाच्या स्थिरतेबद्दल चिंता निर्माण होऊ शकते. धोरणकर्ते आणि वित्तीय संस्थांनी कर्ज जमा करण्याबाबत सावध असले पाहिजे आणि वित्तीय स्थिरता राखण्यासाठी विवेकपूर्ण कर्ज पद्धतींना प्रोत्साहन दिले पाहिजे.

८) भू-राजकीय आणि व्यापार जोखीम :

भू-राजकीय तणाव आणि व्यापार विवाद वाढल्याने जागतिक वित्तीय बाजारपेठांमध्ये अनिश्चितता निर्माण होऊ शकते आणि सीमापार व्यवहारांवर परिणाम होऊ शकतो. धोरणकर्त्यांनी भू-राजकीय घडामोडींचे बारकाईने निरीक्षण केले पाहिजे आणि वित्तीय स्थिरतेवर त्यांच्या संभाव्य प्रभावाचे मूल्यांकन केले पाहिजे.

९) कार्यात्मक लवचिकता :

सायबर घटना, नैसर्गिक आपत्ती आणि साथीच्या रोगांसारख्या विविध स्त्रोतांकडून येणाऱ्या संभाव्य व्यत्ययांचा सामना करण्यासाठी वित्तीय संस्थांनी त्यांची परिचालन लवचिकता वाढवली पाहिजे. व्यवसाय सातत्य नियोजन आणि तणाव चाचणी वित्तीय संस्थांना प्रतिकूल परिस्थितीसाठी तयार होण्यास मदत करू शकतात.

क) मजबूत धोरणे आखणे :

आर्थिक आणि वित्तीय स्थिरतेसाठी नवीन आणि उदयोन्मुख धोके प्रभावीपणे हाताळण्यासाठी मजबूत धोरणे आखणे आवश्यक आहे. आधुनिक जागतिक अर्थव्यवस्थेतील गुंतागुंत लक्षात घेऊन मजबूत धोरणे सर्वसमावेशक, दूरदर्शी आणि अनुकूल असावीत.

१) सर्वसमावेशक दृष्टीकोन :

धोरणकर्त्यांनी सर्वसमावेशक दृष्टीकोन अवलंबला पाहिजे ज्यामध्ये वित्तीय स्थिरतेच्या विविध आयामांचा विचार केला जाईल तसेच ज्यात व्यापक आर्थिक, वित्तीय, सामाजिक आणि पर्यावरणीय पैलूंचा समावेश असेल. परस्परांशी जोडलेल्या आव्हानांना सामोरे जाण्यासाठी आणि शाश्वत व सर्वसमावेशक विकासाला चालना देण्यासाठी धोरणे आखली गेली पाहिजेत.

२) माहिती आधारित निर्णय घेणे :

मजबूत धोरणे विश्वसनीय माहिती आणि पुराव्यावर आधारित असावीत. धोरणकर्त्यांनी माहितीपूर्ण निर्णय घेण्यासाठी आणि वेळोवेळी धोरणात्मक हस्तक्षेपांच्या परिणामकारकतेचा मागोवा घेण्यासाठी माहिती संकलन, विश्लेषण आणि संशोधनात गुंतवणूक केली पाहिजे.

३) लवचिकता आणि अनुकूलता :

धोरणे लवचिक आणि बदलत्या आर्थिक परिस्थिती आणि उदयोन्मुख धोक्यांशी जुळवून घेणारी असावी. नियमित मूल्यमापन आणि पुनरावलोकने धोरणकर्त्यांना सुधारणेसाठी क्षेत्रे ओळखण्यास आणि आवश्यकतेनुसार धोरणात्मक उपाय समायोजित करण्यास मदत करू शकतात.

४) समन्वय आणि सहकार्य :

धोरणकर्त्यांनी विविध सरकारी संस्था, वित्तीय संस्था आणि आंतरराष्ट्रीय संस्था यांच्यात समन्वय आणि सहकार्य वाढवणे आवश्यक आहे. सहकार्य जागतिक आर्थिक आव्हानांना सुसंगत आणि प्रभावी प्रतिसाद देण्यास मदत करते.

५) जोखीम व्यवस्थापन आणि परिस्थिती विश्लेषण :

संभाव्य धोक्यांची निश्चिती करण्यासाठी आणि ते कमी करण्यासाठी धोरणांमध्ये जोखीम व्यवस्थापन धोरणे आणि परिस्थितीचे विश्लेषण समाविष्ट केले पाहिजे. तणाव चाचणी विविध धक्क्यांसाठी आर्थिक आणि वित्तीय प्रणालींच्या लवचिकतेचे मूल्यांकन करण्यात मदत करते.

६) दीर्घकालीन दृष्टी :

धोरणकर्त्यांची दृष्टी दीर्घकालीन असायला हवी जी शाश्वत आर्थिक वृद्धी, समाजकल्याण आणि पर्यावरण रक्षणाचा विचार करते. अल्प-अवधिवाद टाळणे अधिक लवचिक आणि सर्वसमावेशक आर्थिक परिणामांना अनुमती देते.

७) सामाजिक समावेशन आणि समानता :

उत्पन्नातील असमानता कमी करण्यासाठी आणि सामाजिक स्थिरतेला प्रोत्साहन देण्यासाठी धोरणांनी सामाजिक समावेशन आणि समानतेला प्राधान्य दिले पाहिजे. लक्ष्यित सामाजिक खर्च, प्रगतीशील कर आकारणी तसेच शिक्षण आणि आरोग्य सेवेतील गुंतवणूक या उद्दिष्टांना समर्थन देऊ शकतात.

८) पर्यावरणीय शाश्वतता :

धोरणकर्त्यांनी पर्यावरणीय विचारांना आर्थिक धोरणांमध्ये समाकलित केले पाहिजे. कमी-कार्बन अर्थव्यवस्थेत संक्रमणास प्रोत्साहन देणे आणि टिकाऊ पायाभूत सुविधांमध्ये गुंतवणूक केल्याने हवामानातील जोखीम कमी होऊ शकतात आणि दीर्घकालीन पर्यावरणीय स्थिरता सुनिश्चित होऊ शकते.

९) प्रभावी संप्रेषण :

सार्वजनिक विश्वास आणि बाजारपेठेतील विश्वास निर्माण करण्यासाठी धोरणे आणि त्यांच्या उद्दिष्टांचा पारदर्शक आणि प्रभावी संवाद आवश्यक आहे. धोरण निर्मात्यांनी धोरणात्मक उद्दिष्टे आणि अंमलबजावणी धोरणांची सामायिक समज सुनिश्चित करण्यासाठी भागधारकांशी संलग्न असले पाहिजे.

१०) आंतरराष्ट्रीय सहयोग :

जागतिक आव्हानांना सामोरे जाण्यासाठी आंतरराष्ट्रीय सहकार्य आणि सहयोग आवश्यक आहे. धोरणकर्त्यांनी सामायिक जोखीम आणि असुरक्षा दूर करण्यासाठी इतर देश आणि आंतरराष्ट्रीय संस्थांशी संलग्न असले पाहिजे.

११) तंत्रज्ञान आणि नावीन्य :

उत्पादकता आणि आर्थिक वैविध्य वाढवण्यासाठी धोरणकर्त्यांनी तांत्रिक प्रगती आणि नवकल्पना स्वीकारली पाहिजे. संशोधन आणि विकासाला सहाय्य केल्याने आर्थिक स्पर्धात्मकता आणि लवचिकता वाढू शकते.

१२) वित्तीय नियमन आणि पर्यवेक्षण :

वित्तीय स्थिरता सुरक्षित ठेवण्यासाठी ठोस वित्तीय नियमन आणि पर्यवेक्षण महत्त्वाचे आहे. धोरणकर्त्यांनी वित्तीय व्यवस्थेतील नवीन जोखीम आणि भेद्यता दूर करण्यासाठी नियमांचे सतत पुनरावलोकन करून त्यांना अद्ययावत केले पाहिजे.

४.३.२ कार्बन तटस्थता अर्थव्यवस्थेच्या संक्रमणाचा पाठपुरावा करण्याबाबत मध्यवर्ती बँकेची भूमिका :

कार्बन तटस्थता अर्थव्यवस्थेचा जागतिक पाठपुरावा ही हवामान बदल आणि त्याचे दूरगामी परिणाम हाताळण्यासाठी एक निकडीची गरज बनली आहे. चलनविषयक आणि वित्तीय स्थिरतेचे प्रमुख संरक्षक म्हणून, मध्यवर्ती बँका कमी-कार्बन आणि शाश्वत अर्थव्यवस्थेच्या संक्रमणास समर्थन देण्यासाठी त्यांची महत्त्वपूर्ण भूमिका ओळखत आहेत. मध्यवर्ती बँकांकडे वित्तीय बाजारपेठांवर प्रभाव टाकण्यासाठी, धोरण चालविण्यासाठी आणि हरित वित्तासाठी अनुकूल वातावरण निर्माण करण्याची अद्वितीय क्षमता आहे. पुढील मुद्यांच्या आधारे त्याचा आढावा घेता येईल :

१) हरित वित्तपुरवठा आणि शाश्वत गुंतवणूक :

मध्यवर्ती बँका हरित वित्तपुरवठा आणि शाश्वत गुंतवणूक पद्धतींना चालना देण्यासाठी प्रमुख भूमिका बजावू शकतात. पर्यावरणविषयक जबाबदारीला त्यांच्या धोरणांमध्ये आणि पद्धतींमध्ये एकत्रित करून, मध्यवर्ती बँका

वित्तीय संस्थांना पर्यावरणपूरक प्रकल्पांमध्ये गुंतवणूक करण्यासाठी आणि शाश्वत व्यवसायांसाठी भांडवल वाटप करण्यास प्रोत्साहन देऊ शकतात. एक दृष्टीकोन म्हणजे हरित किंवा शाश्वत वित्तपुरवठा संरचनेचा अवलंब करणे, जेणे करून ग्रीन प्रकल्पांना कर्ज देण्यासाठी किंवा पर्यावरणीय निकषांचे पालन करण्यासाठी बँकांना प्राधान्यपूर्ण उपचार किंवा भांडवली सवलत देता येईल. मध्यवर्ती बँका सरकार आणि कॉर्पोरेशनद्वारे ग्रीन बाँड जारी करण्यास प्रोत्साहित करू शकतात, स्पष्ट पर्यावरणीय फायद्यांसह प्रकल्पांना प्रोत्साहन देतात.

२) **हवामान जोखीम मूल्यांकन आणि तणाव चाचणी :**
वित्तीय स्थिरता राखणे ही मध्यवर्ती बँकांची मुख्य जबाबदारी आहे. हवामान बदलामुळे वित्तीय व्यवस्थेसाठी प्रणालीगत जोखीम निर्माण होत असल्याने, मध्यवर्ती बँका हवामान-संबंधित जोखमींसाठी वित्तीय संस्थांच्या लवचिकतेचे मूल्यांकन करण्यासाठी हवामान जोखीम मूल्यांकन आणि तणाव चाचण्या करू शकतात. हे मूल्यांकन संभाव्य असुरक्षा ओळखण्यास आणि हवामानातील धोके दूर करण्यासाठी धोरणे विकसित करण्यास मदत करू शकते. ज्यामुळे वित्तीय व्यवस्थेच्या एकूण स्थिरतेला हातभार लागतो. हवामान तणाव चाचणी वित्तीय क्षेत्रातील पारदर्शकता आणि उत्तरदायित्व देखील वाढवू शकते, ज्यामुळे भागधारकांना हवामान जोखीम असुरक्षितता आधारित गुंतवणुकीबद्दल माहितीपूर्ण निर्णय घेण्यास सक्षम करता येईल.

३) **हवामान-संबंधित प्रकटीकरण आणि अहवाल :**
मध्यवर्ती बँका वित्तीय संस्थांना त्यांच्या अहवालात हवामान-संबंधित जोखीम आणि संधी उघड करण्यासाठी प्रोत्साहित करतात. पारदर्शकता वाढवून, हवामान-संबंधित प्रकटीकरण गुंतवणूकदार आणि भागधारकांना वित्तीय संस्थांच्या क्रियाकलापांच्या पर्यावरणीय प्रभावाचे मूल्यांकन करण्यास सक्षम करते. मध्यवर्ती बँका इतर नियामक संस्थांसोबत सहकार्य करू शकतात ज्यामुळे हवामान-संबंधित अहवालासाठी सामान्य मानके विकसित करता येतात, वित्तीय उद्योगात सातत्य आणि तुलनात्मकता सुनिश्चित होते. पारदर्शक प्रकटीकरणामुळे अधिक चांगल्या प्रकारे माहितीपूर्ण निर्णय घेणे, शाश्वत आणि पर्यावरणास जबाबदार गुंतवणुकीकडे वित्तीय प्रवाह चालवणे देखील शक्य होऊ शकते.

४) **चलनविषयक धोरण आणि हरित उद्दिष्टे :**
चलनविषयक धोरणाचा अर्थव्यवस्थेवर महत्त्वपूर्ण प्रभाव असतो आणि मध्यवर्ती बँका त्यांच्या उद्दिष्टांना हरित उद्दिष्टांसह संरेखित करू शकतात. उदाहरणार्थ, चलनविषयक धोरणाची उद्दिष्टे, जसे की चलनवाढ लक्ष्य निर्धारित करताना मध्यवर्ती बँका हवामान-संबंधित घटकांचा विचार करू शकतात. पर्यावरणविषयक विचारांचा चलनविषयक धोरणाच्या चौकटीत समावेश केल्याने शाश्वत आर्थिक विकासाला चालना देण्यासाठी मध्यवर्ती बँकेच्या वचनबद्धतेचे संकेत मिळू शकतात. याव्यतिरिक्त, मध्यवर्ती बँका सरकारद्वारे ग्रीन बाँड जारी करण्यास प्रोत्साहन देऊ शकतात, ज्यामुळे कार्बन-तटस्थ अर्थव्यवस्थेसाठी त्यांच्या समर्पणाचे वित्तीय बाजारांना स्पष्ट संकेत मिळतात.

५) **वित्तीय नियमनास प्रभावित करणे :**
मध्यवर्ती बँकांकडे वित्तीय उद्योगाच्या वर्तनावर प्रभाव टाकण्याचे नियामक अधिकार आहेत. वित्तीय नियमनामध्ये पर्यावरणीय विचारांचा समावेश करून, मध्यवर्ती बँका वित्तीय संस्थांना शाश्वत व्यवसाय पद्धती अवलंबण्यासाठी प्रोत्साहन देऊ शकतात. उदाहरणार्थ, हवामान-संबंधित जोखमीसाठी जबाबदार असलेल्या विवेकपूर्ण आवश्यकता निश्चित केल्याने वित्तीय संस्थांना त्यांच्या जोखीम मूल्यांकन प्रक्रियेमध्ये हवामान जोखीम व्यवस्थापनाचा समावेश करण्यास प्रोत्साहन मिळू शकते. याव्यतिरिक्त, मध्यवर्ती बँका इतर नियामक संस्थांसोबत विविध क्षेत्रांमध्ये हवामान-संबंधित नियमांचे संरेखन करण्यासाठी काम करू शकतात, ज्यामुळे हवामानाच्या जोखमींना संबोधित करण्यासाठी एक सामंजस्यपूर्ण दृष्टीकोन सुनिश्चित केला जाऊ शकतो.

६) आंतरराष्ट्रीय सहकार्यामध्ये गुंतणे :

हवामान बदलाचे जागतिक स्वरूप पाहता, कार्बन-तटस्थ अर्थव्यवस्थेच्या दिशेने समन्वित प्रयत्नांना चालना देण्यासाठी मध्यवर्ती बँका आंतरराष्ट्रीय सहकार्यामध्ये आवश्यक भूमिका बजावू शकतात. इतर मध्यवर्ती बँका, आंतरराष्ट्रीय संस्था आणि सरकार यांच्याशी सहकार्य करून, मध्यवर्ती बँका सर्वोत्तम पद्धती, ज्ञानाची देवाणघेवाण करू शकतात आणि हवामानाशी संबंधित जोखमींना तोंड देण्यासाठी समान संरचना विकसित करू शकतात. आंतरराष्ट्रीय सहकार्यामुळे मध्यवर्ती बँकांना हवामान धोक्यांचे संभाव्य सीमापार परिणाम समजून घेणे आणि हवामान बदलासाठी सामूहिक प्रतिसाद वाढवणे शक्य होते.

७) हवामान संशोधन आणि माहिती संकलनास सहाय्य :

मध्यवर्ती बँका हवामान संशोधन आणि माहिती संकलनाच्या प्रयत्नांमध्ये योगदान देऊ शकतात. हवामान-संबंधित जोखीम आणि अर्थव्यवस्थेवर तसेच वित्तीय व्यवस्थेवर त्यांच्या संभाव्य परिणामांबद्दल ज्ञान आणि समज निर्माण करून, मध्यवर्ती बँका अधिक माहितीपूर्ण धोरणात्मक निर्णय घेऊ शकतात. हवामान संशोधनामध्ये गुंतवणूक केल्याने मध्यवर्ती बँकांना उदयोन्मुख प्रवाह आणि जोखीम ओळखण्यास मदत होऊ शकते, ज्यामुळे हवामानाशी संबंधित आव्हानांना सक्रिय धोरणात्मक प्रतिसाद मिळू शकतो.

८) क्षमता निर्मिती आणि ज्ञानाची देवाणघेवाण :

मध्यवर्ती बँका त्यांच्या कर्मचाऱ्यांची हवामान-संबंधित जोखमींचे मूल्यांकन करण्यासाठी आणि वित्तीय संस्थांमध्ये ज्ञानाची देवाणघेवाण करण्याची क्षमता वाढवू शकतात. प्रशिक्षण कार्यक्रम आणि कार्यशाळा याद्वारे मध्यवर्ती बँकेच्या कर्मचार्यांना त्यांच्या नियामक आणि पर्यवेक्षी कार्यांमध्ये हवामान जोखीम मूल्यांकन एकत्रित करण्यासाठी आवश्यक कौशल्याने सुसज्ज करता येते. याव्यतिरिक्त, वित्तीय संस्थांसोबत ज्ञानाची देवाणघेवाण केल्याने हवामानातील आव्हानांना तोंड देण्यासाठी एक सहयोगी दृष्टीकोन वाढू शकतो, ज्यामुळे संपूर्ण वित्तीय क्षेत्रात शाश्वत पद्धतींचा अवलंब करण्यास प्रोत्साहन मिळते.

४.३.३ फिन टेक आणि बिग टेक कंपन्यांचा उदय :

फिन टेक (फायनान्शिअल टेक्नॉलॉजी) आणि बिग टेक कंपन्यांच्या उदयाने वित्तीय उद्योगाचे परिप्रेक्ष बदलले आहे, पारंपारिक व्यवसाय प्रारूपामध्ये व्यत्यय आणला आहे आणि ग्राहकांच्या परस्परसंवादाला आकार दिला आहे. फिन टेक हे वित्तीय सेवा वितरीत करण्यासाठी तंत्रज्ञानाच्या वापराचा संदर्भ देते, तर बिग टेक हे मोठ्या तंत्रज्ञान कंपन्या आहेत ज्यांनी त्यांचे कार्य वित्तीय सेवांमध्ये विस्तारित केले आहे. वित्तपुरवठा आणि तंत्रज्ञानाच्या अभिसरणामुळे वित्तीय क्षेत्राच्या विविध पैलूंवर प्रभाव टाकून अनेक संधी आणि आव्हाने निर्माण झाली आहेत.

अ) फिन टेक आणि बिग टेक कंपन्यांच्या उदयास जबाबदार घटक :

फिनटेक आणि बिग टेक कंपन्यांच्या उदयाची मुख्य करणे पुढीलप्रमाणे :

१) तांत्रिक प्रगती :

क्लाउड कॉम्प्युटिंग, आर्टिफिशियल इंटेलिजन्स, ब्लॉकचेन आणि डेटा ॲनालिटिक्ससह तंत्रज्ञानाची प्रगती हे घटक फिनटेक आणि बिग टेक कंपन्यांना नाविन्यपूर्ण वित्तीय उत्पादने आणि सेवा विकसित करण्यासाठी सक्षम बनवतात. या तंत्रज्ञानाने प्रक्रिया सुव्यवस्थित केल्या आहेत, खर्च कमी केला आहे आणि वित्तीय व्यवहारांची कार्यक्षमता वाढवली आहे. ज्यामुळे मोठ्या लोकसंख्येसाठी वित्तीय सेवा अधिक सुलभ होतात.

२) डिजिटल पेमेंट्स आणि ई-कॉमर्स :

फिनटेक आणि बिग टेक कंपन्यांनी डिजिटल पेमेंट आणि ई-कॉमर्सचा अवलंब करण्याच्या प्रक्रियेस गती देण्यासाठी महत्त्वपूर्ण भूमिका बजावली आहे. मोबाइल पेमेंट ॲप्स, ऑनलाइन पेमेंट गेटवे आणि डिजिटल

वॉलेट्सने ग्राहक आणि व्यवसाय यांच्यात वित्तीय व्यवहार करण्याच्या पद्धतीमध्ये क्रांती घडवून आणली आहे, ज्यामुळे पारंपारिक रोख-आधारित प्रणालींपासून दूर गेले.

३) वित्तीय समावेशन :

फिनटेक आणि बिग टेक कंपन्यांचा एक महत्त्वाचा प्रभाव म्हणजे वित्तीय समावेशनाचा प्रचार होय. मोबाइल बँकिंग आणि डिजिटल वित्तीय सेवांद्वारे, या कंपन्यांनी बँक आणि बँकिंग सुविधा नसलेल्या लोकसंख्येला, विशेषत: विकसनशील देशांमध्ये जेथे पारंपारिक बँकिंग पायाभूत सुविधा मर्यादित आहेत त्यांना वित्तीय सेवांमध्ये प्रवेश प्रदान केला आहे.

४) विघटन आणि स्पर्धा :

फिनटेक आणि बिग टेक कंपन्यांनी वित्तीय सेवांमध्ये पारंपारिक मध्यस्थांना बायपास करणारे व्यत्यय आणणारे व्यवसाय प्रारूप सादर केले आहे. या विघटनाने वित्तीय उद्योगातील स्पर्धा तीव्र केली आहे, ज्याने पारंपारिक बँका आणि इतर वित्तीय संस्थांना त्यांच्या सेवांमध्ये नावीन्य आणण्यासाठी आणि सुधारण्यासाठी आव्हान निर्माण केले आहे.

५) नियामक आव्हाने :

फिनटेक आणि बिग टेक कंपन्यांच्या जलद वाढीने धोरणकर्त्यांसाठी नियामक आव्हाने उभी केली आहेत. या कंपन्या सीमा ओलांडून कार्य करतात आणि विद्यमान नियामक संरचनेमध्ये व्यवस्थित बसू शकत नाहीत. परिणामी, नियामकांना नवकल्पना आणि स्पर्धा वाढवताना ग्राहक संरक्षण, सायबरसुरक्षा आणि वित्तीय स्थिरता सुनिश्चित करण्याच्या कार्यास सामोरे जावे लागते.

६) माहितीची गोपनीयता आणि सुरक्षा :

फिनटेक आणि बिग टेक कंपन्यांद्वारे मोठ्या प्रमाणात ग्राहक माहितीचे संकलन करू शकतात मात्र त्याच्या वापरातून गोपनीयता आणि सुरक्षिततेबद्दल चिंता वाढवते. संवेदनशील वित्तीय माहितीचे संरक्षण करणे आणि माहिती जबाबदारीने वापरली जाईल याची खात्री करणे ही एक गंभीर समस्या आहे जी नियामक आणि कंपन्यांनी हाताळली पाहिजे.

७) प्रणालीगत जोखीम :

बिग टेक कंपन्यांचे परस्परसंबंध आणि प्रमाण वित्तीय व्यवस्थेसाठी पद्धतशीर धोके निर्माण करू शकतात. वित्तीय सेवांमध्ये मोठ्या तंत्रज्ञान कंपन्यांचा प्रवेश अशा कंपन्यांशी संबंधित जोखमींचे पर्यवेक्षण आणि व्यवस्थापन करण्यासाठी नियामकांसाठी आव्हाने निर्माण करू शकतो.

८) सहयोग आणि भागीदारी :

बदलत्या आर्थिक परिप्रेक्षाशी जुळवून घेण्यासाठी, पारंपारिक वित्तीय संस्था फिनटेक आणि बिग टेक कंपन्यांशी अधिकाधिक सहकार्य करत आहेत. भागीदारी बँकांना तंत्रज्ञानाचा लाभ घेण्यास आणि त्यांच्या उत्पादनाचा विस्तार करण्यास प्रोत्साहन देतात, तर फिनटेक आणि बिग टेक कंपन्यांना मोठ्या ग्राहकांच्या आधारावर प्रवेश करण्याचा फायदा होतो.

९) नियामक सँडबॉक्सेस आणि इनोव्हेशन हब :

फिनटेक मधील वेगवान घडामोडींना प्रतिसाद म्हणून, काही नियामकांनी नियामक सँडबॉक्सेस आणि इनोव्हेशन हबची स्थापना केली आहे. हे उपक्रम फिनटेक कंपन्यांना ग्राहक संरक्षण सुनिश्चित करताना नवीन उत्पादने आणि सेवा नियंत्रित वातावरणात तपासण्यास सक्षम करतात.

१०) आर्थिक स्थिरता आणि बाजार एकाग्रता :

बिग टेक कंपन्यांची बाजारपेठेतील वाढती एकाग्रता आणि वित्तीय सेवांमध्ये त्यांचा विस्तार यामुळे आर्थिक स्थिरता आणि स्पर्धेवर होणार्या परिणामाबद्दल चिंता निर्माण झाली आहे. धोरणकर्ते या घडामोडींशी संबंधित संभाव्य जोखमींचे परीक्षण करत आहेत.

११) सीमापार व्यवहार आणि देयके :

फिनटेकने सीमापार व्यवहार आणि देयके याबाबत खर्च कमी करणे आणि व्यवहारांची गती वाढवणे सुलभ केले आहे. याचा जागतिक व्यापार आणि वित्तीय समावेशनावर महत्त्वपूर्ण परिणाम होतो.

१२) ग्राहक वर्तन आणि अपेक्षा :

फिनटेक आणि बिग टेक कंपन्यांच्या उदयामुळे ग्राहकांच्या वर्तनात आणि अपेक्षांमध्ये बदल झाला आहे. ग्राहकांना आता सोयीस्कर आणि अखंड डिजिटल अनुभवांची अपेक्षा आहे, जे पारंपारिक वित्तीय संस्थांना त्यांच्या डिजिटल उत्पादनात वाढ करण्यासाठी चालना देतात.

ब) पेमेंट, किरकोळ कर्ज, जोखीम व्यवस्थापन आणि माहिती विश्लेषण यामध्ये फिन टेक आणि बिग टेक कंपन्यांची भूमिका :

फिन टेक आणि बिग टेक कंपन्यांनी वित्तीय उद्योगाच्या विविध पैलूंमध्ये लक्षणीय बदल केले आहेत, ज्यात पेमेंट, किरकोळ कर्ज, जोखीम व्यवस्थापन आणि माहिती विश्लेषण यांचा समावेश आहे. या प्रत्येक क्षेत्रात त्यांची भूमिका जाणून घेणे आवश्यक आहे.

१) पेमेंट प्रक्रियेतील भूमिका :

पेमेंट प्रक्रियेतील भूमिका पुढील मुद्यांच्या आधारे स्पष्ट करता येईल :

i) फिनटेक :

फिनटेक कंपन्यांनी वेग, सुविधा आणि सुरक्षितता देणारी नाविन्यपूर्ण पेमेंट प्रक्रिया निर्माण करून पेमेंट परिप्रेक्षाम ध्ये क्रांती केली आहे. मोबाइल पेमेंट ॲप्स, डिजिटल वॉलेट्स, पीअर-टू-पीअर (P2P) पेमेंट प्लॅटफॉर्म आणि कॉन्टॅक्टलेस पेमेंट पर्यायांचा व्यापक स्वीकार केला आहे. फिनटेक कंपन्या पेमेंट प्रक्रिया सुव्यवस्थित करण्यासाठी तंत्रज्ञानाचा फायदा घेतात, ग्राहक आणि व्यवसायांना स्थानाची पर्वा न करता रिअल-टाइममध्ये व्यवहार करण्यास सक्षम करतात. याव्यतिरिक्त, सीमापार देयके आणि प्रेषण अधिक सुलभ आणि किफायतशीर झाले आहे. ज्यामुळे वित्तीय समावेशन आणि जागतिक व्यापाराला हातभार लागला आहे.

ii) बिग टेक :

बिग टेक कंपन्यांनी त्यांचे विशाल वापरकर्ता आधार आणि तांत्रिक क्षमतांचा फायदा घेऊन पेमेंट डोमेनमध्ये प्रवेश केला आहे. उदाहरणार्थ, pple, Google आणि mazon सारख्या कंपन्यांनी अनुक्रमे pple Pay, Google झरू आणि mazon Pay सारख्या त्यांच्या पेमेंट सिस्टम सादर केल्या आहेत. बिग टेकने पेमेंट सेवांचे त्यांच्या व्यवस्थेत एकत्रीकरण केल्याने डिजिटल पेमेंटचा अवलंब करण्यास आणखी गती मिळते, कारण वापरकर्ते त्यांच्या पसंतीच्या प्लॅटफॉर्ममध्ये अखंडपणे खरेदी करू शकतात. पेमेंट क्षेत्रातील त्यांच्या प्रवेशामुळे स्पर्धा तीव्र झाली आहे आणि पारंपारिक वित्तीय संस्थांना त्यांच्या पेमेंट कार्यांमध्ये वाढ करण्यासाठी प्रोत्साहन मिळाले आहे.

२) किरकोळ कर्जामधील भूमिका :

किरकोळ कर्जामधील भूमिका पुढील मुद्यांच्या आधारे स्पष्ट करता येईल :

i) फिनटेक :

फिनटेक कंपन्यांनी ऑनलाइन कर्ज देण्याच्या व्यवस्थेची ओळख करून देऊन पारंपारिक कर्ज प्रक्रियेत व्यत्यय आणला आहे जे पीअर-टू-पीअर कर्ज, मार्केटप्लेस कर्ज आणि वैकल्पिक क्रेडिट स्कोअरिंगची सुविधा देतात. हे प्लॅटफॉर्म पत योग्यतेचे मूल्यांकन करण्यासाठी आणि जलद कर्ज मंजूरी देण्यासाठी माहिती विश्लेषण आणि कृत्रिम बुद्धिमत्तेचा लाभ घेतात. फिनटेक कर्जामुळे पारंपारिक बँकांकडून कमी सेवा मिळणाऱ्या व्यक्ती आणि लहान व्यवसाय यांच्यासाठी कर्जाचा प्रवेश वाढला आहे. याव्यतिरिक्त, सोशल मीडिया क्रियाकलाप आणि व्यवहार यासारख्या पर्यायी माहितीच्या वापरामुळे फिनटेक कर्जदारांना कर्जदारांची पत स्थिती अधिक चांगल्या प्रकारे समजून घेण्याची परवानगी मिळाली आहे.

ii) बिग टेक :

बिग टेक कंपन्यांनी वापरकर्ता वर्तन आणि प्राधान्यांवरील त्यांच्या विस्तृत डेटाचा लाभ घेऊन किरकोळ कर्ज देण्याच्या क्षेत्रातही प्रवेश केला आहे. या कंपन्या त्यांच्या डिजिटल प्लॅटफॉर्मवरून वापरकर्त्यांच्या माहितीवर आधारित वैयक्तिक कर्ज देणारी उत्पादने देऊ शकतात. त्यांचे मोठे वापरकर्ता आधार ग्राहक संपादन आणि पोहोचण्याच्या दृष्टीने महत्त्वपूर्ण फायदा देतात. किरकोळ कर्जामध्ये बिग टेकच्या प्रवेशामुळे कर्ज बाजारामध्ये अधिक स्पर्धा निर्माण झाली आहे आणि डेटा गोपनीयता आणि डेटा वापरासाठी वापरकर्त्यांच्या संमतीबद्दल प्रश्न उपस्थित केले आहेत.

३) जोखीम व्यवस्थापनातील भूमिका :

जोखीम व्यवस्थापनातील भूमिका पुढील मुद्यांच्या आधारे स्पष्ट करता येईल :

i) फिनटेक :

फिनटेक कंपन्या अत्याधुनिक जोखीम मूल्यांकन साधने आणि प्रारूपे विकसित करून जोखीम व्यवस्थापनात महत्त्वपूर्ण भूमिका बजावतात. डेटा ॲनालिटिक्स आणि मशीन लर्निंग अल्गोरिदमचा फायदा घेऊन, फिनटेक कंपन्या संभाव्य धोके आणि फसवणुकीच्या पद्धती ओळखण्यासाठी मोठ्या माहिती संग्रहाचे विश्लेषण करू शकतात. त्यांची रिअल-टाइम जोखीम देखरेख क्षमता उदयोन्मुख जोखमींना सक्रिय प्रतिसाद सक्षम करते, वित्तीय व्यवहारांची एकूण सुरक्षा वाढवते.

ii) बिग टेक :

बिग टेक कंपन्यांकडे वापरकर्ता वर्तन आणि व्यवहार इतिहासावर विस्तृत डेटा असतो, ज्याचा उपयोग जोखीम व्यवस्थापन धोरणे विकसित करण्यासाठी केला जाऊ शकतो. त्यांचे डेटा-चालित जोखीम मूल्यांकन त्यांना संशयास्पद क्रियाकलाप शोधण्यास आणि फसवणूक टाळण्यास अनुमती देतात. शिवाय, बिग टेकची एकाधिक स्त्रोतांकडून मोठ्या प्रमाणात डेटा एकत्रित करण्याची आणि त्याचे विश्लेषण करण्याची क्षमता त्यांची जोखीम व्यवस्थापन क्षमता वाढवते.

४) माहिती विश्लेषणातील भूमिका :

माहिती विश्लेषणातील भूमिका पुढील मुद्यांच्या आधारे स्पष्ट करता येईल :

i) फिनटेक :

माहिती विश्लेषण हे फिनटेक कार्याच्या केंद्रस्थानी आहे. फिनटेक कंपन्या ग्राहकांची प्राधान्ये, वर्तन आणि वित्तीय स्थिती समजून घेण्यासाठी माहिती विश्लेषणाचा वापर करतात. हे त्यांना वित्तीय सेवा वैयक्तिकृत करण्यास, लक्ष्यित उत्पादन देऊ करण्यास आणि ग्राहक अनुभवांना अनुकूल करण्यास सक्षम करते. माहिती विश्लेषण पत जोखीम मूल्यांकन, फसवणूक शोधणे आणि नियामक आवश्यकतांचे पालन करण्यास देखील समर्थन देते.

ii) बिग टेक :

बिग टेक कंपन्या माहिती विश्लेषणामधील त्यांच्या कौशल्यासाठी प्रसिद्ध आहेत. एकाधिक स्त्रोतांकडून मोठ्या प्रमाणात माहिती संकलित करण्याची आणि त्याचे विश्लेषण करण्याची त्यांची क्षमता त्यांना वापरकर्त्याच्या वर्तन आणि प्राधान्यांबद्दल मौल्यवान अंतर्दृष्टी प्रदान करते. ही अंतर्दृष्टी उत्पादन विकासाला चालना देते आणि लक्ष्यित विपणन प्रयत्नांना सक्षम करते. वित्तीय सेवांमध्ये, बिग टेक वैयक्तिक ग्राहकांच्या गरजा पूर्ण करणारी वैयक्तिक वित्तीय उत्पादने आणि सेवा ऑफर करण्यासाठी माहिती विश्लेषणाचा लाभ घेते.

फिनटेक आणि बिग टेक कंपन्या पेमेंट, किरकोळ कर्ज, जोखीम व्यवस्थापन आणि माहिती विश्लेषण प्रक्रियेमधील प्रभावशाली घटक म्हणून उदयास आल्या आहेत. त्यांचे नाविन्यपूर्ण उपाय, प्रगत तंत्रज्ञानाचा वापर आणि मोठ्या प्रमाणात माहितीचा प्रवेश यामुळे वित्तीय सेवा वितरीत केल्या जातात आणि वापरल्या जातात. त्यांच्या प्रवेशामुळे ग्राहकांना अधिक सोयी आणि सुलभता प्राप्त झाल्या आहेत, परंतु ते माहीतीची गोपनीयता, नियामक अनुपालन आणि संभाव्य बाजार एकाग्रतेशी संबंधित आव्हाने देखील निर्माण करतात. वित्तीय उद्योगातील फिनटेक आणि बिग टेकच्या झपाट्याने विकसित होत असलेल्या परिप्रेक्षामध्ये नियामक आणि धोरणकर्त्यांसाठी नवकल्पना वाढवणे आणि ग्राहक संरक्षण सुनिश्चित करणे यामधील योग्य संतुलन राखणे हे प्रमुख प्राधान्य आहे.

४.३.४ फिन टेक आणि बिग टेक कंपन्यांच्या आगमनामुळे मध्यवर्ती बँकेच्या नियमन आणि पर्यवेक्षणाच्या भूमिकेचे समायोजन :

फिन टेक (फायनान्शिअल टेक्नॉलॉजी) आणि बिग टेक कंपन्यांच्या झपाट्याने होणाऱ्या वाढीमुळे वित्तीय उद्योग परिवर्तनशील बदलातून जात आहे. या कंपन्या पारंपारिक व्यवसाय प्रारूपामध्ये व्यत्यय आणून आणि पारंपारिक वित्तीय संस्थांच्या भूमिकेला आव्हान देत, विस्तृत वित्तीय सेवा प्रदान करण्यासाठी तांत्रिक नवकल्पनांचा फायदा घेतात. फिन टेक आणि बिग टेक कंपन्यांच्या उदयामुळे अनेक संधी आणि आव्हाने समोर आली आहेत, ज्यामुळे जगभरातील मध्यवर्ती बँकांना वित्तीय स्थिरता, ग्राहक संरक्षण आणि बाजाराची अखंडता सुनिश्चित करण्यासाठी त्यांची नियामक आणि पर्यवेक्षी संरचना समायोजित करण्यास प्रवृत्त केले आहे. डिजिटल क्रांतीमुळे वित्तीय परिदृश्य बदलत असताना, मध्यवर्ती बँकांच्या भूमिकेत खालील क्षेत्रांमध्ये फिनटेक आणि बिग टेक कंपन्यांच्या क्रियाकलापांचे पर्यवेक्षण आणि नियमन समाविष्ट आहे:

अ) फिनटेक आणि बिग टेक कंपन्यांच्या देखरेखीमध्ये केंद्रीय बँकांची भूमिका :

१) प्रणालीगत जोखीम व्यवस्थापन :

मध्यवर्ती बँका वित्तीय स्थिरतेचे रक्षण करण्यासाठी जबाबदार असतात, ज्यामध्ये संपूर्ण वित्तीय प्रणालीला धोका निर्माण करणाऱ्या प्रणालीगत जोखीम ओळखणे आणि त्यांचे व्यवस्थापन करणे समाविष्ट असते. बाजारपेठेत लक्षणीय उपस्थिती असलेल्या मोठ्या बिग टेक कंपन्यांच्या प्रवेशामुळे संभाव्य प्रणालीगत जोखमींबद्दल चिंता वाढली आहे. मध्यवर्ती बँकांनी या कंपन्यांच्या वित्तीय स्थैर्यावरील परिणामाचे मूल्यांकन करण्यासाठी आणि कोणत्याही उदयोन्मुख जोखमींना तोंड देण्यासाठी योग्य उपाययोजना करण्यासाठी त्यांच्या क्रियाकलापांचे निरीक्षण केले पाहिजे.

२) ग्राहक संरक्षण :

फिन टेक आणि बिग टेक कंपन्या ग्राहकांना वित्तीय उत्पादने आणि सेवांची विस्तृत श्रेणी पुरवत असल्याने, ग्राहक संरक्षण हे सर्वोपरी आहे. मध्यवर्ती बँकांनी फसव्या क्रियाकलाप, माहितीचे उल्लंघन आणि अयोग्य पद्धतींपासून ग्राहकांचे संरक्षण करण्यासाठी स्पष्ट नियम स्थापित करणे आवश्यक आहे. यामध्ये ग्राहकांच्या संवेदनशील वित्तीय माहितीचे रक्षण करण्यासाठी सक्षम माहिती गोपनीयता नियम लागू करणे समाविष्ट आहे.

३) बाजारातील अखंडता आणि निष्पक्ष स्पर्धा :

बाजाराची अखंडता राखण्यासाठी मध्यवर्ती बँकांनी खात्री केली पाहिजे की फिन टेक आणि बिग टेक कंपन्या योग्य स्पर्धा पद्धतींचे पालन करतात. या कंपन्या त्यांच्या विस्तृत वापरकर्ता आधाराचा आणि प्रगत तंत्रज्ञानाचा फायदा घेत असल्याने, त्या पारंपारिक वित्तीय संस्थांपेक्षा संभाव्यतः गैरवाजवी फायदा मिळवू शकतात. मध्यवर्ती बँकांनी बाजाराच्या एकाग्रतेवर लक्ष ठेवले पाहिजे आणि वित्तीय क्षेत्रातील निष्पक्ष स्पर्धेला प्रोत्साहन देण्यासाठी स्पर्धाविरोधी वर्तन रोखले पाहिजे.

४) वित्तीय समावेशन :

फिन टेक आणि बिग टेक कंपन्यांमध्ये सेवा उपलब्ध नसलेल्या लोकसंख्येला सेवा देऊन वित्तीय समावेशन वाढवण्याची क्षमता आहे. नवनवीन तंत्रज्ञान आणि डिजिटल वित्तीय सेवांच्या वापराला प्रोत्साहन देऊन वित्तीय समावेशनाला चालना देण्यासाठी मध्यवर्ती बँका भूमिका बजावू शकतात. उपेक्षित समुदायांपर्यंत पोहोचण्यासाठी आणि वित्तीय सेवांमध्ये त्यांचा प्रवेश वाढविण्यासाठी ते या कंपन्यांशी सहयोग देखील करू शकतात.

५) नवकल्पना सुविधा :

आर्थिक वृद्धी आणि कार्यक्षमता वाढवण्यासाठी वित्तीय क्षेत्रातील नवकल्पना वाढवण्याचे महत्त्व मध्यवर्ती बँका ओळखतात. नवकल्पना सुलभ करण्यासाठी त्या नियामक सँडबॉक्सेस स्थापित करू शकतात, जेथे फिन टेक आणि बिग टेक कंपन्या नियंत्रित वातावरणात नवीन उत्पादने आणि सेवांची चाचणी घेऊ शकतात. हे नियमन संभाव्य जोखमींवर लक्ष ठेवत असताना कंपन्यांना नाविन्यपूर्ण तंत्रज्ञानाचा प्रयोग करण्यास सक्षम करते.

ब) मध्यवर्ती बँक नियमन आणि पर्यवेक्षण यामध्ये समायोजन :

फिनटेक आणि बिग टेक कंपन्यांच्या आगमनाने निर्माण झालेल्या आव्हानांना तोंड देण्यासाठी मध्यवर्ती बँकेच्या नियमन आणि पर्यवेक्षणात समायोजन करणे आवश्यक आहे. पुढील मुद्यांच्या आधारे त्याचा आढावा घेता येईल :

१) तांत्रिक कौशल्य :

मध्यवर्ती बँकांनी त्यांच्या क्रियाकलापांचे प्रभावीपणे नियमन करण्यासाठी फिनटेक आणि बिग टेक कंपन्यांद्वारे नियोजित केलेल्या तंत्रज्ञानाची सखोल माहिती विकसित करणे आवश्यक आहे. यासाठी ब्लॉकचेन, आर्टिफिशियल इंटेलिजन्स, माहिती विश्लेषण आणि सायबर सुरक्षा यासारख्या क्षेत्रांमध्ये कौशल्य असलेले कुशल कर्मचारी नियुक्त करणे आवश्यक आहे. तंत्रज्ञान अवगत असणारे तज्ञ आणि शैक्षणिक संस्थांसोबत सहकार्य केल्याने मध्यवर्ती बँकांना नवीनतम तांत्रिक प्रगतींबद्दल माहिती मिळू शकते.

२) आनुपातिक नियमन :

फिनटेक आणि बिग टेक कंपन्यांच्या जलद वाढीमुळे विविध व्यवसाय प्रारूपे आणि जोखीम असलेल्या कंपन्यांचे वैविध्यपूर्ण परिदृश्य निर्माण झाले आहे. मध्यवर्ती बँकांनी प्रत्येक कंपनीचा आकार, जटिलता आणि जोखीम यावर आधारित आनुपातिक नियामक दृष्टीकोन नियमांचा अवलंब केला पाहिजे. सर्वांसाठी एका आकाराचा नियम नवकल्पना रोखू शकतो आणि लहान आकार कंपन्यांच्या नाविन्यपूर्ण वाढीस अडथळा आणू शकतो.

३) माहितीची गोपनीयता आणि सायबर सुरक्षा :

फिनटेक आणि बिग टेक कंपन्यांद्वारे मोठ्या प्रमाणात ग्राहक माहितीचे संकलन हे गोपनीयता आणि सायबरसुरक्षिततेबद्दल चिंता निर्माण करते. मध्यवर्ती बँकांनी ग्राहकांच्या वैयक्तिक आणि वित्तीय माहितीचे संरक्षण करण्यासाठी सक्षम माहिती गोपनीयता नियम स्थापित केले पाहिजेत. याव्यतिरिक्त, त्यांनी सायबर धोके आणि संभाव्य माहिती उल्लंघनांपासून संरक्षण करण्यासाठी कठोर सायबर सुरक्षा मानकांची अंमलबजावणी केली पाहिजे.

४) सीमापार व्यवहार :

अनेक फिनटेक आणि बिग टेक कंपन्या पारंपारिक अधिकारक्षेत्र-आधारित नियामक चौकटीला आव्हान देत सीमा ओलांडून काम करतात. सीमापार व्यवहारांमुळे उद्भवलेल्या नियामक आव्हानांना सामोरे जाण्यासाठी मध्यवर्ती बँकांनी आंतरराष्ट्रीय समकक्षांशी सहयोग करणे आवश्यक आहे. या कंपन्यांच्या जागतिक क्रियाकलापांचे सातत्यपूर्ण आणि प्रभावी नियमन सुनिश्चित करण्यासाठी आंतरराष्ट्रीय समन्वय आवश्यक आहे.

५) जोखीम मूल्यांकन आणि तणाव चाचणी :

फिनटेक आणि बिग टेक क्रियाकलापांशी संबंधित अनन्य जोखमींसाठी मध्यवर्ती बँकांना त्यांच्या जोखीम मूल्यांकन आणि तणाव चाचणी क्षमता वाढवणे आवश्यक आहे. मध्यवर्ती बँकांनी या कंपन्यांच्या कार्यप्रणाली मधून उद्भवणारे संभाव्य धोके ओळखण्यासाठी आणि कमी करण्यासाठी कठोर जोखीम मूल्यांकन केले पाहिजे. तणाव चाचणीद्वारे फिनटेक आणि बिग टेक क्रियाकलापांशी संबंधित परिस्थितींचा समावेश करून प्रतिकूल परिस्थितीत त्यांच्या लवचिकतेचे मूल्यांकन केले पाहिजे.

६) इतर नियामकांसह सहयोग :

फिनटेक आणि बिग टेक कंपन्यांच्या देखरेखीसाठी अनेकदा स्पर्धा नियामक, माहिती संरक्षण अधिकारी आणि सायबरसुरक्षा एजन्सीसह इतर नियामक प्राधिकरणांच्या सहकार्याची आवश्यकता असते. मध्यवर्ती बँकांनी या संस्थांसोबत प्रभावी समन्वय साधला पाहिजे जेणेकरून या संस्थांकडून निर्माण होणाऱ्या बहुआयामी आव्हानांना सर्वसमावेशकपणे सामोरे जाता येईल.

७) सतत देखरेख आणि अनुकूलन :

तंत्रज्ञान आणि वित्तीय सेवा वेगाने विकसित होत असताना, मध्यवर्ती बँकांनी फिनटेक आणि बिग टेक क्षेत्रातील घडामोडींवर सतत नजर ठेवली पाहिजे आणि त्यानुसार त्यांच्या नियामक दृष्टीकोनांना अनुकूल करण्यासाठी तयार असले पाहिजे. डिजिटल वित्तीय परिप्रेक्षाच्या गतिमान स्वरूपाशी ताळमेळ राखण्यासाठी नियमांची नियमित पुनरावलोकने आणि अद्यतने आवश्यक आहेत.

क) नवकल्पना आणि आर्थिक स्थिरता संतुलित करणे :

फिनटेक आणि बिग टेक कंपन्यांचे नियमन करण्यासाठी मध्यवर्ती बँकांसाठी नवकल्पना वाढवणे आणि आर्थिक स्थिरता राखणे यामधील योग्य संतुलन राखणे हा एक महत्त्वाचा घटक आहे. आर्थिक वृद्धी आणि कार्यक्षमतेसाठी नावीन्यपूर्णतेला आणि स्पर्धेला प्रोत्साहन देणे आवश्यक असताना, मध्यवर्ती बँकांनी हे देखील सुनिश्चित केले पाहिजे की जोखीम पुरेशी व्यवस्थापित केली गेली आहे आणि ग्राहकांच्या हितांचे संरक्षण केले गेले आहे. हा समतोल साधण्यासाठी मुख्य धोरणांमध्ये पुढील बाबी समाविष्ट आहेत :

१) नियामक सँडबॉक्सेस :

नियामक सँडबॉक्सेसची स्थापना केल्याने फिनटेक आणि बिग टेक कंपन्यांना नियामकांच्या देखरेखीखाली नवीन उत्पादने आणि सेवांची चाचणी घेता येते. हे नियंत्रित वातावरण सध्याच्या नियमांचे पूर्ण पालन न करता कंपन्यांना नवनिर्मिती करण्यास सक्षम करते. त्याच वेळी नियामक संभाव्य जोखमींचे बारकाईने निरीक्षण आणि मूल्यांकन करू शकतात.

२) सहयोगी नवोपक्रम :

मध्यवर्ती बँकांनी फिनटेक आणि बिग टेक कंपन्या आणि पारंपारिक वित्तीय संस्था यांच्यात सहकार्य वाढवले पाहिजे. विद्यमान नियमांचे आणि जोखीम व्यवस्थापन पद्धतींचे पालन सुनिश्चित करताना सहयोगी नावीन्यपूर्ण वित्तीय उत्पादने आणि सेवांचा विकास होऊ शकतो.

३) जोखीम–आधारित दृष्टीकोन :

मध्यवर्ती बँका नियमनासाठी जोखीम–आधारित दृष्टीकोन अवलंबू शकतात, जेथे नियामक आवश्यकता वैयक्तिक कंपन्यांनी निर्माण केलेल्या जोखमीच्या पातळीनुसार तयार केल्या जातात. हा दृष्टिकोन अधिक सूक्ष्म आणि लवचिक नियामक संरचनेसाठी प्रोत्साहन देतो तसेच जोखीम कमी करताना नावीन्यपूर्णतेला प्रोत्साहन देतो.

४.३.५ नवकल्पनेस चालना देण्यासाठी आणि जोखीम टाळण्यासाठी नियमन संतुलन :

जोखीम टाळताना नवकल्पना वाढवण्यासाठी नियमन संतुलित करणे हे धोरणकर्ते आणि नियामक प्राधिकरणांसाठी एक नाजूक आणि गंभीर कार्य आहे, विशेषत: वेगाने विकसित होत असलेल्या फिनटेक आणि बिग टेक उद्योगांच्या संदर्भात. ग्राहक संरक्षण, वित्तीय स्थैर्य आणि बाजाराची अखंडता सुनिश्चित करताना तांत्रिक प्रगतीला प्रोत्साहन देण्यासाठी, स्पर्धा वाढवण्यासाठी आणि आर्थिक विकासाला चालना देण्यासाठी योग्य संतुलन राखणे आवश्यक आहे.

१) आनुपातिक नियमन :

फिनटेक आणि बिग टेक कंपन्यांच्या वैविध्यपूर्ण परिप्रेक्षाला सामावून घेण्यासाठी आनुपातिक नियामक दृष्टिकोन स्वीकारणे महत्त्वपूर्ण आहे. नियम प्रत्येक फर्मच्या आकार, जटिलता आणि जोखीम स्थितीच्या आधारावर तयार केले पाहिजेत. हा दृष्टीकोन नाविन्यपूर्ण स्टार्टअप्स आणि लहान स्पर्धकांची भरभराट होण्यास प्रोत्साहन देतो आणि मोठ्या स्पर्धकांद्वारे निर्माण होणाऱ्या प्रणालीगत जोखमींना पुरेशा प्रमाणात संबोधित केले जाईल याची खात्री करून घेतो.

२) नियामक सँडबॉक्स :

नियामक सँडबॉक्सेसची स्थापना केल्याने फिनटेक आणि बिग टेक कंपन्यांना नियामकांच्या देखरेखीखाली त्यांच्या नाविन्यपूर्ण उत्पादने आणि सेवांची चाचणी घेण्यासाठी नियंत्रित वातावरण मिळते. सँडबॉक्सेस कंपन्यांना अनुपालनाच्या पूर्ण ओझ्याशिवाय प्रयोग करण्याची परवानगी देतात, नियामक संभाव्य जोखमींवर बारकाईने नजर ठेवत असताना त्यांना नवनिर्मिती आणि पुनरावृत्ती करण्यास सक्षम करतात.

३) सहयोग आणि संवाद :

नियामक, उद्योग भागधारक आणि तंत्रज्ञान कंपन्या यांच्यात मुक्त संवाद आणि सहकार्य निर्माण होणे आवश्यक आहे. नियमित संवादांमुळे नाविन्यपूर्ण तंत्रज्ञान, व्यवसाय प्रारूपे आणि संभाव्य जोखीम याबाबत चांगली समज निर्माण होते. हा दृष्टिकोन नियमनासाठी सहकारी दृष्टिकोन सुलभ करतो, हे सुनिश्चित करतो की नियमन हे संबंधित, प्रभावी आणि बदलत्या बाजारातील गतिशीलतेशी जुळवून घेणारे आहे.

४) जबाबदार नवकल्पनेस प्रोत्साहन :

नियामक हे अनुपालन आवश्यकता आणि जोखीम व्यवस्थापनास स्पष्ट मार्गदर्शन देऊन जबाबदार नवकल्पना प्रोत्साहित करू शकतात. नाविन्यपूर्ण वातावरणाला चालना देताना संभाव्य जोखमींना सक्रियपणे संबोधित करण्यासाठी तंत्रज्ञान कंपन्यांना प्रोत्साहन देणे हे नाविन्य आणि जोखीम टाळणे यांच्यातील संतुलन राखण्यास मदत करते.

५) माहितीची गोपनीयता आणि सायबर सुरक्षा :

डिजिटल युगात सक्षम माहिती गोपनीयता आणि सायबर सुरक्षा नियमांची अंमलबजावणी करणे हे सर्वोपरि आहे. ग्राहकांच्या वैयक्तिक आणि वित्तीय माहितीचे संरक्षण करणे डिजिटल वित्तीय सेवांवर विश्वास सुनिश्चित करते. नियामकांनी माहितीचे उल्लंघन आणि सायबर धोक्यांपासून संरक्षण करण्यासाठी, नावीन्य आणि ग्राहक संरक्षण या दोहोंना प्रोत्साहन देण्यासाठी कठोर सायबर सुरक्षा मानकांची अंमलबजावणी करणे आवश्यक आहे.

६) जोखीम-आधारित पर्यवेक्षण :

जोखीम-आधारित पर्यवेक्षण दृष्टिकोनाचा अवलंब केल्याने नियामकांना सर्वांसाठी एक आकार दृष्टीकोन अवलंबण्याऐवजी उच्च-जोखीम असलेल्या क्षेत्रांवर संसाधने लक्ष केंद्रित करण्यास प्रोत्साहन मिळते. जोखीम-आधारित पर्यवेक्षण हे सुनिश्चित करते की संभाव्य जोखीम प्रभावीपणे संबोधित केल्या जातात आणि कमी जोखमीच्या क्रियाकलापांना कमीतकमी नियामक भारासह पुढे जाण्यास प्रोत्साहन मिळते.

७) सतत देखरेख आणि अनुकूलन :

फिनटेक आणि बिग टेक परिप्रेक्ष वेगाने विकसित होत आहे त्यामुळे नियमांनी या बदलांशी जुळवून घेतले पाहिजे. नियामक संरचनेचे सतत निरीक्षण आणि रुपांतर नियामकांना उदयोन्मुख जोखीम आणि संधींना त्वरित प्रतिसाद देण्यास प्रोत्साहन देते. जोखीम कमी करताना नवनिर्मितीला प्रोत्साहन देणारे वातावरण तयार करण्यासाठी नियमित पुनरावलोकने आणि नियमांची अद्यतने आवश्यक आहेत.

८) वित्तीय साक्षरतेला प्रोत्साहन देणे :

नाविन्यपूर्ण वित्तीय उत्पादने आणि सेवा वापरताना त्यांना माहितीपूर्ण निर्णय घेण्यास मदत करण्यासाठी ग्राहकांमध्ये वित्तीय साक्षरता वाढवणे आवश्यक आहे. ग्राहकांना संभाव्य जोखीम आणि फायद्यांबद्दल शिक्षित केल्याने त्यांची डिजिटल वित्तीय परिप्रेक्ष जबाबदारीने हाताळण्याची क्षमता वाढते.

९) आंतरराष्ट्रीय सहकार्य :

अनेक फिनटेक आणि बिग टेक कंपन्यांचे जागतिक स्वरूप लक्षात घेता, नियामक लवाद टाळण्यासाठी तसेच देखरेखीसाठी सातत्यपूर्ण दृष्टीकोन सुनिश्चित करण्यासाठी आंतरराष्ट्रीय सहकार्य आणि नियमांचे सामंजस्य आवश्यक आहे. नियामक प्राधिकरणांमधील सहयोगात्मक प्रयत्न सीमापार आव्हानांना प्रभावीपणे सामोरे जाऊ शकतात.

१०) नैतिक बाबी :

नियामकांनी तंत्रज्ञान कंपन्यांना त्यांची उत्पादने आणि सेवांचा विकास तसेच उपयोजन करताना नैतिक विचारांचा अवलंब करण्यास प्रोत्साहित केले पाहिजे. नैतिक पद्धती हे सुनिश्चित करण्यास मदत करतात की नवोपक्रम सामाजिक मूल्यांशी संरेखित आहे आणि ग्राहक हक्क व हितसंबंधांचा आदर करतात.

बहुविकल्पी प्रश्न

१) राजकोषीय धोरणाला स्थूल आर्थिक स्थिरीकरणात महत्त्व प्राप्त होत असल्याने, प्रभावी समन्वय सुनिश्चित करण्यासाठी ---------- चे मूल्यमापन करणे महत्त्वाचे ठरते.

अ) औद्योगिकीकरणात शेतीची भूमिका **ब)** नैसर्गिक संसाधनांची उपलब्धता

क) धोरणविषयक संरचनेची पर्याप्तता **ड)** ऐतिहासिक वास्तूंची संख्या

२) वित्तीय स्थैर्यासाठी एक साधन म्हणून ---------- सामावून घेण्यासाठी राजकोषीय धोरणाच्या चौकटीचा आढावा आवश्यक आहे.

अ) समाजात शिक्षणाची भूमिका **ब)** औद्योगिकीकरणात शेतीची भूमिका

क) राजकोषीय धोरणासाठी मोठी भूमिका **ड)** सांस्कृतिक विकासात खेळांची भूमिका

३) राजकोषीय धोरणासाठी प्रगल्भ भूमिकेच्या संदर्भात, संघर्ष टाळण्यासाठी मध्यवर्ती बँकांना त्यांच्या ---------- चा पुनर्विचार करावा लागेल.

अ) वन्यजीव संवर्धनाचा दृष्टीकोन **ब)** परराष्ट्र संबंधांबद्दलची भूमिका

क) आर्थिक धोरणविषयक संरचना **ड)** अंतराळ संशोधनासाठी दृष्टीकोन

४) धोरणविषयक संरचनेच्या पर्याप्ततेने ---------- वर राजकोषीय धोरण बदलांच्या संभाव्य प्रभावाचा विचार केला पाहिजे.

अ) जागतिक फॅशन प्रवाह **ब)** आर्थिक धोरण प्रसार

क) परराष्ट्र संबंधांबद्दलची भूमिका **ड)** शहरी नियोजन धोरणे

५) चलनविषयक धोरणाच्या चौकटीचे सर्वसमावेशक पुनरावलोकन ---------- यांच्यातील परस्परसंबंध चांगल्या प्रकारे व्यवस्थापित केले आहे याची खात्री करण्यास मदत करू शकते.

अ) ऐतिहासिक घटना आणि साहित्य **ब)** राजकोषीय आणि आर्थिक धोरणे

क) सांस्कृतिक सण आणि परंपरा **ड)** कलात्मक अभिव्यक्ती आणि नवीनता

६) जागतिक बाजारपेठेतील परस्परसंबंध आर्थिक धोरणे तयार करताना संभाव्य ---------- विचारात घेण्याची गरज अधोरेखित करते.

अ) ऐतिहासिक घटना आणि साहित्य **ब)** कलात्मक अभिव्यक्तीसाठी परिणाम

क) स्थूल आर्थिक आणि वित्तीय स्थिरतेसाठी निर्देश **ड)** अंतराळ संशोधनासाठी परिणाम

७) प्रगल्भ धोरणे आखण्यासाठी विविध घटक दीर्घकालीन ---------- वर कसा प्रभाव टाकू शकतात हे समजून घेणे आवश्यक आहे.

अ) जागतिक फॅशन प्रवाह **ब)** सांस्कृतिक सण आणि परंपरा

क) स्थूल आर्थिक आणि वित्तीय स्थिरता **ड)** ऐतिहासिक घटना आणि साहित्य

८) झपाट्याने बदलणाऱ्या आर्थिक परिदृश्यात, धोरणकर्त्यांनी लवचिकता सुनिश्चित करण्यासाठी संभाव्य ---------- ची अपेक्षा करणे आवश्यक आहे.

अ) वन्यजीव संरक्षणासाठी परिणाम

ब) परराष्ट्र संबंधांवर परिणाम

क) स्थूल आर्थिक आणि वित्तीय स्थिरतेसाठी आव्हाने

ड) शहरी नियोजन धोरणांसमोरील आव्हाने

९) मध्यवर्ती बँका शाश्वत पद्धतींना प्रोत्साहन देण्यासाठी त्यांच्या ---------- मध्ये पर्यावरणीय विचारांचा समावेश करू शकतात.

अ) पारंपारिक नृत्य प्रकार **ब)** आर्थिक धोरण चौकट

क) भाषिक विविधता **ड)** ऐतिहासिक संवर्धनाचे प्रयत्न

१०) वित्तीय संस्थांद्वारे हवामान-संबंधित जोखमींच्या प्रकटीकरणाला प्रोत्साहन देण्यासाठी ---------- त्यांच्या नियामक प्राधिकरणाचा वापर करू शकतात.

अ) जागतिक लोकसंख्या वाढ **ब)** आंतरराष्ट्रीय क्रीडा स्पर्धा

क) मध्यवर्ती बँका **ड)** सांस्कृतिक वारसा स्थळे

११) मध्यवर्ती बँका अक्षय ऊर्जा प्रकल्पांना ---------- प्रदान करून कार्बन-तटस्थ अर्थव्यवस्थेच्या संक्रमणास समर्थन देऊ शकतात.

अ) आर्थिक स्थिरता **ब)** पारंपारिक कलाकुसरीला पाठिंबा

क) ऐतिहासिक अचूकता **ड)** वित्तीय प्रोत्साहन

१२) ---------- मधील फिन टेक आणि बिग टेक कंपन्यांच्या सहभागामुळे व्यक्ती आणि लहान व्यवसायांसाठी पत प्रवेशाचा विस्तार झाला आहे.

अ) वन्यजीव संरक्षण **ब)** विदेशी मुत्सद्देगिरी **क)** कला प्रदर्शने **ड)** किरकोळ कर्ज

१३) जोखीम व्यवस्थापन आणि माहिती विश्लेषणाच्या क्षेत्रात, फिन टेक आणि बिग टेक कंपन्या प्रगत तंत्रज्ञानाचा लाभ घेऊन ---------- सुधारण्यासाठी योगदान देतात.

अ) भाषिक विविधता **ब)** आरोग्य सेवा प्रणाली

क) ऐतिहासिक संरक्षण **ड)** जोखीम मूल्यांकन

१४) फिन टेक आणि बिग टेक कंपन्यांच्या उदयामुळे, मध्यवर्ती बँकांना समतल कार्याचे क्षेत्र सुनिश्चित करण्यासाठी ---------- च्या आव्हानाचा सामना करावा लागत आहे.

अ) ऐतिहासिक कलाकृतींचे जतन करणे **ब)** नवीन भाषा विकसित करणे

क) नियमन आणि पर्यवेक्षण समायोजित करणे **ड)** सांस्कृतिक एकात्मतेला प्रोत्साहन देणे

१५) मध्यवर्ती बँकांना वित्तीय स्थैर्याचे रक्षण करण्यासाठी नवोन्मेषाला चालना देणे आणि ---------- राखणे यामध्ये संतुलन राखणे आवश्यक आहे.

अ) जागतिक क्रीडा स्पर्धा **ब)** तांत्रिक प्रगती

क) कलात्मक अभिव्यक्ती **ड)** भाषिक विविधता

१६) फिन टेक आणि बिग टेक कंपन्यांच्या आगमनाने मध्यवर्ती बँकांना नवीन जोखीम आणि भेद्यता हाताळण्यासाठी त्यांच्या ---------- चे पुनर्मूल्यांकन करण्यास प्रवृत्त केले.

अ) गुंतवणूक धोरणे **ब)** कृषी धोरणे

क) नियामक चौकट **ड)** अंतराळ संशोधन उपक्रम

१७) संभाव्य जोखमींपासून संरक्षण करताना नियामक प्राधिकरणांनी नावीन्यपूर्णतेला प्रोत्साहन देण्यासाठी नाजूक ---------- केले पाहिजे.

अ) समतोल **ब)** कॉन्ट्रास्ट **क)** पृथक्करण **ड)** संलयन

१८) नवोपक्रमाला चालना देण्यासाठी नियामक चौकट आवश्यक आहे जी ---------- आणि उदयोन्मुख तंत्रज्ञानासाठी लवचिकता प्रदान करते.

अ) मर्यादा
ब) ऐतिहासिक संदर्भ
क) अंतराळ संशोधन
ड) स्पष्टता

१९) अवाजवी जोखीम टाळत असताना, नियामकांनी प्रगतीला अडथळा आणणारे ---------- लादून सर्जनशीलतेला खीळ घालणे टाळावे.

अ) ऐतिहासिक वारसा
ब) बोजड निर्बंध
क) सांस्कृतिक उत्सव
ड) परदेशी भाषा

उत्तरे : १) क, २) क, ३) क, ४) ब, ५) ल, ६) क, ७) क, ८) क, ९) ब, १०) क, ११) ड, १२) ड, १३) ड, १४) क, १५) ब, १६) क, १७) अ, १८) ड, १९) ब.

सरावासाठी प्रश्न

प्र. १. धोरणविषयक संरचनेची पर्याप्तता स्पष्ट करा.

प्र. २. स्थूल आर्थिक स्थिरीकरणातील चलनविषयक धोरणासाठी विस्तारित भूमिकेच्या प्रकाशात चलनविषयक धोरण संरचनेचे पुनरावलोकन करा.

प्र. ३. स्थूल आर्थिक आणि वित्तीय स्थिरता आणि सक्षम धोरणे तयार करण्याबाबतचे निर्देश विशद करा.

प्र. ४. कार्बन तटस्थता अर्थव्यवस्थेच्या संक्रमणाचा पाठपुरावा करण्याबाबत मध्यवर्ती बँकेची भूमिका स्पष्ट करा.

प्र. ५. फिन टेक आणि बिग टेक कंपन्यांच्या उदयासाठी कारणीभूत घटक सांगा.

प्र. ६. पेमेंट, किरकोळ कर्ज, जोखीम व्यवस्थापन आणि माहिती विश्लेषण यामध्ये फिन टेक आणि बिग टेक कंपन्यांची भूमिका विशद करा.

प्र. ७. फिन टेक आणि बिग टेक कंपन्यांची देखरेख करण्यासाठी मध्यवर्ती बँकांची भूमिका सांगा.

प्र. ८. फिन टेक आणि बिग टेक कंपन्यांच्या दृष्टीनेमध्यवर्ती बँक नियमन आणि पर्यवेक्षणातील समायोजनांची माहिती सांगा.

प्र. ९. नवोन्मेषाला प्रोत्साहन देण्यासाठी आणि जोखीम टाळण्यासाठी संतुलन नियमन स्पष्ट करा.

प्र. १०. **खालील विषयांवर लिहा:**

अ) चलनविषयक धोरण संरचनेचे पुनरावलोकन करण्याची गरज.
ब) स्थूल आर्थिक स्थिरतेसाठी निर्देश.
क) वित्तीय स्थिरतेसाठी निर्देश.
ड) सक्षम धोरणांची आखणी.
इ) फिन टेक आणि बिग टेक कंपन्या.
ई) नवोन्मेष आणि आर्थिक स्थिरता संतुलन.

NOTES

www.ingramcontent.com/pod-product-compliance
Lightning Source LLC
LaVergne TN
LVHW082042051026
849532LV00011B/3446
9788119180790